டினோசர்கள் வெளியேறிக் கொண்டிருக்கின்றன

மனுஷ்ய புத்திரன்

உயிர்மை பதிப்பகம்

விலை ரூ.140

உயிர்மை பதிப்பக வெளியீடு : 429

டினோசர்கள் வெளியேறிக்கொண்டிருக்கின்றன ⁄ கட்டுரைகள் ⁄ ஆசிரியர்: மனுஷ்ய புத்திரன் ⁄ © மனுஷ்ய புத்திரன் ⁄ முதல் பதிப்பு : டிசம்பர் 2012 ⁄ வெளியீடு : உயிர்மை பதிப்பகம், 11/29 சுப்பிரமணியம் தெரு, அபிராமபுரம், சென்னை –600 018 தொலைபேசி : 91 – 44 – 24993448, மின்னஞ்சல் : uyirmmai@gmail.com, இணையதளம்: www.uyirmmai.com ⁄ அச்சாக்கம் : மணி ஆஃப்செட், சென்னை 600 005

Dinosarkal veLiyeRikoNdirukkindrana ⁄ Essays ⁄ Author : Manushya Puthiran ⁄ © Manushya Puthiran ⁄ Language: Tamil ⁄ First Edition : Dec.2012 ⁄ Demy 1x8 ⁄ Paper : 18.6 kg maplitho ⁄ Pages: 176 ⁄ Published by : Uyirmmai Pathippagam, 11/29 Subramaniam Street, Abiramapuram, Chennai - 600 018, India. Telephone : 91-44 -24993448, e-mail : uyirmmai@gmail.com, Website: www.uyirmmai.com ⁄ Printed at Mani Offset, Chennai 600 005 ⁄ Price : Rs. 140

ISBN : 978-93-81975-18-3

மனுஷ்ய புத்திரன்

மனுஷ்ய புத்திரன் என்ற பெயரில் எழுதிவரும் எஸ். அப்துல்ஹமீது திருச்சி மாவட்டம் துவரங்குறிச்சியில் 1968இல் பிறந்தார். எண்பது களின் ஆரம்பத்தில் எழுதத் துவங்கினார். தொடர்ந்து கவிதை களும் இலக்கிய விமர்சனங்களும் எழுதி வரும் இவருக்கு 2002இல் இளம் படைப்பாளிகளுக்கான உயரிய தேசிய விருதான சன்ஸ் கிருதி சம்மான் வழங்கப்பட்டது. 2010, 2011 ஆகிய இரு ஆண்டு களிலும் *இந்தியா டுடே* இவரை தமிழகத்தின் 10 செல்வாக்குமிக்க மனிதர்களில் ஒருவராக தேர்ந்தெடுத்தது. 2011இல் கனடாவின் தமிழ்த் தோட்ட விருது *அதீதத்தின் ருசி* தொகுப்பிற்காக வழங்கப் பட்டது. அதே ஆண்டில் ஆனந்த விகடனால் *அதீதத்தின் ருசி* சிறந்த கவிதைத் தொகுப்பாகத் தேர்ந்தெடுக்கப்பட்டது.

தற்போது சென்னையில் வசிக்கிறார். *உயிர்மை பதிப்ப கம், உயிர்மை மாத இதழ், உயிரோசை இணைய வார இதழ்* ஆகிய இதழ்களை நடத்தி வருகிறார். 2011இல் *டைம்ஸ் ஆஃப் இந்தியா* விற்காக இவர் சிறப்பாசிரியராகப் பொறுப்பேற்று கொண்டுவந்த *டைம்ஸ் இன்று* சிறப்பிதழ் பெரிதும் கவனம் பெற்றது. ஊடகங் களில் முன்னணி விமர்சகர்களில் ஒருவராகத் திகழ்கிறார்.

இவரது கவிதைத் தொகுப்புகள்:

மனுஷ்ய புத்திரன் கவிதைகள் (1983), *என் படுக்கை யறையில் யாரோ ஒளிந்திருக்கிறார்கள்* (1993), *இடமும் இருப்பும்* (1998), *நீராலானது* (2002), *மணலின் கதை* (2004), *கடவுளுடன் பிரார்த்தித்தல்* (2006), *அதீதத்தின் ருசி* (2009), *இதற்கு முன்பும் இதற்குப் பிறகும்* (2010), *பசித்த பொழுது* (2011), அருந்தப்படாத கோப்பை (2012)

கட்டுரைத் தொகுப்புகள்: *காத்திருந்த வேளையில்* (2003), *எப்போதும் வாழும் கோடை* (2003), *என்ன மாதிரியான காலத்தில் வாழ்கிறோம்* (2009), டினோசர்கள் வெளி யேறிக்கொண்டிருக் கின்றன (2012), தோன்ற மறுத்த தெய்வம் (2012)

e-mail: manushyaputhiran@gmail.com

நெருப்பை மறைக்கும் புகை

உயிர்மை தலையங்கங்களின் இரண்டாவது தொகுதி இது. கடந்த மூன்றாண்டுகளில் எழுதப்பட்ட இந்தத் தலையங்கங்கள் இந்திய வரலாற்றின் மிகக் கடினமான காலகட்டத்தைப் பற்றிய பதிவுகளைக் கொண்டிருக்கின்றன.

இந்தியாவில் அதிகாரமாற்றம் எதுவும் நடக்கவில்லை. ஆனால் சிவில் சொசைட்டியின் இருப்பை இந்தியா உணர்ந்த காலம் இது. நம்பிக்கையிழந்த, ஏமாற்றப்பட்ட மக்கள் வீதிக்கு வந்தார்கள். தாங்கள் இருக்கிறோம் என்ற குரலை ஆட்சியாளர்களை நோக்கி எழுப்பினார்கள். அடுத்த தேர்தல்வரை தங்களால் மௌன சாட்சிகளாக இருக்க முடியாது என்று உரத்துச் சொனனர்கள்.

இந்தியா முழுக்க பல்வேறு மக்கள் போராட்டங்கள் தொடர்ந்து வெடித்தவண்ணம் இருக்கின்றன. கடும் விலைவாசி உயர்வு, விவசாயிகள், சிறுவர்த்தகர்களின் அழிவு, பிரமாண்டமான ஊழல்கள், பணவீக்கம், செயலற்ற குற்றமனப்பான்மை கொண்ட அரசு, இவற்றின் முன் மக்கள் தங்கள் கசப்பையும் எதிர்ப்பையும் காட்டுவதற்காகத் தவியாய் தவிக்கிறார்கள் ஆனால் இந்தியாவின் அரசியல் வறுமையின் முன்பு அரசியல் வெற்றிடத்தின் இந்த அதிருப்தியும் கோபமும் தொடர்ந்து சிதறடிக்கப்படுகிறது.

மக்களின் கோபத்தை ஒரு மாற்றத்தை நோக்கிச் செலுத்துவதற்கு புரட்சியாளர்களும் சிந்தனாவாதிகளும் முன் நிற்கமுடியாத ஒரு காலத்தில் போலிப் புரட்சியாளர்களும் போலி சிந்தனாவாதிகளும் அந்த இடத்தைக் கைப்பற்றிக்கொள்கிறார்கள். நாம் ஒரு ஒடுக்குமுறையாளனை எதிர்த்து தெளிவாகப் போராட முடியும். ஆனால் ஒரு போலிப் புரட்சியாளனை எதிர்த்து அவ்வளவு எளிதாகப் போராட முடியாது. அவன் எல்லா சித்தாந்தங்களையும் குழப்பிவிடுகிறான். எல்லாப் பாதைகளிலும் தவறான மைல்கற்களை நாட்டிவிடுகிறான்.

இதுதான் இப்போது நம்முடைய பிரச்சினை. இலக்கற்ற மக்களின் கோபமும் அவற்றைத் தங்கள் உடனடி நோக்கங்களுக்காக விற்க

விரும்பும் போலிப் புரட்சியாளர்களும் நமது சமகால வரலாற்றின் இரண்டு பக்கங்கள்.

நாம் நீதிமிக்க ஒரு சமூகத்தை உருவாக்க வேண்டும் என்ற முயற்சியில் திரும்பத் திரும்ப தோற்கடிக்கப்படுகிறோம், காட்டிக்கொடுக்கப்படுகிறோம். அரசியல் தத்துவமற்ற எதிர்ப்பு சாரமற்ற சமூக இயக்கங்களை உருவாக்குகின்றன.

இந்த தலையங்கங்கள் அரசியல் ஆய்வுகள் அல்ல. மக்களின் கோபங்களையும் நிராசைகளையும் சந்தேகங்களையும் நேரடியாகவும் உணர்வுபூர்வமாகவும் பிரதிபலிப்பதே இவற்றின் நோக்கம். அரசியல் கோமாளிகளையும் அரசியல் சூதாடிகளையும் எதிர்ப்பதன் மூலம், எள்ளி நகையாடுவதன் மூலம் இவை இந்தியாவின் ஒரு குறிப்பிட்ட காலகட்டத்தின் பல்வேறு பரிமாணங்களை உங்கள் பார்வைக்கும் பரிசீலனைக்கும் முன்வைக்கின்றன.

மனுஷ்ய புத்திரன்

27.12.2012
12.46 am
manushyaputhiran@gmail.com

பொருளடக்கம்

1.	தமிழை அவமதிக்க ஒரு விருது	9
2.	உயர் கல்வியின் இருண்ட பக்கங்கள்	12
3.	சில அரசியல் ஜோதிடங்கள்	15
4.	நித்யானந்தர் என்னும் நிகழ்வு	18
5.	இன்னும் காயாத குருதிக் கறை	23
6.	எது தேசபக்தி?	28
7.	பிணங்களின் விலை	32
8.	நீங்கள் எப்போது ஒரு கொலை செய்யப்போகிறீர்கள்?	35
9.	ஊ(ழல்)ழ் வினை வந்து...	39
10.	யாரும் விரும்பாத நீதி	44
11.	ரகசியத்திற்கெதிரான யுத்தம்	48
12.	குற்றத்தின் எல்லை	53
13.	2010 சில எண்ணங்கள்	58
14.	கல்லைத்தான் மண்ணைத்தான்......	62
15.	பத்ம வியூகம்	67
16.	இருண்ட கால குறிப்புகள்	71
17.	நரகத்திற்குப் போகும் பாதை	76
18.	ஒரு புரட்சியின் கதை	81
19.	கார்ப்பரேட் சாமியார்கள்...	86
20.	அறியாமை - அகம்பாவம் - அவமானம்...	91
21.	ஊழல் எதிர்ப்பு மேளா	96
22.	நான்கு பேருக்கு நன்றி	101
23.	உள்ளாட்சித் தேர்தல் முடிவுகள்	106
24.	தேசத்தின் கன்னத்தில் விழுந்த அறை	111
25.	இது யாருக்கு எதிரான யுத்தம்?	116
26.	ஒரு வரலாற்றுக் களங்கம்	121
27.	பெரிய பஞ்சம் வந்திருக்கு	126
28.	இருண்ட காலக் குறிப்புகள்	132
29.	தேசபக்த பயங்கரவாதம்	137
30.	அம்பேத்கர் அடையாளமற்றவர்களின் அடையாளம்	142
31.	இந்திய குடியரசுத் தலைவர் பதவியும்...	147
32.	டெசோ : ஒரு கைதியின் டைரி	152
33.	பொய்களின் காலம்	157
34.	கறுப்பு வெள்ளி	162
35.	டினோசர்கள் வெளியேறிக்கொண்டிருக்கின்றன	167
36.	சாதி தூய்மைவாதம் நம்மைப் பீடிக்கும் பெரு நோய்	172

தமிழை அவமதிக்க ஒரு விருது

இந்த ஆண்டு சாகித்ய அகாதெமியின் விருது தமிழில் கவிஞர் புவியரசுக்கு வழங்கப்பட்டிருக்கிறது. இரண்டாம் முறையாக இவ்விருதைப் பெற்றிருக்கும் அவரை உயிர்மை வாழ்த்துகிறது. அடுத்த ஆண்டும் அவரோ அல்லது அவரது நண்பர்களோ இந்த விருதைப் பெறவேண்டும் என்றும் வாழ்த்துகிறோம்.

இந்த ஆண்டு சாகித்ய அகாதெமி விருதுக்கான தேர்வுப்பட்டியலில் நாஞ்சில் நாடன், எஸ்.ராம கிருஷ்ணன் உள்ளிட்ட பல நவீன எழுத்தாளர்களின் பெயர்கள் அடிபட்டு, கடைசியில் வழக்கம்போல அகாதெமி அதிகாரவர்க்கத்தின் ஒரு உள்வட்ட எழுத்தாளர் அதைத் தன்வீட்டிற்கு எடுத்துச் சென்று விட்டார்.

தமிழைப்பொறுத்தவரை சாகித்ய அகாதெமி விருதுகள் கடந்த பத்தாண்டுகளில் அடைந்திருக்கும் வீழ்ச்சி மிக மோசமானது. எந்த நேர்மையும் அற்ற இலக்கியவிரோத கும்பலின் கையில் தமிழ்சார்ந்த தேர்வு முழுமையாகச் சென்றுவிட்டது என்பதற்கான நிரூபணம் இது. கடந்த பத்தாண்டுகளில் விருது பெற்றவர்களின் இந்தப் பட்டியலைப் பாருங்கள். கவிக்கோ அப்துல் ரகுமான் *(1999)*, தி.க.சிவசங்கரன் *(2000)*, சி.சு.செல்லப்பா *(2001)*, சிற்பி பாலசுப்பிரமணியம் *(2002)*, வைரமுத்து*(2003)*, ஈரோடு தமிழன்பன்*(2004)*, திலகவதி*(2005)*, மு.மேத்தா *(2006)*, நீலபத்மநாபன்

(2007), மேலாண்மை பொன்னுச்சாமி (2008). இந்தப் பட்டியலில் இருப்பவர்கள்மூலம் உருவாகும் தமிழ் இலக்கிய சித்திரத்தை கற்பனை செய்வதற்கே அச்சமாக இருக்கிறது.(இரண்டு விதிவிலக்குகள் தவிர).

இதற்கு முந்தைய பத்தாண்டுகளின் விருதுப் பட்டியலோடு ஒப்பிட்டால்தான் இந்த நசிவின் தீவிரத்தை அறிய முடியும். லா.ச.ராமாமிருதம் (1989), சு.சமுத்திரம்(1990), கி.ராஜநாரயணன்(1991), கோ.வி.மணிசேகரன்(1992), எம்.வி.வெங்கட்ராம்(1993), பொன்னீலன்(1994), பிரபஞ்சன் (1995), அசோகமித்திரன்(1996), தோப்பில் முகமது மீரான்(1997), சா. கந்தசாமி (1998). (இந்த மதிப்பு வாய்ந்த பட்டியலிலும் இரண்டு விதி விலக்குகள்)

நவீனத் தமிழ் இலக்கியத்தைப் பிரதிநிதித்துவப்படுத்தக்கூடிய, சமகால முக்கியத்துவம் உடைய ஒருவர்கூட கடந்த பத்தாண்டுகளில் இந்த விருதிற்குப் பொருட்படுத்தப்படவில்லை. இது தற்செயலானதல்ல. சாகித்ய அகாதெமி குழுவைக் கைப்பற்றி தன்கையில் வைத்திருக்கும் இடதுசாரிகள், வானம்பாடிகள், கல்வித்துறையினரின் பரஸ்பர கொடுக்கல் வாங்கல்களின் வழியாகவே இந்த விருது தொடர்ந்து வழங்கப்பட்டு வருகிறது. இதற்குப்பின்னே மிகத்தெளிவான ஒப்பந்தங்கள் இருக்கின்றன.

சாகித்ய அகாதமி போன்ற மக்களின் வரிப்பணத்தில் இயங்கும் ஒரு அமைப்பு இவ்வாறு ஒரு இலக்கியவிரோதக் கும்பலால் ஹைஜாக் செய்யப்பட்டு மூன்றாம்தர எழுத்தாளர்களுக்கு இந்த விருதுகளைத் தொடர்ந்து வழங்குவதன் வாயிலாக தமிழில் ஒரு இயக்கமாகச் செயல்பட்டு இலக்கியப் போக்குகளின் தீர்மானிக்கும் சக்திகளாக இருந்த, இருக்கிற பல எழுத்தாளர்கள் தொடர்ந்து அவமதிக்கப்பட்டு வருகிறார்கள். நகுலன், சுந்தரராமசாமி, ஜி.நாகராஜன், சுஜாதா, ப. சிங்காரம், வண்ணதாசன், வண்ணநிலவன், ஞானக்கூத்தன், சி. மணி, சுகுமாரன், கலாப்ரியா, தேவதேவன், தேவதச்சன், நாஞ்சில் நாடன், பூமணி, ராஜேந்திர சோழன், அம்பை, கோபி கிருஷ்ணன், விக்கிரமாதித்யன், கோணங்கி, எஸ்.ராமகிருஷ்ணன், ஜெயமோகன், சாருநிவேதிதா, பெருமாள் முருகன், யுவன் சந்திரசேகர், இமையம், தமிழவன், அ.மார்க்ஸ், ராஜ்கொளதமன் என இந்த அவமதிக்கப்பட்டோர் பட்டியல் மிக நீண்டது. இவர்கள் அனைவரும் தமிழில் மட்டுமல்ல, இந்திய அளவிலும் சர்வதேச அளவிலும் மதிக்கத்தக்க முக்கியமான ஆக்கங்களை ஏற்கனவே எழுதிவிட்டவர்கள். பெரும் படைப்பு சக்திகளாகவும் சிந்தனா சக்திகளாகவும் தமிழ் இலக்கியத்தின், தமிழ் மொழியின் ஆதார நீரோட்டத்தைத் தீர்மானிப்பவர்களும் இவர்களே. ஆனால் இவர்களை முந்திச் செல்பவர்களும் அங்கீகாரங்களையும் விருதுகளையும் பெறுபவர்களும் யார் என்று பாருங்கள். இந்த எழுத்தாளர்கள் என்னமாதிரியான ஒரு நசிந்த கலாச்சாரச் சூழலில் நம்பிக்கையுடன் செயலாற்றி வந்திருக்கிறார்கள் என்பதை நினைக்கும்போது பெரும் வருத்தமே மிஞ்சுகிறது. வேறெந்த இந்திய

மொழிகளிலும் இதுபோன்ற ஒரு கேவ லத்தை நீங்கள் கற்பனைகூட செய்யமுடியாது.

தமிழில் இன்று எட்டப்பட்டிருக்கும் படைப்புச் சாதனைகளுக்கும் சிந்தனை நீரோட்டங்களுக்கும் இணையான ஒன்றை வேறெந்த இந்திய மொழிகளிலும் காண இயலாது. அவ்வளவு செறிவும் பன்முகத் தன்மையும் கொண்ட தமிழ்ப் படைப்பியக்கம் குறித்து எதிர்மறையான, கீழான பிம்பங்களை உருவாக்கவே சாகித்ய அகாதெமி போன்ற நிறுவனங்கள் வேலை செய்கின்றன. இந்த விருதுகளின் வழியே பிற மொழிகளில் கவனம்பெறுகிற மூன்றாம்தர எழுத்தாளர்கள் தமிழ் இலக்கியம் குறித்து ஏற்படுத்திருக்கும் அவமானகரமான தோற்றங்கள் கொஞ்சமல்ல. நமது அரசியல் தலைவர்களும் நடிகர்களும் பிற சமூகங் களிடம் எத்தகைய அவமானங்களை நமக்குத் தேடித் தந்துகொண்டிருக் கிறார்களோ அதன் ஒரு நீட்சியாகவே இந்த எழுத்தாளர்களும் இருக்கிறார்கள்.

சாகித்ய அகாதெமியின் தமிழ்சார்ந்த தேர்வுகளைத் தீர்மானிக்கும் பிற்போக்கு அதிகாரவர்க்க, இலக்கியவிரோதக் கும்பல் உடனடியாக வெளியேற்றப்படவேண்டும். அகாதெமி விருதுகள் தொடர்பான செயல்பாடுகள் பகிரங்கமாக அறிவிக்கப்படவேண்டும்.

அடுத்த ஆண்டும் இதேபோக்குகள் தொடரும் பட்சத்தில் இந்த விருதுகளைப் பெறுவதற்காகச் செய்யப்பட்ட திரைமறைவு வேலைகள் அனைத்தையும் நாம் பகிரங்கமாக விவாதிப்பதைத் தவிர வேறு வழியில்லை. அத்தோடு சாகித்ய அகாதெமியின்மீது பொதுநல வழக்கு தொடருவது, எந்தக் கூச்சமும் இன்றி கீழான வழிமுறைகளைப் பின்பற்றி இந்த விருதைத் தொடர்ந்து பெற்றுவரும் மூன்றாம்தர எழுத்தாளர்களின் கொடும்பாவிகளை சாகித்ய அகாதெமி அலுவலகத் தின் முன் கொளுத்துவது போன்ற வழிமுறைகளையும் நாம் யோசிக்க லாம்.

ஜனவரி, 2010

உயர் கல்வியின் இருண்ட பக்கங்கள்

இந்தியாவில் உயர் கல்வி அமைப்பின் நோய்மைகளையும் சீரழிவுகளையும் வெளிச்சத்திற்குக் கொண்டுவரும் பெரும் விவாதமாக நிகர்நிலைப் பல்கலைக்கழகங்கள் தொடர்பான சர்ச்சை உருவெடுத்துள்ளது. இலட்சக்கணக்கான மாணவர்களின் எதிர்காலத்தையும் இந்த நாட்டின் மகத்தான மனித வளத்தையும் வைத்துச் சூதாடும் கல்வி வியாபாரத்தின் கோரமுகங்களைப் பற்றிய விவாதம் இது. கல்வித் துறையினர், அரசியல்வாதிகள், பண முதலைகளின் கூட்டணியில் உருவான இந்தச் சீரழிவிற்கும் சுரண்டலுக்கும் இலட்சக்கணக்கான குடும்பங்கள் பலியாகி இருக்கின்றன, பலியாகி வருகின்றன.

கல்வியை, குறுக்கு வழியில் பணம் ஈட்டுவதற்கான தங்கச் சுரங்கமாக அடையாளம் கண்டுகொண்ட அரசியல்வாதிகள் ஏராளமான அளவில் தனியார் சுயநிதிக் கல்லூரிகளை தங்கள் உறவினர்கள் பெயரிலும் பினாமிகள் பெயரிலும் திறந்தனர். மக்களின் ஆதார உரிமையும் தேவையுமான தரமான கல்வியை பரவலாக அளிக்க முடியாத நமது அரசாங்கத்தின் தோல்வி இந்தத் தனியார் கல்வி அமைப்புகள் காளான்கள் போல் வளர்வதற்கான சமூகச் சூழலை உருவாக்கின. ஆரம்பப்பள்ளியிலிருந்து இன்று உயர் கல்வித்துறை வரை இந்தச் சீரழிவு விஸ்வரூபம் எடுத்து விட்டது. கட்டுப்பாடற்ற சுரண்டலையும் கண்காணிப்

பற்ற ஊழலையும் வேண்டிய தனியார் கல்வி அமைப்புகள் எந்த விதிமுறைகளுக்கும் உட்படாத தமது செயல்பாடுகளுக்காக நிகர்நிலைப் பல்கலைக்கழகம் என்ற வழி முறையைத் திறமையாகப் பயன்படுத்திக் கொண்டன.

நிகர்நிலைப் பல்கலைக் கழகம் என்ற கருத்தாக்கம் ஒரு கல்வி நிறுவனம் சுதந்திரமான முறையில் தனிச்சிறப்பு வாய்ந்த கல்வியினையும் கல்வி சார்ந்த ஆய்வுகளையும் ஊக்குவிப்பதற்காக உருவாக்கப்பட்டதாகும். பல்கலைக்கழக விதிமுறைகளுக்கு உட்படாமல் பாடத்திட்டம், தேர்வு முறை, மாணவர் சேர்க்கைக்கான விதிமுறைகள் போன்றவற்றை தானே வகுத்துக்கொள்ளும் வாய்ப்புப் பெற்ற நிகர்நிலை அந்தஸ்துள்ள இந்தக் கல்வி அமைப்புகள் இந்தச் சுதந்திரத்தை எவ்வளவு கேவலமாகவும் கீழ்த்தரமாகவும் சீரழிக்கமுடியுமோ அந்த அளவு சீரழித்திருக்கின்றன.

நிகர்நிலைப் பல்கலைக்கழகங்களின் செயல்பாடுகளை ஆராய்வதற்காக மத்திய அரசின் மனிதவள அமைச்சகத்தினால் நியமிக்கப்பட்ட பி.என்.டாண்டன் குழு 44 கல்வி நிறுவனங்களின் நிகர்நிலை அந்தஸ்து பறிக்கப்படவேண்டும் என்று பரிந்துரைத்துள்ளது. அதில் தமிழ்நாட்டில் உள்ள 14 நிறுவனங்களும் அடங்கும். இலட்சக்கணக்கில் பணம் செலுத்தி இந்தக் கல்வி அமைப்புகளில் சேர்ந்துள்ள மாணவர்கள் தங்களுக்கு என்ன நடக்கப்போகிறது என்று தெரியாமல் வன்முறையில் இறங்குகின்றனர். இந்தக் கல்வி அமைப்புகளுக்கு நிகர்நிலைப் பல்கலைக் கழக அந்தஸ்து வழங்கிய பல்கலைக் கழக மானியக் குழுவின்(யூ.ஜி.சி) மாபெரும் ஊழல் இப்போது பகிரங்கமாகியிருக்கிறது. நிகர்நிலைப் பல்கலைக் கழகத்திற்குரிய எந்த அடிப்படை கட்டுமான வசதிகளும் இல்லாமை, ஏராளமான மாணவர்களின் சேர்க்கை, போதுமான ஆசிரியர்கள் இல்லாமை, கல்வி அமைப்பின் நிர்வாகம் முழுக்க முழுக்க குடும்ப உறுப்பினர்களால் நிர்வகிக்கப்படுவதால் உருவாகும் ஜனநாயகமற்ற போக்கு, கட்டுப்பாடு என்ற பெயரில் மாணவர்கள்மேல் செலுத்தப்படும் சர்வாதிகாரம் மற்றும் தகுதியற்ற ஆசிரியர்கள், நிர்வாகிகள் என எண்ணற்ற பிரச்சினைகளை இந்த நிகர்நிலைப் பல்கலைக்கழகங்கள் கொண்டுள்ளன.

நமது கல்லூரிகள் பல்கலைக் கழகங்களில் பட்டம் பெற்றவர்களில் 25 சதவிகிதத்திற்கும் குறைவானவர்களே பணிக்கு அமர்த்தத் தகுதியானவர்கள் என ஒரு ஆய்வு தெரிவிக்கிறது. பட்டதாரிகளாக வெளியே வரும் மாணவர்கள் பெரும்பாலானோர் சிந்தனைத் திறன், மொழித் திறன், வேலைத்திறன், ஆளுமைத் திறன் ஏதுமற்றவர்களாகவே வெளியே அனுப்பப்படுகின்றனர். வளாக நேர்முகத் தேர்வுகளை நடத்தும் நிறுவனங்கள் அதில் பயனில்லை என்று முடிவு செய்து நேரடியாக ஆட்களைத் தேர்வு செய்யத் துவங்கிவிட்டன. கல்விக்கும் வேலைவாய்ப்பிற்கும் இடையிலான இடைவெளி முன்னெப்போதைவிடவும் பிரமாண்டமானதாகிவிட்டது.

இந்தச் சூழலுக்கு நிகர்நிலைப் பல்கலைக் கழகங்கள் மட்டும் காரணம் அல்ல, அரசுக் கல்லூரிகளும் பல்கலைக் கழகங்களால் நிர்வகிக்கப்படும் தனியார் சுயநிதிக் கல்லூரிகளும் அதே தரத்தில்தான் பராமரிக்கப்படு கின்றன. ஆனால் தரமான கல்வி என்ற பெயரில் ஏராளமான குடும்பங்களை பொருளாதாரரீதியாகச் சூறையாடி மாணவர்களின் எதிர்காலத்தையும் சூறையாடும் நிகர்நிலைப் பல்கலைக் கழகங்களின் செயல்பாடு கொலைக்குற்றத்திற்கு நிகரானது.

44 நிகர்நிலைப் பல்கலைக் கழகங்களின் மீதான நடவடிக்கையை மார்ச் 8 வரை நிறுத்திவைக்கும்படி உச்சநீதிமன்றம் ஆணையிட்டுள்ளது. யூஜிசி வழங்கிய அங்கீகாரத்தைக் காட்டி நாட்டின் பெரிய வழக்கறிஞர் களின் உதவியுடன் மத்திய அரசின் நடவடிக்கையை ரத்து செய்ய நிகர்நிலைப் பல்கலைக்கழகங்கள் முனைந்துள்ளன.

மத்திய அரசு மிக உறுதியுடன் இந்தக் கல்வி வியாபாரிகளின் சதித்திட்டத்தை முறியடிக்கவேண்டும். தரமற்ற நிறுவனங்களுக்கு இலஞ்சம் வாங்கிக்கொண்டு அங்கீகாரம் வழங்கிய யூ.ஜி.சி ஆய்வுக் குழுவினைச் சேர்ந்தவர்கள் கண்டறியப்பட்டு கடுமையாக தண்டிக்கப் பட வேண்டும். நிகர்நிலைப் பல்கலைக் கழகங்களுக்கு வழங்கப்பட் டுள்ள சுதந்திரத்தை நெறிப்படுத்துவதுடன் அவற்றின் செயல்பாடு களைக் கண்காணிப்பதற்கு தெளிவான உறுதியான விதிமுறைகளும் அமைப்புகளும் உருவாக்கப்பட வேண்டும்.

நிகர்நிலைப் பல்கலைக்கழகங்கள் மேல் எடுக்கப்பட்ட நடவடிக்கை பிற உயர் கல்வி அமைப்புகள் மேலும் செய்யப்படவேண்டிய அவசியமான சீர்திருத்தங்களுக்கு முதல்படியாக இருக்கவேண்டும்.

பிப்ரவரி, 2010

சில அரசியல் ஜோதிடங்கள்

அடுத்த ஆண்டு தமிழக சட்டமன்றத்திற்கு நடைபெறவிருக்கும் பொதுத் தேர்தலுக்கான அரசியல் சூதாட்டங்கள் இப்போதே தொடங்கிவிட்டன. காங்கிரஸ் இதை முதலில் ஆரம்பித்திருக்கிறது. சமீபத்தில் ஜெயலலிதா, சோனியா காந்தியைச் சந்தித்தது அரசியல் அரங்கில் பல்வேறு யூகங்களை ஏற்படுத்துகின்றன. ஏற்கனவே ராகுல் காந்தி தமிழக வருகையின் போது மரியாதை நிமித்தமாகக்கூட தி.மு.க. தலைவர்கள் யாரையும் சந்திக்காதது காங்கிரஸின் மனப்பான்மையைக் கோடிட்டுக் காட்டியது. இதனால் காங்கிரஸும் தி.மு.க.வும் ஏதோ கருத்துரீதியாகப் பிளவுண்டிருப்பதாக யாரும் நினைக்கத் தேவையில்லை. அடுத்த தேர்தல் பேரத்திற்காக இப்போதே செய்யப்படும் முஸ்தீபு இது. அதன் ஒரு பகுதிதான் சோனியா—ஜெயலலிதா சந்திப்பும்.

கடந்த நாடாளுமன்றத் தேர்தலில் காங்கிரஸ் அடைந்த வெற்றி, அது தி.மு.க.வைச் சார்ந்திருக்க வேண்டிய நிலையைப் பெருமளவில் குறைத்துவிட்டது. தி.மு.க.வின் ஆதரவு இல்லாவிட்டால்கூட வேறு சில உதிரிக்கட்சிகளின் உதவியுடன் தனது ஆட்சியைப் பாதுகாத்துக்கொள்ள முடியும் என்பது தான் யதார்த்தம். ஆனால் தி.மு.க.வின் நிலை மிகவும் சிக்கலானது. மாநில ஆட்சியைப் பாதுகாத்துக்கொள்வதற்கு மட்டுமல்ல, மத்திய அரசில் கடந்த பத்தாண்டு

களுக்கு மேலாக தி.மு.க. செலுத்திவரும் ஆதிக்கத்தையும் பாதுகாத்துக் கொள்ளவும் இன்று அது காங்கிரஸைப் பெருமளவில் சார்ந்திருக்கிறது. வரவிருக்கும் தமிழக சட்டமன்றத் தேர்தலில் அது கூடுதலான இடங்களைக் கேட்டு தி.மு.க.வை நிர்ப்பந்திக்க இந்தச் சூழலைப் பயன்படுத்திக்கொள்ள முயற்சிக்கலாம். இந்த நிர்ப்பந்தத்தை ஏற்படுத்தவே இப்போது ஜெயலலிதா சந்திப்பு நாடகங்கள். அடுத்த முதல்வராக ஸ்டாலின் முன்னிறுத்தப்படும் பட்சத்தில் துணை முதல்வர் பொறுப்பையும் மந்திரிசபையில் முக்கிய இடங்களையும் காங்கிரஸ் வற்புறுத்தினாலும் ஆச்சரியப்படுவதற்கில்லை.

காங்கிரஸ் கொடுக்கப்போகும் இந்த நெருக்கடிகளுக்கு தி.மு.க. ஒருவேளை அடிபணியாத பட்சத்தில் ஸ்பெக்ட்ரம் பூதம் மீண்டும் வெளியே வரலாம். ஒருவேளை காங்கிரஸ் அ.தி.மு.க.வோடு கூட்டணி அமைக்கும்பட்சத்தில் ஜெயலலிதா காங்கிரஸிற்கு அதிக இடங்களை விட்டுத்தர தயங்கமாட்டார். அவருக்கு அரசியலில் நீடிக்க இப்போது வேறு பிடிமானம் எதுவும் இல்லை. காங்கிரஸ், அ.தி.மு.க., இடதுசாரிகள், தே.மு.தி.க. என்று ஒரு கூட்டணி அமைந்தால் அதில் ஆச்சரியப்பட எதுவும் இல்லை. இப்போது மீண்டும் தி.மு.க.வை நெருங்க முயற்சித்துக் கொண்டிருக்கும் ராமதாஸ் கருணாநிதியிடம் கூடுதலான இடங்கள் கேட்டுப் பேரங்கள் நடத்த வாய்ப்புள்ளது. காங்கிரஸ்—அ.தி.மு.க. கூட்டணி அமையும்பட்சத்தில் அ.தி.மு.க. கூட்டணியிலிருந்து ம.தி.மு.க. கழட்டிவிடப்பட நிறைய வாய்ப்பு இருக்கிறது. வைகோ மீண்டும் கருணாநிதியிடம் பாசக்காட்சிகளை அரங்கேற்றினால் அதில் ஆச்சரியப்பட எதுவும் இல்லை. ஆனால் ராமதாஸ் மற்றும் வைகோ மூலம் வரக்கூடிய தொந்தரவுகளைவிட காங்கிரஸ் மூலம் வரக்கூடிய தொந்தரவுகளைச் சமாளிக்கலாம் என்பதுதான் கருணாநிதியின் எண்ணமாக இருக்கும். காங்கிரஸ் தி.மு.க.விடம் கேட்கப்போகும் விலையைப் பொறுத்தே தமிழக அரசியல் சூழலில் காட்சிகள் இப்படியே நீடிக்கப் போகிறதா அல்லது மொத்தமாக மாறப்போகிறதா என்பது நிர்ணயமாகும்.

இப்போதைக்கு இலங்கைத் தமிழர்களிடமிருந்து தமிழகக் கட்சிகளுக்கு உதவிகள் எதுவும் வருவதற்கான சூழல் தென்படவில்லை. ராஜபக்ஷே ஏதாவது மனது வைத்தால்தான் உண்டு. முல்லைப் பெரியாறு போன்ற டெக்னிக்கலான விஷயங்களை மக்களுக்குப் புரியவைப்பது கடினம் என்பதால் அதையும் பெரிதாக நம்பமுடியாது.

மக்களுக்கு சிறந்த ஒரு பொழுதுபோக்குக் காட்சி காத்திருக்கிறது.

அழகிரிக்கு மட்டும்தான் ஆங்கிலம் தெரியாதா?

சமீபத்தில் பார்லிமெண்ட் பட்ஜெட் கூட்டத் தொடரில் ஜனாதிபதி பிரதீபா பாட்டீல் முழுக்க முழுக்க தனது உரையை இந்தியில் வழங்கியது குறித்து தி.மு.க. எம்.பி.க்கள் சபாநாயகரிடம் முறையீடு செய்துள்ளனர். ஏற்கனவே மு.க.அழகிரி பார்லிமெண்டில் தனக்குத் தமிழில் பேச அனுமதி கேட்டு தொடர்ந்து முறையிட்டு வருகிறார்.

பல்வேறு மொழிகளைப் பேசும் இனங்களைக் கொண்ட ஒரு நாட்டின் மக்கள் பிரதிநிதிகள் இவ்வாறு கேட்கும் உரிமைக்காகவும், பேசும் உரிமைக்காகவும் தாங்கள் பிரதிநிதித்துவப்படுத்தும் ஒரு அவையில் போராட நேர்வதைப் போன்ற ஒரு அவலம், அவமானம் வேறெதுவும் இருக்கமுடியாது. பிரதீபா பாட்டீல் இந்தியில் மட்டும் பேசுவதும் அழகிரிக்குத் தமிழில் பேச மறுக்கப்படுவதும் பிராந்திய மொழிகள்மேல் செலுத்தப்படும் ஒடுக்குமுறை என்பதில் எந்த சந்தேகமும் இல்லை. ஒரு மொழிபெயர்ப்பாளரைக்கொண்டு தீர்க்கக்கூடிய மிக எளிய இந்தப் பிரச்சினை இவ்வளவு அரசியலாக்கப்படுவது ஏன்? ஆங்கிலம் ஒரு தொடர்புமொழியாக ஏற்கப்பட்ட சூழ்நிலையில் இந்திக்கும் பிற பிராந்திய மொழிகளுக்கும் இணையான அந்தஸ்து வழங்கப்பட வேண்டும். இந்தியாவின் பல பகுதிகளிலிருந்தும் இந்தியோ, ஆங்கிலமோ தெரியாதவர்கள் கணிசமான பேர் மக்களவைக்குத் தேர்ந்தெடுக்கப்படு கிறார்கள். அவர்கள் மொழி சார்ந்த இந்த அற்பத்தனமான தடை காரணமாக நாடாளுமன்றத்தில் தமது பிரதிநிதித்துவத்தை முற்றாக இழக்கிறார்கள் என்பதே உண்மை.

மு.க.அழகிரி எழுப்பியிருக்கும் இந்த மிக முக்கியமான பிரச் சினையை அவரைக் கேலி செய்வதற்குப் பயன்படுத்தாமல் பிராந்திய மொழி பேசுவோரின் பேச்சுரிமையைப் பாதுகாப்பதற்கான ஒரு இயக்கமாக மாற்றவேண்டும்.

மார்ச், 2010

நித்யானந்தர் என்னும் நிகழ்வு

நித்யானந்தர் ஒரு மீடியா நிகழ்வாக (மீடியா சுனாமி என்றும் சொல்லலாம்) மாறியதை முன்னிட்டு சாமியார்களின் நேர்மை மற்றும் மீடியா சுதந்திரம் குறித்து ஏராளமான விமர்சனங்கள முன்வைக்கப் பட்டு வருகின்றன. அந்தரங்கம், தனிமனித சுதந்திரம், சமூகப் பொறுப்புகள் தொடர்பாகப் பல்வேறு சிக்கல் கள் இந்தப் பிரச்சினையில் சம்பந்தப்பட்டிருக்கின்றன.

நித்யானந்தர் விவகாரம் ஒரு விதிவிலக்கோ விபரீ தமோ அல்ல. இந்திய சமூகம் அடைந்திருக்கும் கடும் ஆன்மீக வெறுமை என்ற நோயின் வெளிப்பாடு கள்தான் நித்யானந்தர் போன்றவர்கள். கடந்த இருபத் தைந்து ஆண்டுகளுக்கும் மேலாக இந்தியச் சாமியார் களின் நிழல் நடவடிக்கைகள், குற்றச் செயல்கள் தொடர்பாக எவ்வளவு செய்திகள் வெளிவந்திருக் கின்றன என்பதை நாம் யோசித்துப் பார்க்கலாம். நரபலி, பாலியல் குற்றங்கள், அரசியல் தரகுவேலைகள், சமூக விரோதக் கும்பல்களுடன் தொடர்பு, கொலை, பொருளாதாரக் குற்றங்கள், குண்டுவெடிப்பு, போதைப் பொருள், பயங்கரவாத இயக்கங்களுடன் தொடர்பு மதத்தலைவர்களும் சாமியார்களும் ஈடுபடாத துறை களே இல்லை. இந்திய ஆஸ்ரமங்களும் மடங் ளும் எல்லாவித சமூக நியதிகளிலிருந்தும் கண்காணிப்பு களிலிருந்தும் விலக்கப்பட்ட சுதந்திர வளையங்களாக, சுயேச்சையான அதிகாரம் கொண்டவையாகத் திகழ்

கின்றன. நமது நாட்டில் ஹோட்டல்களில் 12 மணிக்கு மேல் யாரும் நடனமாடக்கூடாது என்று கடுமையான விதிகள் போடப்படுகின்றன. ஆனால் பல்லாயிரக்கணக்கான ஆண்களும் பெண்களும் பங்கேற்கும் ரகசிய வழிபாடுகள் குறித்து எந்தக் கவலையும் யாருக்கும் இல்லை. ஆன்மீக நம்பிக்கைகள் அந்தரங்கமானவையாக இருக்கலாம். ஆனால் அவை ஒரு நிறுவனமாக மாறும்போது, பல்லாயிரக்கணக்கான மக்கள் அந்த நிறுவனத்தோடு இணைக்கப்படும்போது அரசாங்கத்திற்கும் சமூகத்திற்கும் அந்த நிறுவனங்கள்மீது கண்காணிப்பும் கட்டுப்பாடும் அவசியமாகிறது. ஆனால் ரயிலில் டிக்கெட் இல்லாமல் பயணிக்கும் சாமியார்கள் எப்படிக் கண்டுகொள்ளாமல் விடப்படுகிறார்களோ அதேபோலத்தான் ஆயிரக்கணக்கான கோடிகளைக் குவித்துவைத்திருக்கும் கார்ப்பரேட் சாமியார்களும் கண்டு கொள்ளாமல் விடப்படுகிறார்கள்.

இந்திய சமூகம் ஒரு அறிவுசார்ந்த சமூகமல்ல. மாந்த்ரீகத்திலும் சடங்குகளிலும் அற்புதங்கள் குறித்த நம்பிக்கைகளிலும் மூழ்கியிருக்கும் ஒரு பழங்குடி சமூகத்தின் மனோபாவமே இந்தியா முழுக்க நிரம்பியிருக்கிறது. நவீனத்துவம் சார்ந்த சிந்தனைகளோ மதிப்பீடுகளோ இந்த மனோபாவத்தை எந்த வகையிலும் சிதைத்துவிடவில்லை. கல்வி, பொருளாதாரம், பாலியல் வேறுபாடு என எந்த வித்தியாசமும் இன்றி மக்கள் தொடர்ந்து மாந்த்ரீகர்களை நோக்கிச் சென்றுகொண்டிருக்கிறார்கள். இதற்குப் பின்னே இருப்பது ஆன்மீகத் தேட்டம் என்பது நம்மை நாமே ஏமாற்றிக்கொள்வதாகும். மாந்த்ரீகம் என்பது லௌகீக வாழ்வின் சிக்கல்களை எதிர் கொள்ளும் ஒரு வழிமுறை. பணக்கஷ்டம், வியாபாரத்தில் நஷ்டம், உடல் உபாதைகள், தாம்பத்ய வாழ்வின் சிக்கல்கள், குழந்தைப்பேறு என பல்வேறு பிரச்சினைகளின் சர்வரோக நிவாரணியாக மாந்த்ரீகம் கருதப்படுகிறது. சாய்பாபா, ஜக்கி வாசுதேவ், ரவிஷங்கர், நித்யானந்தர், கல்கி போன்றவர்கள் இந்த மாந்த்ரீகத்திற்கு நவீன வடிவம் அளிக்கிறார்கள். சில எளிய மேஜிக்குகள் மூலமும் இந்திய மரபில் தொன்றுதொட்டு வரும் தியானம், யோகா போன்றவற்றின் மூலமும் தங்களைக் கடவுள்களாக முன்வைக்கிறார்கள். அற்புதங்களை நம்பத் துடித்துக்கொண்டிருக்கும் ஒரு புராணிக சமூகத்திடம் இந்தக் கடவுள்கள் தம்மை எளிதாக நிலைநிறுத்திக் கொண்டுவிடுகிறார்கள். மேலே குறிப்பிட்ட கார்ப்பரேட் சாமியார்களின் புத்தகங்களையும் பத்திரிகைத் தொடர்களையும் படிக்கும் ஒரு எளிய வாசகன்கூட அவற்றின் மேலோட்டமான தன்மையையும் அலங்காரத்தையும் எளிதில் இனம் கண்டுகொள்வான். அவ்வளவு அபத்தக் களஞ்சியங்கள் அவை. இந்திய மரபு உருவாக்கிய மாபெரும் சிந்தனையாளர்களின் கருத்துக்களிலிருந்து ஆங்காங்கே உருவி எடுக்கப்பட்ட கருதுகோள்களையும் வாக்கியங்களையும் தங்களது மகத்தான தரிசனங்கள் என முன்வைக்கும் இவர்களது கருத்துக்கள் நமது தத்துவ மரபு குறித்த எந்த வாசிப்பும் அறிவும் அற்ற தலைமுறையினரிடம் பிரமிப்பை ஏற்படுத்துகின்றன. மாந்த்ரீகமும் அலங்காரமும்

சேர்ந்து ஏற்படுத்தும் இந்தப் பிரமிப்பு சிந்தனாபூர்வமாகவோ மனோ ரீதியாகவோ விழிப்பற்ற மக்கள் சமூகத்தை எளிதில் அடிமைப்படுத்து கிறது.

இந்திய சமூகத்தில் தொடர்ந்து ஏற்பட்டு வரும் அடையாள இழப்பு, நம்பிக்கை சார்ந்த புதிய அமைப்புகள் உருவாவதற்கான இடத்தைப் பெருமளவு ஏற்படுத்திவிட்டது. நமது சாதிய அமைப்புகள், மத அமைப்புகள் அவற்றின் மரபான சமூக கூட்டிணைவிலிருந்து துண்டிக்கப்பட்டு குடும்ப அடையாளமாகவோ அரசியல் அடையாள மாகவோ சுருங்கிவிட்டன. நகர்மயமாதலும் புதிய தொழில் மற்றும் சமூக உறவுகளும் மனிதர்களின் தனிமையையும் அன்னியமாதலையும் தீவிரமடையச் செய்துவிட்டன. அரசியல் மற்றும் லட்சியவாத இயக்கங்கள் கடந்த ஒரு நூற்றாண்டில் அடைந்த தோல்விகளின் இடிபாடுகள்மீது இன்றைய மனிதன் நடந்து செல்கிறான். பற்றிக் கொள்ள ஏது மற்ற இந்தச் சூழலில்தான் புதிய அடையாளங்களையும் புதிய சமூக உறவுகளையும் உருவாக்கும் சாமியார்கள் வெற்றி பெறுகிறார்கள். நமது கலாச்சார இயக்கங்களின் நசிவிலிருந்து பண்பாட்டு வேர்களின் அழிவிலிருந்துமே இந்தக் குற்றச் சாமியார்கள் முளைத்துவருகிறார்கள்.

இந்தியாவில் அரசியல்வாதிகளும் சாமியார்களும்தான் இவ்வளவு குறுகிய காலத்தில் இவ்வளவு பணமும் சொத்தும் சேர்க்கும் வலிமை கொண்டவர்களாக இருக்கிறார்கள். இது அவர்களைப் பல்வேறு முறைகேடுகளுக்கும் குற்றங்களுக்கும் இட்டுச் செல்கிறது. இந்த சாமியார்கள் பக்தர்களின் காணிக்கையால் மட்டும் இவ்வளவு பெரிய கோடீஸ்வரர்களாக குறுகிய காலத்தில் மாறுவது இல்லை. கறுப்புப் பண முதலைகள், அரசியல்வாதிகளின் பினாமிகளாக இவர்கள் செயல்படுகிறார்கள்.

நித்யானந்தர் விவகாரம் மக்களின் மனதில் இவ்வளவு ஆழமாக இடம்பிடித்ததற்குக் காரணம், அது நேரடியாகக் காட்டப்பட்டது என்பதாலேயே. நேரடியாகக் காட்டப்படுவதைத் தவிர வேறு எதையும் இந்திய மனம் ஏற்றுக்கொள்ளாது. மக்கள் தங்களைத் தாங்களே ஏமாற்றிக்கொள்ள எந்த வழியும் இல்லாத வகையில் அது நேரடியாகக் காட்டப்பட்டுவிட்டது. இல்லாவிட்டால் நித்யானந்தர் இதை இவ்வ ளவு பகிரங்கமாக ஒப்புக்கொள்ள மாட்டார்.

நித்யானந்தரை விமர்சிப்பவர்கள் அவர் பிரம்மச்சரியத்தைப் போதித்துவிட்டு உடலுறவில் ஈடுபட்டார் என்பதையே திரும்பத் திரும்பக் கூறுகிறார்கள். இந்த வாதம் மிகவும் பலவீனமானது. இது உண்மையான பிரச்சினையே அல்ல. நித்யானந்தர் போன்றவர்கள் ஒரு வாழ்க்கைப் பார்வையை உருவாக்குகிறார்கள். மனிதர்களின் மனங்களை அவர்கள் எல்லா சமூகப் பொறுப்புகளிலிருந்தும் விடுபட்ட சுயேச்சையான தன்னிலையாக வடிவமைக்க முற்படுகிறார்கள் அல்லது அரூபமான ஒன்றுக்கு அடிமைப்படுத்துவதை விடுதலை என்று

குறிக்கிறார்கள். இந்த விடுதலை, மனிதர்களை அவர்களது சமூக வாழ்க்கையிலிருந்து பிறழ்வுகொண்டவர்களாக மாற்றுகிறதே தவிர, அவர்களுக்கு எந்த விடுதலையையும் கொண்டுவருவதில்லை. இதுதான் நித்யானந்தர் போன்றவர்கள் ஈடுபடும் மனித விரோதச் செயல். இந்த மனோரீதியான போதை வஸ்துவை விற்பதற்காகவே அவர்கள் தங்களது பக்தர்களிடமிருந்து ஏராளமான பணத்தையும் அவர்களது சேவைகளையும் பெற்றுக்கொள்கிறார்கள்.

நித்யானந்தர் பாலுறவில் ஈடுபட்டது அவரது தனிப்பட்ட தேர்வு. ஆனால் அவர் இத்தனை ஆயிரம் ஆண்களையும் பெண்களையும் தொடர்ச்சியாக மனோரீதியாகவும் சமூகரீதியாகவும் பிறழ்வுகொண்ட வர்களாக மாற்றி வந்திருக்கிறார். அதற்குத் தனது புனித பிம்பத்தைப் பயன்படுத்தியிருக்கிறார். இத்தகைய ஒருவரின் புனித பிம்பம் மக்களிடம் எந்த வழியில் உடைத்தெறியப்பட்டாலும் அது வரவேற்கத் தக்கதே. இல்லாவிட்டால் அவர் இன்னும் எத்தனை ஆயிரம் பேரைப் பிறழ்வுகொண்டவர்களாக மாற்றுவார் என்று சொல்லமுடியாது.

இந்த விவகாரத்தில் ஊடகங்களின் அத்துமீறல்கள் பற்றி தொடர்ந்து பேசப்படுகிறது. நித்யானந்தர் போன்ற சாமியார்கள் தொடர்ந்து ஊடகங்களால்தான் பிரபலப்படுத்தப்பட்டார்கள். ஊடகங்கள் வழியாக இவ்வளவு செல்வாக்கையும் பணத்தையும் பெற்றார்கள். நித்யானந்தர் போன்றவர்கள் எப்போதும் எந்த வகையிலாவது ஊடகங் களின் வியாபாரப் பொருளாகத்தான் இருப்பார்கள். ஊடகங்கள் சுதந்திரமாகச் செயல்படாவிட்டால் நித்யானந்தர் மட்டுமல்ல, வேறு எந்த அதிகாரமும் செல்வாக்கும் படைத்த மனிதர்களின் நிழல் முகங்கள் வெளியே வராது. நீதிக்கான போராட்டத்தை நடத்துவதற் கான ஒரு சிறிய வெளியாவது இன்று மிஞ்சியிருப்பது ஊடகங்களில் மட்டுமே. எனவே ஊடகங்களைப் பற்றிய விமர்சனங்களின் வழியே அவற்றை நாம் சமூக விரோத தன்மை கொண்டவையாக சித்தரிக்கக் கூடாது. நம்முடைய அதிகார வர்க்கத்தினர், ஆன்மிகவாதிகளைவிட ஊடகங்கள் ஆபத்தானவையல்ல.

ஒரு நித்யானந்தர் போனால் என்ன, இன்னும் ஆயிரம் நித்யானந் தர்கள் இருக்கிறார்கள்... இன்னும் ஆயிரம் நித்யானந்தர்கள் வருவார் கள். மிகவும் வினோதமான சமூகம் இது.

குஷ்பு விவகாரமும் உச்சநீதிமன்றமும்

திருமணம் அல்லாத ஆண் — பெண் உறவுகள் குறித்து நடிகை குஷ்பு தெரிவித்த கருத்துகளுக்காகத் தன்மீது ஊர் ஊராகக் கற்பின் காவலர்கள் தாக்கல் செய்த வழக்குகளைத் தள்ளுபடி செய்யக்கோரி உச்சநீதிமன்றத்தில் அவர் தாக்கல்செய்த மனு மீது நீதிபதிகள் தெரிவித்த கருத்துக்கள் மிகவும் குறிப்பிடத்தக்கவை. குஷ்பு மீது

வழக்குத் தொடர்ந்தவர்கள் மீது நீதிபதிகள் முன் வைத்த கேள்விகளின் சாராம்சம் இதுதான். 'குஷ்புவின் கருத்துக்களால் மனம் மாறி உங்கள் வீட்டிலிருந்து யாராவது ஓடிப் போய்விட்டார்களா?' என்பது தான் அது. அதற்கு அவர்கள் 'இல்லை' என்றே பதிலளித்தார்கள். தங்களைப் பாதிக்காத ஒன்று இந்த சமூகத்தைப் பாதிக்கும் என்ற உத்தேசத்தில் போடப்பட்ட இந்த வழக்கை நீதிபதிகள் தள்ளுபடி செய்தால் மட்டும் போதாது. இதுபோன்ற போலி வழக்குகளைப் பதிவு செய்து ஊடகங்களில் அற்ப பிரபலம் தேடுவதுடன் நீதிமன்றத் தின் நேரத்தையும் வீணடித்ததற்காகவும், ஒரு கருத்திற்காக ஒருவருக்கு இவ்வளவு மனஉளைச்சலை ஏற்படுத்தியதற்காகவும் ஒவ்வொருவருக் கும் தலா பத்துலட்ச ரூபாய் அபராதமும் இரண்டாண்டுகள் கடும் காவல் தண்டனையும் விதிப்பது நல்லது.

வயது வந்த ஒரு ஆணும் பெண்ணும் தங்களுக்கு விருப்பமிருந்தால் திருமணம் இல்லாமலேயேகூட சேர்ந்துவாழ்வது குற்றமல்ல என உச்சநீதிமன்றம் தீர்ப்பளிக்க வேண்டியிருப்பது நாம் எந்த யுகத்தில் வாழ்ந்துகொண்டிருக்கிறோம் என்ற குழப்பத்தையே ஏற்படுத்துகிறது.

ஏப்ரல், 2010

இன்னும் காயாத குருதிக் கறை

முள்ளிவாய்க்கால் இனப்படுகொலை நிகழ்ந்து ஓராண்டு முடிவுபெற்றுவிட்டது. முப்பதாயிரத்துக்கும் மேற்பட்டோர் ஒரே நாளில் படுகொலை செய்யப்பட்டது, இப்போது ஓர் தகவல் அல்லது ஒரு கதை. இப்போது நமக்கு அது ஒரு நினைவு தினம். கூட்டங்கள் நடத்த; கவிதைகள் எழுத; சிறப்பிதழ்கள் வெளியிட; சிதைந்த உடல்களின் புகைப்படங்களைப் பார்த்துக்கொள்ள.

எந்த நியாயமும் செய்யப்படவில்லை, எந்தப் பரிகாரமும் செய்யப்படவில்லை, அது இப்போது இயலாமையின் ஒரு குருட்டு நினைவு மட்டுமே. ஆவேசங்கள் மணலில் தண்ணீர் மறைவதுபோல இந்த ஓராண்டில் மறைந்துபோய்விட்டன. வீதிக்கு வந்து போராடியவர்கள் வீதிகளில் அடிவாங்கிக் கொண்டு தங்களது வீடுகளுக்குத் திரும்பினார்கள். ஓர் யுத்தத்தை தோற்றவர்கள் மரணத்தின் நீண்ட மௌனத்திற்குள் கரைந்து மறைந்தார்கள். ஒரு யுத்தத்தை வென்றவர்களில் சிலர் அரியணைக்கும், வேறு சிலர் சிறைச்சாலைக்கும் போனார்கள். அறிவுஜீவிகள் வெற்றிகளையும், தோல்விகளையும் தர்க்கத்தின் தராசுகளில் இட்டார்கள். வரலாற்றின் அபத்த நாடகம் நம்முன் ஒரு சலனமற்ற காட்சியாக நிகழ்கிறது.

கிறிஸ்துவின் சிலுவைப் பாதையில் அவரது கடைசிக் கேள்வி இன்றளவும் மனிதர்களின் முடிவற்ற துயரங்களின் வழியே கேட்டுக்கொண்டுதான் இருக்கிறது. 'தேவனே, ஏன் என்னைக் கை விட்டீர்?'

ஈழத் தமிழர்கள் படுகொலை வாயிலிருந்து இந்தக் கேள்வியைத்தான் கடைசி வரைக்கும் கேட்டுக்கொண்டிருந்தார்கள். இந்தியாவைப் பார்த்துக் கேட்டார்கள். சோனியா காந்தியைப் பார்த்துக் கேட்டார்கள். கருணாநிதியைப் பார்த்துக் கேட்டார்கள். தமிழக மக்களைப் பார்த்துக் கேட்டார்கள். பத்திரிகையாளர்களையும், அறிவுஜீவிகளையும் பார்த்துக் கேட்டார்கள். சர்வதேச சமூகங்களைப் பார்த்து, மனித நீதி அமைப்பு களைப் பார்த்து, இந்த உலகில் இன்னும் எஞ்சி இருப்பதாக நம்பும் நீதி உணர்வைப் பார்த்துக் கேட்டுக்கொண்டே இருந்தார்கள். யுத்த முனையில் ஒரு குறுகலான நிலப்பரப்பில் ஒன்றரை லட்சம் பேர் பணயக் கைதிகளாகவும் பீரங்கி முனைகளில் காத்திருப்பவர்களாகவும் நம்பிக்கொண்டே இருந்தார்கள். எங்கிருந்தோ உதவிக்கரம் வரப் போகிறது என்று. தங்கள் சகோதரர்கள் தங்களைக் காப்பாற்றப் போகிறார்கள் என்று. தங்களுக்கு ஆதரவாக ஒலித்த குரல்கள் அதிகாரத்தின் இதயங்களை உருகவைக்கும் என்று. கடைசியாக தாங்கள் மீண்டும் இந்த வாழ்க்கைக்கு திரும்பி வருவோம் என்று. ஆனால் அந்த மக்கள் கடைசியில் உணர்த்தப்பட்டார்கள், அவர்கள் தான் இந்த உலகத்திலேயே மிகவும் தனிமையானவர்கள் என்று, இந்த உலகத்தின் எல்லாப் பாதைகளிலிருந்தும் அவர்கள் துண்டிக்கப் பட்டுவிட்டார்கள் என்று. இப்படித்தான் அவர்கள் பிரம்மாண்டமான ஒரு சவக்கிடங்கினை நோக்கிச் செலுத்தப்பட்டார்கள்.

இன்றுவரை முள்ளிவாய்க்கால் படுகொலை தினங்களில் அழிக்கப் பட்டவருக்குக் குறைந்தபட்ச நியாயம்கூட வழங்கப்படவில்லை என்பது மட்டுமல்ல, அவர்களுக்கு ஒரு சரியான எண்ணிக்கைகூட இல்லை. அவர்கள் இந்த உலகத்தின் கண்களிலிருந்து முழுமையாக மறைக்கப்பட்டுவிட்டார்கள். அவர்களது சடலங்கள் எங்கே இருக்கின் றன என்று யாருக்கும் தெரியாது. இன்றும் ஹிட்லரின் மரண முகாம் களைப் பற்றி நாம் நெஞ்சுருகப் படிக்கிறோம். ஆனால் நம் கண்ணெ திரே இந்த யுத்தத்துடன் தொடர்பில்லாத பல்லாயிரக்கணக்கான மக்கள் மிகக் கொடூரமாக, எல்லோரும் பார்த்துக்கொண்டிருக்க அழிக்கப்பட்டதைப் பற்றி யாருக்கும் எந்த மன அதிர்ச்சியும் இல்லை. மாறாக, பட்டப்பகலில் இவ்வளவு வெளிச்சத்தில் இந்தக் கொலைகளை நிகழ்த்தியவர்கள், அவர்களுக்கு உடந்தையாக இருந்தவர்கள் எந்தக் கேள்விக்கும் பதில் சொல்ல அவசியம் இல்லாதவர்களாக அமர்ந்திருக் கிறார்கள். அவர்களது அரியணைகள் மேலும் பொலிவு பெற்றுள்ளன.

முள்கம்பி வேலிகளுக்குப் பின்னே ஒரு இனம் பிளாஸ்டிக் குவளை யில் தனது விடுதலையின் கடைசித் தண்ணீரை அருந்திக்கொண்டிருக் கிறது. திரும்பிப் போவதற்கான வீடுகளும், நிலங்களும் அவர்களது எதிரிகளால் எடுத்துக்கொள்ளப்பட்டுள்ளன. அவர்களுக்கு இப்போது மிஞ்சி இருப்பதெல்லாம் மரணத்தைப் பற்றிய நினைவுகளும், மரணத் தைப் பற்றிய அச்சங்கள் மட்டுமே. உண்மையில் அந்த மரணங்கள் மரணங்கள் போலவே இல்லை. அவை அன்றாட வாழ்வின் தவிர்க்க இயலாத சம்பவங்களாக வெறுமனே பார்த்தபடியே கடந்து செல்லக்

கூடிய காட்சிகளாக அவர்களுக்கு மிஞ்சிவிட்டன. அவர்களுக்கு வாழ்வதற்கு இப்போது ஒரு வாழ்க்கை இல்லை என்பதால் மரணத்தைப் பற்றியும் புதிதாக அறிந்துகொள்வதற்கு எதுவும் இல்லை.

இந்த நீண்ட யுத்தத்தில் எதற்காக இத்தனை பேர் அழிந்து போனார்கள்? இவ்வளவு இளைஞர்கள், பெண்கள் தங்களுக்கு ஒரே ஒருமுறை கிடைத்த இந்த மகத்தான வாழ்க்கையை இதன் நெருப்பில் ஏன் போட்டார்கள்? யுத்த முனைக்குச் சென்ற குழந்தைகளின் உறைந்த கண்கள் இந்த யுத்தத்தை ஒரு மீளமுடியாத கொடுங் கனவாக மாற்றி இருக்கிறது. நாட்டை விட்டுச் சென்றவர்கள் அவர்கள் திரும்பி வருவதற்கான பாதைகளை முற்றாக இழந்தார்கள். ஆனால் ஒரு சிறிய வரலாற்று நியாயம்கூட இந்த யுத்தத்தில் தோற்றவர்களுக்குக் கிடைக்கவில்லை. மத்திய கால போர்க்களங்களில் தோற்கடிக்கப்பட்ட நாடுகள் எப்படி நடத்தப்பட்டனவோ, அதன் மக்கள் எப்படி நடத்தப்பட்டார்களோ அதைப் போலத்தான் ஈழ மக்களும் இன்று நடத்தப்பட்டிருக்கிறார்கள். ஆம், இது இருண்ட காலத்தின் யுத்தம். ஈழத்தமிழர்கள் சர்வதேச மனித நீதிகள் செயல்படும் ஒரு நவீன யுகத்தில் வாழ அனுமதிக்கப்படவில்லை. அவர்கள் எங்கோ பலநூறு ஆண்டுகள் வரலாற்றில் பின்நகர்ந்து ரத்தவெறி கொண்ட கொடுங்கோல் அரசர்களின் காலத்திற்குச் சென்றுவிட்டார்கள். அவர்களை நம்முடைய நிகழ்காலத்தில் இருந்து துண்டித்துவிட்டோம்.

புலிகளின் வரலாற்றுத் தவறுகளைப் பற்றி மிக விரிவாக விவாதிக்கப் பட்டுவிட்டன. அவர்கள் ஈழமக்களின் பிரச்சினைகளை முற்றிலுமாக அரசியல் தளத்தில் இருந்து அகற்றி ராணுவத்தளத்திற்கு செலுத்தியதின் மூலம் பல்லாயிரக்கணக்கான மக்களை மீளமுடியாத இக்கட்டுக்குள் இட்டுச் சென்றார்கள். இந்த யுத்தத்தில் தங்களுக்கு எதிரான சக்திகள் எவ்வாறு வலிமை அடைகின்றன என்பதை அவர்கள் பார்க்க முடியாதவர்களாக இருந்தார்கள். அதற்கு விலையாகத் தங்கள் உயிரையும் யாருக்காக போராடுகிறார்களோ அந்த மக்களின் உயிரையும் வகை தொகையின்றி கொடுத்தார்கள். இன்று தற்காலிகமாகப் புலிகள் ஈழமண்ணிலிருந்து அகற்றப்பட்டு இருக்கிறார்கள். புலிகளை வெறுப்பவர்கள் இந்த அழிவைக் கொண்டாடுகிறார்கள். புலிகளை நேசிப்பவர்கள் புலிகள் திரும்பி வருவார்கள் என்று நம்பிக்கொண்டிருக்கிறார்கள். ஆனால் வரலாற்றில் ஈழத்தமிழர்களுக்கு இன்று இழைக்கப் பட்டிருக்கும் அநீதி, அவர்களது பேரழிவிற்குச் செய்யப்பட்டிருக்கும் அவமரியாதை, என்றென்றும் அகற்ற முடியாத ஒரு கசப்பாகவே இருக்கப்போகிறது. இனி யார் நீதியைப் பற்றிப் பேசினாலும் இந்தக் கசப்பு அதன்மேல் வந்துவிடும்.

முள்ளிவாய்க்கால் இனப்படு கொலை நமக்குக் கற்றுத் தரும் பாடம் மிகக்கடுமையானது. இந்த உலகில் எதுவுமே மாறிவிடவில்லை என்பதை நமக்கு அது புகட்டுகிறது. சித்திரவதைகளைப் பற்றிய விஸ்லோவா சிம்போர்ஸ்காவின் கவிதை நமக்கு அதைத்தான் உணர்த்துகிறது.

சித்திரவதைகள்
விஸ்லாவா சிம்போர்ஸ்க்கா

எதுவும் மாறிவிடவில்லை
உடல்
வேதனைகளின் கிடங்கு இன்றும்
உண்ணவும் சுவாசிக்கவும் தூங்கவும்
வேண்டும் அதற்கு
மெலிதான சருமம்
அதன் கீழோடும் குருதி
நியமமான வரிசைப்பற்களும்
விரல் நகங்களும் அதற்குண்டு
அதன் எலும்புகளை உடைக்கலாம் நீட்டலாம்

சித்திரவதைகளில்
இவையெல்லாம் கவனத்தில் கொள்ளப்படும்

எதுவும் மாறிவிடவில்லை
முன்னெப்போதும் நடுங்கியதைப் போலவே
உடல் இன்றும் நடுங்குகிறது
ரோம சாம்ராஜ்யம் நிறுவப்படும் முன்னும் அதற்குப் பின்னும்
இருபதாம் நூற்றாண்டில்
கிறிஸ்துவுக்கு முன்னும் பின்னும்
சித்திரவதையைப் பொறுத்து
அது இருந்த மாதிரியேதான் இருக்கிறது
பூமிதான் சுருங்கிப் போய்விட்டது

நடக்கிற எல்லாமும்
பக்கத்து அறையில் நடக்கிற மாதிரி
கேட்கிறது

எதுவும் மாறிவிடவில்லை
அதிகப்படியான மனிதர்கள் என்பதைத் தவிரவும்

பழையவற்றுக்கு அருகே
புதிய வகையிலான ஒடுக்குமுறைகள்
எழுந்திருக்கின்றன
ஸ்தூலமானதாக இன்னும் நம்பத்தக்கதாக
தற்காலிகம் என்று சொல்லிக்கொண்டு
இல்லவே இல்லையென மறுத்துக்கொண்டு
இவற்றுக்கெல்லாம் பதில் சொல்லத்தக்கதான
உடலின் கதறல் மட்டும்
இருந்துகொண்டேயிருக்கிறது

பழிபாவமற்ற எளியோரின் கதறலாக அது ஆகியிருக்கிறது

அதே பழைய அளவுகோல்கள்
அதே வேகம்
எதுவும் மாறிவிடவில்லை
மனிதனின் சைகைகள் கொண்டாட்டங்கள்
நடனங்கள் மாறியதைத் தவிரவும்

முகத்தை மறைக்கும் கைகுலுக்கல்கள்
மாறாமல்
அதே மாதிரிதான் இருக்கிறது
உடல் அதிர்கிறது
பதைபதைக்கிறது
வேதனையின் வலிப்பில் வெட்டிக்கொள்கிறது
நெட்டித் தள்ளும்போது
தரையில் வீழ்கிறது
நசிகிறது, உப்புகிறது, கோணலாகிறது,
இரத்தம் பீய்ச்சுகிறது

எதுவும் மாறிவிடவில்லை
நதிகளின் ஓட்டம்
காடுகளின் தோற்றம்
கடற்கரைகள்
பாலைவனங்கள் பனிச் சறுக்குகள்
மாறியதைத் தவிரவும்

சின்ன ஆன்மாவொன்று அந்நிலப் பரப்புகளில்
அலைந்து திரிகிறது
மறைந்து போய்த் திரும்பவும் வருகிறது
பக்கம் வந்து தூர விலகிப் போகிறது
தனக்கே அன்னியமாகி தப்பிப் போகிறது
சந்தேகமேயில்லாமல்
அதன் இருத்தல் குறித்தே நிச்சயமற்று

ஆனால்

உடல் இருக்கிறது
உடல் இருக்கிறது
உடல் இருக்கிறது

அதற்கெனப் போக்கிடம் வேறேதும் இல்லை

(தமிழில்: ஆர்.பாலகிருஷ்ணன், யமுனா ராஜேந்திரன்)

மே, 2010

எது தேசபக்தி?

உள்துறை அமைச்சர் ப. சிதம்பரத்தின் ரத்த அழுத்தம் நாளுக்கு நாள் அதிகரித்து வருகிறது. மாவோயிஸ்டுகளுக்கு எதிராகத்தான் நடத்தும் யுத்தத்திற்கு மத்திய அமைச்சரவையில் தனக்குப் போதிய ஆதரவு இல்லை என்று வெளிப்படையாக அவர் தெரிவித்தது, அவர் மேல் அவரது சகாக்களின் அதிருப்தியை ஏற்படுத்தியிருக்கிறது. சிதம்பரம் எப்போதும் சாகசங்கள்மேல் விருப்பம்கொண்டவர். இலங்கைக்கு அமைதிப்படையை அனுப்புவதில் அவர் முக்கிய தூண்டுகோலாக இருந்தார் என்று சொல்லப்படுவதுண்டு. இப்போது மாவோயிஸ்டுகளை அழிப்பது என்பதன் பெயரில் தங்களது வாழ்வுரிமைக்காகப் போராடும் மலைவாழ் பழங்குடி மக்களைக் கொன்று தீர்ப்பதற்கு தமது சொந்த மக்களுக்கு எதிராக ஒரு 'வீரம் செறிந்த தேசபக்தப்' போரை நடத்துவதற்கு அவருக்கு ராணுவத்தின் உதவி தேவைப்படலாம். விமானப் படையினைப் பயன்படுத்தி காடுகளின்மீதும் மலைகளின்மீதும் குண்டுகளைப் பொழிவது அவரது உள்ளார்ந்த விருப்பமாக இருக்கலாம். அவர் பொறுமையிழக்கிறார். எனினும் அவருக்குத் தெரியும், மாவோயிஸ்டுகளின் தாக்குதல்கள் தீவிரமடைய தீவிரமடைய மிகக் கடுமையான ஒரு யுத்தத்தை நடத்துவதற்கான உகந்த சூழலும் முழுமையான அதிகாரமும் தனக்கு இயல்பாக வந்துசேரும் என்று...

புலிகளின் தவறுகள் இலங்கையில் தமிழ்மக்களின் நீண்டகால உரிமைப் போரை நிர்மூலமாக்க ராஜபக்ஷேவுக்குப் பயன்படவில்லையா? அதேபோல

மாவோயிஸ்டுகள் சமீபத்தில் பாதுகாப்பு படையினர் மேல் நடத்திய இரண்டு தாக்குதல்களில் நூற்றுக்கும் மேற்பட்டோர் இறந்தது, இனி தங்குதடையற்ற தாக்குதல்களை ஆதிவாசிகள் மேல் தொடுப்பதற்கான அனுமதியை அரசிற்கு வழங்கியிருக்கிறது. இனி பழங்குடிகள், மலை வாழ் மக்களின் உரிமைகளைப் பற்றிப் பேசவேண்டியிருக்காது. அப்படிப் பேசுபவர்கள் அனைவரும் நக்சல் ஆதரவாளர்கள் என்று எளிதாக இனம் காணப்பட்டுவிடுவார்கள். ஊடங்கள் இதை தேசத் திற்கு எதிரான யுத்தம் என்று வர்ணிக்க ஆரம்பித்துவிட்டன. இனி மனித உரிமைகளைப் பற்றிப் பேசுபவர்கள் தேச விரோதிகள் அல்லது பயங்கரவாதத்தின் ஆதரவாளர்கள் என்று கருதப்படுவார்கள். இவ்வாறுதான் திரும்பத் திரும்ப ஒரு தேசத்தின் மனசாட்சியின் கண்கள் கட்டப்படுகின்றன. ஒரு தேசத்து மக்கள் அரச பயங்கரவாதம் மூலம் இழைக்கப்படும் குற்றங்களுக்கு இவ்வாறுதான் படிப்படியாக உடைந்தையாக்கப்படுகிறார்கள். 'பச்சை பயங்கரவாதம்' போல இனி 'சிவப்பு பயங்கரவாதம்' எல்லோருடைய கவனத்தையும் பெறும் நாடகமாகத் தொடர்ந்து நிகழும்...

மேற்கு வங்க மாநிலம் லால்காரில் தொடங்கி சத்தீஸ்கர், ஜார்க்கண்ட், ஒரிசா, ஆந்திரா என விரியும் இந்த யுத்தம் மாவோயிஸ்டுகளின் வர்க்கப்போர் சித்தாந்தத்தை அடிப்படையாகக் கொண்டு உருவாக்கப் பட்ட பொருளாதார யுத்தம் அல்ல. இந்தப் போராட்டத்தில் அலை அலையாக வந்து சேர்பவர்கள் சித்தாந்த கல்வி அளிக்கப்பட்ட வர்க்கப் போராளிகளும் அல்ல. இந்திய அரசும் பன்னாட்டு நிறுவனங் களும் பழங்குடிகளின் பூர்வீக நிலங்களையும் வனங்களையும் மலை களையும் அவர்களிடமிருந்த்து பிடுங்கிக்கொள்வதற்காக முயற்சித்த போது அம்மக்களின் எதிர்ப்புணர்வை மாவோயிஸ்டுகள் ஒருங் கிணைத்தனர். அதற்கு ஒரு போராட்ட வடிவம் அளித்திருக்கின்றனர். மாவோயிஸ்டுகளின் போராட்டம் டெல்லிக்குச் சென்று அதிகாரத்தைக் கைப்பற்ற வேண்டும் என்பதல்ல. மாறாக, பழங்குடிகளின் நிலங்களிலி ருந்து பன்னாட்டு நிறுவனங்களும் பாதுகாப்புப் படையினரும் வெளியேற வேண்டும் என்பதே.

இதை இந்தியாவிற்கு எதிரான யுத்தமாக சித்தரிக்க விரும்புகிற வர்கள், தேசத்தின் இறையாண்மைக்கு எதிரான யுத்தமாக சித்தரிக்க விரும்புகிறவர்கள் பழங்குடிகள் மேல் இன்று ஏவப்பட்டிருக்கும் வன்முறையைப் பற்றி மௌனமாக இருக்கவே விரும்புகிறார்கள்.

ஒரிசாவில் உள்ள மலைகளுக்கு அடியில் புதைந்திருக்கும் பாக்சைட் இரும்பு கனிம வளத்தின் மதிப்பு சுமார் இருநூறு இலட்சம் கோடி ரூபாய். அத்தோடு சத்தீஸ்கர் மற்றும் ஜார்க்கண்டில் புதைந்திருக்கும் பல கோடி டன் உயர்தர இரும்புத்தாது, யுரேனியம், டாலமைட், நிலக்கரி, வெள்ளீயம், கிரானைட் சுண்ணாம்புக்கல், மார்பிள், செம்பு, வைரம், தங்கம், க்வார்ட்ஸைட், கோரண்டம், பெரில், அலெக்சாண் டரைட், சிலிக்கா, புளூரைட், கார்னெட் போன்ற 28 வகை அரிய

கனிமப் பொருட்களின் மதிப்பு பலகோடி மில்லியன் டாலர். இவற்றை அபகரிப்பதற்காக அம்மாநிலங்களில் கட்டப்படவிருக்கும் மின் உற்பத்தி நிலையங்கள், அணைகள், நெடுஞ்சாலைகள், இரும்பு எஃகு மற்றும் சிமெண்டுத் தொழிற்சாலைகள், அலுமினிய உருக்காலைகள் மற்றும் பிற உள் கட்டுமானத் திட்டங்களின் மதிப்பு மிகப் பிரமாண்டமானது.

தண்டகாரண்யா என ஒருகாலத்தில் அழைக்கப்பட்ட இந்த அரிய கனிம வளமுள்ள காடுகள், மேற்கு வங்கத்தில் தொடங்கி ஜார்க்கண்ட், ஒரிசா, சத்தீஸ்கர், மற்றும் ஆந்திர — மகாராட்டிர மாநிலங்களின் சில பகுதிகள் என நீண்டு கிடக்கிறது. இது இன்றைய கார்ப்பரேட் பன்னாட்டு முதலாளிகளுக்காக உருவாக்கப்பட்ட தாதுப் பொருள்களின் கிடங்கு அல்ல. அது எத்தனையோ காலமாகக் கோடானுகோடி இந்தியப் பழங்குடிகள், மலைவாழ் மக்களின் இயற்கைத் தாயகம். வளர்ச்சித் திட்டம் என்ற பெயரில் இந்தக் கனிமவளங்களைத் திருடிச் செல்வதற்கு இந்த மக்கள் தடையாக இருக்கிறார்கள். அவர்களை அவர்களது பூர்வீக வாழ்விடங்களிலிருந்து வெளியேற்றி நகர்ப்புறச் சேரிகளை நோக்கி செலுத்துவதன்மூலமே தங்களது திட்டங்களை நிறைவேற்ற முடியும் என கார்ப்பரேட் முதலாளிகளும் அவர்களால் விலைக்கு வாங்கப்பட்ட மத்திய , மாநில அரசுகளும் கருதுகின்றன.

டாடா ஸ்டீல் கம்பெனியுடன் பஸ்தாரில் பத்தாயிரம் கோடி ரூபாய் மதிப்பிலான சுரங்க நிறுவனம் அமைக்கப் புரிந்துணர்வு ஒப்பந்தம் கையெழுத்தான ஜூன் 2005 ல்தான் அரசே உருவாக்கிய ‘சல்வா ஜுடும்’ என்ற கூலிப்படையினர் தங்களது வெறியாட்டங்களைத் தொடங்கினர். பூர்வீகப் பழங்குடிகளை அவர்களது வாழ்விடங்களிலிருந்து வெளியேற்றத் தொடங்கப்பட்ட இந்தத் தாக்குதலில் சுமார் 700 கிராமங்கள் தாக்கப்பட்டன. கூலிப்படையினருடன் அரசுத் துணைப்படையினரும் போலீசும் சேர்ந்துகொண்டு நக்கசல்களுக்கு எதிரான யுத்தம் என்ற பெயரில் பல்லாயிரக்கணக்கான மக்களின் வாழ்வைச் சூறையாடினர். காடுகளில் இருந்த மக்கள் அங்கிருந்து துரத்தப்பட்டு காவல்நிலையங்கள் அருகே அமைக்கப்பட்ட தகரக் கொட்டடிகளில் குற்றவாளிகளைப்போல குடியமர்த்தப்பட்டனர். கிட்டத்தட்ட 50000 மக்கள் இவ்வாறு முகாம்களுக்கு அனுப்பப்பட்டனர். அவர்களில் பெரும்பாலான ஆதிவாசிகள் தமக்கு இழைக்கப்பட்ட கொடுமை சகியாது அண்டை மாநிலங்களான ஆந்திரா, ஒரிசா, மகாராட்டிரத்துக்குத் தப்பி ஓடினர்.

இந்தக் கொடுமையை எதிர்த்து நின்ற ஆதிவாசிகள் ஈவிரக்கமின்றிச் சுட்டுத்தள்ளப்பட்டனர். பெண்கள் வன்புணர்ச்சிக்கு ஆளாக்கப்பட்டனர். இளைஞர்கள் நக்சல் ஆதரவாளர்கள் என்ற சந்தேகத்தின் பேரில் பெருமளவு சிறைக்கு அனுப்பப்பட்டனர். பழங்குடிகளின் விளைநிலங்கள் தீக்கிரையாக்கப்பட்டன. வீடுகள் கொளுத்தப்பட்டன. இந்த ‘சல்வா ஜுடும்’ இன அழித்தொழிப்பு நடவடிக்கை குறித்து

இன்று 'சிவப்பு பயங்கரவாதம்' என்று ஓலமிடும் ஊடகங்கள் மௌனம் காத்தன. அந்த மாபெரும் துயரம் ஊடகங்களில் தலைப்புச் செய்தி யாகும் தகுதியைப் பெறவில்லை.

'சல்வா ஜுடும்' தொடங்கப்படுவதற்கு முன்பு மாவோயிஸ்டுகளின் எண்ணிக்கை 5000 மட்டுமே. இந்தப் கொடுமைகளுக்குப் பின்னர் அது 22 மடங்கு பெருகி 1,10,000 ஆக உயர்ந்துள்ளது.

ஆதிவாசிகள் தங்களது நிலங்களையும் வீடுகளையும் பாதுகாக்க ஆயுதமேந்த நிர்ப்பந்திக்கப்பட்டார்கள். தங்கள் மீதான தாக்குதல்களைத் தடுத்து நிறுத்த எதிர்த் தாக்குதல்கள் நடத்த நிர்ப்பந்திக்கப்பட்டார்கள். இந்த யுத்தத்திற்குப் பொறுப்பு மாவோயிஸ்டுகள் அல்ல. பூர்வீக மக்களின் நிலங்களையும் காடுகளையும் தேடிச் சென்று அவர்கள்மீது இந்த யுத்தத்தை யார் திணித்தார்களோ அவர்கள் தான் இப்போது நடந்துகொண்டிருக்கும் எல்லாப் படுகொலைகளுக்கும் பதில் சொல்ல வேண்டியவர்கள்.

மாவோயிஸ்டுகள் இன்று இந்த யுத்தத்தை முன்னின்று நடத்துவது ஒரு தற்செயலான வரலாற்று நிகழ்வு மட்டுமே. இன்று காந்தியிருந் திருந்தால் அவர்தான் இந்தப் போராட்டத்திற்குத் தலைமையேற்றி ருப்பார். இன்றைய மாவோயிஸ்ட் தலைவர்களைவிட கடும் நெருக்கடி களை அவர் இந்திய அரசாங்கத்திற்குக் கொடுத்திருப்பார். காந்தியும் மாவோயிஸ்டுகளும் இல்லாத சூழலில்கூட ஆதிவாசிகள் இந்த யுத்தத்தை நடத்தவே செய்வார்கள்.

மாவோயிஸ்டுகளும் இந்திய அரசும் நடத்திக்கொண்டிருக்கும் இந்தப் பச்சை ரத்தப் படுகொலைகள் பல்லாயிரக்கணக்கான மகக்ளின் வாழ்வைப் பெரும் குருதி வெள்ளத்திற்கு இட்டுச் செல்லக் கூடியது. பன்னாட்டு நிறுவனங்கள் நமது சுற்றுச்சூழலையும் ஆதிவாசிகளின் வாழ்வையும் சூறையாட இந்த யுத்தத்தை விரும்புகிறார்கள். நமது ஆதாரமான கனிம வளங்களைத் திருடி அவற்றின் ஒரு சிறிய பங்கை நமது ஆட்சியாளர்களுக்கும் அதிகார வர்க்கத்தினருக்கும் எறிந்து விட்டுத் தமது அதிகாரத்தை தொடர்வதற்கு இந்தக் குருதி வெள்ளத்தை மிகவும் விரும்புகிறார்கள்.

இந்த யுத்தத்தில் நாம் நமது மண்ணையும் நமது மக்களையும் சார்ந்த உண்மையான தேச பக்தர்களாக இருக்கப் போகிறோமா அல்லது அதிகார வர்க்கமும் பன்னாட்டு முதலாளிகளும் அவை சார்ந்த ஊடகங்களும் கட்டமைக்கும் போலி தேசியவாதிகளாக இருக்கப்போகிறோமா என்பதுதான் நம்முன் இப்போது இருக்கும் கேள்வி.

ஜூன், 2010

பிணங்களின் விலை

இந்தியாவில் பொருள்களின் விலையேற்றம் பற்றிக் கவலைப்படாதவர்கள் இருக்க முடியாது. ஆயினும் இந்த விலையேற்றத்திலும் பணவீக்கத்திலும் மிக மலிவாகக் கிடைக்கக் கூடியது அல்லது மிக மலிவாக விற்கக் கூடியது ஒன்று இருக்கிறது என்றால் அது இந்தியர்களின் உயிர். நீங்கள் வேறெந்த பிராணிகளுக்கும்கூட இவ்வளவு மலிவான விலையை நிர்ணயிக்க முடியாது. அடிமைமுறை நிலவிய காலத்தில் மனிதர்கள் கூட்டம் கூட்டமாக விற்கப்பட்டார்கள். நாம் வாழும் நாகரிகம் மிக்க உலகில் மனிதர்களை உயிரோடு விற்க முடியாது என்பதால் அவர்களைக் கொன்றோ அல்லது நிரந்தரமாக ஊனப்படுத்தியோ தான் விற்க முடியும். 1984 ல் போபால் யூனியன் கார்பைடு ஆலையில் பாதுகாப்புக் குறைபாடுகளினால் ஏற்பட்ட விஷவாயுக் கசிவில் ஒரே இரவில் 23 ஆயிரம் பேர் படுகொலை செய்யப்பட்டார்கள். ஐந்து லட்சம் பேர் உடல் ரீதியாக சிதைக்கப்பட்டார்கள். உலகில் நடந்த மிகக் கொடூரமான ரசாயன விபத்து இது. மும்பையில் பயங்கரவாதிகள் நடத்திய துப்பாக்கித் தாக்குதலை நாம் இந்த தேசத்தின்மீது நடத்தப்பட்ட யுத்தம் என்று வர்ணிக்கிறோம். ஆனால் இந்தப் படுகொலைக்கு இதுவரை எந்தப் பெயரும் இல்லை. ஆனால் அவர்களது அழிவிற்கு நிர்ணயிக்கப்பட்ட விலை இப்போது நீதிமன்றத் தீர்ப்பாக வெளி வந்திருக்கிறது.

இந்தப் படுகொலைக்கு நீதிகேட்டு நடத்தப்பட்ட நீண்ட போராட்டத்தில் இப்போது வழங்கப்பட்டி

ருக்கும் நீதி, இன்று இந்திய அதிகார அமைப்பு எத்தகைய தேசவிரோத, மனித விரோத அமைப்பு என்பதை நிரூபித்திருக்கிறது. ஆட்சியாளர்கள், அதிகார வர்க்கத்தினர், புலனாய்வு அமைப்பினர் கூட்டாகப் போட்டி போட்டுக்கொண்டு போபாலில் விழுந்த பிணங்களைத் தின்றிருக் கிறார்கள் என்பதற்கு இந்த தீர்ப்பு சாட்சியமாகிறது. இத்தகைய ஒரு தீர்ப்பை வழங்க ஒரு தேசத்தின் நீதி அமைப்பு எதற்கு? சட்டங் களும் விசாரணைகளும் இவ்வளவு நீண்ட போராட்டமும்தான் எதற்கு? யூனியன் கார்பைடு நிறுவனத்திடமே இந்தப் பொறுப்பை விட்டிருக்கலாம், உங்களால் படுகொலை செய்யப்பட்ட மக்களுக்கான தீர்ப்பை நீங்களே வழங்குங்கள் என்று. யார் கண்டது, இதைவிட சிறந்த நீதிகூட கிடைத்திருக்கலாம்.

விபத்து நடந்தபோது யூனியன் கார்பைடு நிறுவனத்தின் தலைவ ராக இருந்த ஆண்டர்சன் கைது செய்யப்பட்டு, பின்னர் உடனே விடுவிக்கப்பட்டதுடன் அரசு மரியாதையுடன் இந்தியாவிலிருந்து அனுப்பி வைக்கப்பட்டார். இந்திய முன்னாள் பிரதமர் ராஜீவ் காந்தியின் உத்தரவின் பெயரிலேயே அவர் அனுப்பப்பட்டார் என்று பரவலாகக் கூறப்பட்ட யூகங்கள் உண்மை என்று நிரூபித்திருக்கிறது அப்போது மத்தியப் பிரதேச முதல்வராக இருந்த அர்ஜுன்சிங்கின் வாக்குமூலம். ஆண்டர்சன் தப்பிச் சென்றதற்கு மத்திய அரசு தான் முழுப் பொறுப்பு என்று தெள்ளத் தெளிவாகக் கூறியிருக்கிறார். ஏற்கனவே சிறப்பு நீதி மன்றம் அளித்த மோசமான தீர்ப்பினால் சிக்கலில் இருந்த காங்கிரஸ் அரசுக்கு அர்ஜுன்சிங்கின் இந்த வாக்குமூலம் இன்னும் நெருக்கடியை ஏற்படுத்தியிருக்கிறது. ஆண்டர்சனைத் தப்பிப் போகச் செய்தது மட்டுமல்ல, இந்த வழக்கு எல்லா மட்டங்களிலும் நீர்த்துப் போவதற்கான அத்தனை வேலைகளை யும் செய்திருக்கின்றனர் யூனியன் கார்பைடின் அதிகாரவர்க்க இந்திய ஊழியர்கள். இந்த ஊழியர்களின் தலைவராக, இப்போது இந்த நாட்டை ஆளும் கட்சியின் அப்போதைய தலைவர் இருந்திருக் கிறார். அவர்கள் ஆற்றிய பணியின் விளைவே போபாலில் மரித்தவர்கள் மீதும் சிதைக்கப்பட்டவர்கள்மீதும் எறியப்பட்டிருக்கும் இந்த அவமான கரமான நீதி.

பன்னாட்டு நிறுவனங்களுக்கு ஊழியம் செய்வது, அவர்களுக்கு இந்தியர்களின் உயிர்களையும் வாழ்வையும் மலிவாக விற்பது போன்ற வேலைகளில் மும்முரமாக ஈடுபட்டிருக்கும் தமது பணிகளின் தொடர்ச் சியாக மன்மோகன் சிங் இப்போது அணு விபத்து நஷ்ட ஈடு மசோதாவை நிறைவேற்றுவதில் மிகுந்த துடிப்புடன் செயல்பட்டு வருகிறார். அணு விபத்து ஏற்பட்டால் அணு உலைகளை அமைத்த நிறுவனமோ அதற்கான எரிபொருள்களை வாங்கிய நிறுவனமோ பெரிய அளவில் இழப்பீடு தரவேண்டியதில்லை என்பதுதான் அதன் சாரம். இந்தியாவில் அணு உலைகளை அமைக்க விரும்பும் அமெரிக்க நிறுவனங்கள் எதிர்காலத்தில் நிகழப் போகும் விபத்துகளிலிருந்து தங்கள் நலன்களைப் பாதுகாத்துக்கொள்வதற்கான பாதுகாப்பினை

இப்போது இந்திய அரசிடம் நிர்ப்பந்திக்கின்றன. இந்திய உயிர்கள் என்பது பூச்சிக்கொல்லி ஆலைகளுக்கும் அணு உலைகளுக்கும் கிடைக்கும் இலவச கச்சாப் பொருள்கள். அவற்றின் பாதுகாப்பைப் பற்றிப் பேச ஒன்றுமே இல்லை.

போபால் விவகாரத்திற்கான அமைச்சரவைக் குழு, புதிய விசாரணை என இப்போது நாடகங்கள் ஆரம்பமாகியிருக்கின்றன. இன்னும் 25 வருடங்கள் கழித்து இன்னும் இரண்டு தலைமுறைகள் கடந்து போபால் மக்களுக்கு இன்னும் ஒரு பிடி நீதி அதிகமாகக் கிடைக்கலாம்.

பன்னாட்டு முதலாளிகளும் அவர்களுக்கு ஊழியம் செய்யும் இந்திய அதிகார வர்க்கத்தினரும் இந்தியாவின் வளங்களைத் திருடுவதற்காக ஆதிவாசிகளைக் காடுகளில் கொன்று தீர்ப்பார்கள்; இந்தியர்களை அவர்களது பூர்வீக நிலங்களிலிருந்தும் வாழ்வாதாரங்களிலிருந்தும் வெளியேற்றுவார்கள்; பல்லாயிரக்கணக்கான மக்களை விஷவாயு செலுத்திக் கொன்றுவிட்டு அரசு மரியாதையுடன் இந்த நாட்டை விட்டுச் செல்வார்கள். நாம் அப்சல்குருவை உடனே தூக்கிலிடுமாறு கூச்சலிடுவதன் மூலம் நமது தேசபக்தியைத் தொடர்ந்து நிரூபித்துக் கொண்டிருப்போம்.

ஜூலை, 2010

நீங்கள் எப்போது ஒரு கொலை செய்யப் போகிறீர்கள்?

'**கொ**ல்வது ஒரு கலை. சிலர் அதில் சிறப்புத் தேர்ச்சி பெற்றிருக்கிறார்கள். அவ்வளவுதான்' என்று குற்றங்களைப் பற்றிப் பேசிக்கொண்டிருக்கும்போது என் நண்பர் ஒருவர் குறிப்பிட்டார். கொலைகளைப் பற்றி அறிவது என்பது பொதுமக்களுக்கு அன்றாட சுவாரசியங்களில் ஒன்றாக மாறிவிட்டது. ஊடகங்களின் வாசகப் பரப்பில் கணிசமான பகுதியை ஆக்ரமித்துக்கொண்டிருப்பது விதவிதமான கொலைகள் பற்றிய ஆர்வமூட்டும் செய்திகளே. அதிகபட்சமாக இரண்டு மணி நேரம் உயிர் வாழும் இந்தக் கொலைச் செய்திகளில் கொலையுண்டவர்களும் கொலையாளிகளும் அடுத்த கொலைகளுக்கு வழிவிட்டு நம் நினைவுகளைவிட்டு அகன்று விடுகின்றனர். ஒரு கொலைச் செய்தியும் ஒரு சினிமா கிசுகிசுவும் இறுதியாக ஒரே பயன்மதிப்பையே பெறுகின்றன.

ஆனால் சில கொலைகள் அவ்வளவு எளிதாக நம் கவனத்தைவிட்டு அகல்வதில்லை. அவை பொது மனிதனை எங்கோ பதற்றமடைய வைத்துவிடுகின்றன. அப்போது மக்கள் வீதிக்கு வருகிறார்கள். கொலையாளியை நேரடியாகத் தாக்க முற்படுகிறார்கள். சமீபத்தில் தனது காதலனின் மூன்று வயதுக் குழந்தையைக் கொலை செய்த பூவரசி என்ற

பெண்ணை சிறைச்சாலையில் சக கைதிகளே தாக்க முற்பட்டதாக பத்திரிகைகளில் செய்தி வெளியாகி இருக்கின்றது. இவ்வாறு பொது மனிதனின் மனசாட்சியை சலனமுறச் செய்யும் அவனை ஒரு விதத்தில் அச்சத்திற்கு உள்ளாக்கும் கொலைகள் நேரிடும்போதே குற்றங்களைப் பற்றிய விவாதங்கள் சமூகத்தில் தொடங்குகின்றன

அத்தகைய விவாதங்களை உருவாக்கும் கொலைகளில் பெரும்பாலானவை பாலியல் தொடர்பான பின்புலங்கள் கொண்டவையாக இருக்கின்றன. இது மிகவும் இயற்கையானதுதான். குடும்பம், பாலியல் உறவுகள் சார்ந்த கற்பிதங்களின் வழியாகத்தான் ஒரு சமூகம் தனது பண்பாடு சார்ந்த நம்பிக்கைகளையும் விழுமியங்களையும் உருவாக்கிக்கொள்கிறது. இதன் அடிப்படையிலேயே பெரும்பாலான மனித நடத்தை விதிகள் தயாரிக்கப்படுகின்றன. ஆனால் பாலியல் பின்புலம்கொண்ட கொலைகள் இந்த விழுமியங்களையும் விதிகளையும் மூர்க்கமாகத் தாக்குகின்றன. ஒரு பண்பாட்டு சட்டகத்தின் வழியே நாம் உருவாக்கும் மனிதன் என்ற பிம்பத்தைச் சுக்கு நூறாக உடைக்கின்றன. அன்பு, கருணை, அறம் என்று நாம் கற்பனை செய்துக்கொண்டிருக்கிற பாதுகாப்புகள் எதுவும் உண்மையில் இல்லை என்று உணர்கிற தருணம்தான் மிகவும் அச்ச மூட்டுவது.

ஒரு ஹோட்டல் அதிபர் தான் விரும்பிய பெண்ணின் கணவனை மலை உச்சியில் இருந்து கொலை செய்து வீசுகிறார்; ஒரு இளம்பெண் தேனிலவுக்கு அழைத்துச் சென்ற தனது கணவனைக் காதலனின் துணையோடு கொலை செய்கிறார்; ஒரு ஆட்டோக்காரர் தான் பாலுறவு கொள்ளும்போது அந்தப் பெண்ணின் குழந்தை அழுது கொண்டிருந்ததற்காக அதன் மேல் பெட்ரோல் ஊற்றிப் பற்ற வைக்கிறார். அந்தச் சிறுமி சாலையில் எரிந்துகொண்டே ஓடுவதைப் பொதுமக்கள் நேரடியாகப் பார்க்கிறார்கள். பாலுறவில் தான் ஏமாற்றப் பட்டதாக உணரும் ஒரு பெண் தன் காதலனின் மூன்று வயது மகனைக் கொலை செய்து உடலை சூட்கேஸில் அடைத்துப் பேருந்தில் அனுப்புகிறாள்.

இந்தச் செய்திகள் ஏன் மறக்க முடியாத உதாரணங்களாக நம் மனதில் தங்கிவிடுகின்றன? விபத்துகள், சமூக மோதல்கள், பணத்திற் காகச் செய்யப்படும் கொலைகள், அரசியல் கொலைகள், தொழில் முறைக் கொலைகள் சார்ந்து நிகழும் மரணங்கள் நம் நினைவைவிட்டு வேகமாக அகன்றுவிடும்போது பாலியல் சார்ந்த கொலைகள் ஏன் நம்மைப் பதற்றமடைய வைக் கின்றன? இந்தக் குற்றங்களை இழைப்ப வர்களும் அதற்குப் பலியாகிறவர்களும் நம்முடைய நீட்சியாக இருக்கிறார்கள் என்பதுதான் காரணம். நம்முடைய பண்பாட்டு இருளின் நம்முடைய அந்தரங்க இருளின் பிரதிபிம்பங்கள் அவர்கள். அதனால்தான் அவர்கள் நமது குருதியைச் சில்லிடச் செய்கிறார்கள். அந்தக் குற்றங்களில் நாம் நமது கைரேகைகளை எங்கோ தேடத் தொடங்கிவிடுகிறோம்.

இத்தகைய பாலியல் சார்ந்த குற்றங்களில் யாரோ சிலர் கொலை யாளிகளாகவோ கொலையுண்டவர்களாகவோ மாறி விடுகிறார்கள். இது பெரும்பாலான நேரங்களில் தற்செயலான ஒரு விபத்து மட்டுமே. ஒட்டுமொத்த சமூகத்தின் பெரும் பகுதி இந்தக் குற்றத்திற்கான விளிம்பிலேயே வாழ்ந்துகொண்டிருக்கிறது. குடும்ப உறவுகளிலும் பாலியல் உறவுகளிலும் கொலைக்கும் தற்கொலைக்குமான விருப்பங்கள் அதனுடைய ஒரு இயல்பான பகுதியாகவே மாறிவிட்டது. ஆண்— பெண் உறவுகளில் சுதந்திரமும் ஒடுக்குமுறையும் ஒன்று மற்றொன்றின் நிழலாக இருக்கிறது. ஆசை—துரோகம் என்ற இரண்டு மையங்களுக்கு நடுவே மனித மனம் கடுமையாக அழுத்தப்படுகிறது. 'நரகம் என்பது உடனிருப்பவரே' என்கிற நிலை உருவாகிறது. ஒவ்வொரு வரும் மற்றவரைத் தடையாகக் கருத முற்படுகிறார்கள். அந்தத் தடையிலிருந்து வெளியேற முற்படுகிறவர்கள் பல்வேறு வழிமுறைகளைக் கையாள் கிறார்கள். முறிவுகளை நோக்கிச் செல்கிறார்கள்; ஓடிப்போகிறார்கள்; வன்முறையில் ஈடுபடுகிறார்கள்; நேரடியாகவும் மறைமுகமாகவும் பழி வாங்குகிறார்கள்; கொலை செய்கிறார்கள்; தற்கொலை செய்து கொள்கிறார்கள்; மனநோயாளியாக மாறுகிறார்கள்.

முழுமுற்றான பண்பாட்டு ஒடுக்கு முறையில் வாழும் சமூகத்தை விட சுதந்திரத்திற்கும் ஒடுக்குமுறைக்கும் நடுவே தத்தளிக்கும் சமூகம் தான் கடுமையான மனநோய்க்கூறுகள் கொண்டதாக, வன்முறை மிகுந்ததாக மாறுகிறது. இந்திய சமூகமும் இத்தகைய பிளவுண்ட பண்பாட்டு மனசாட்சியைக் கொண்டதாகவும் அதன் வழியே குற்ற இயல்பு கொண்டதாகவும் தன்னை உருமாற்றிக்கொள்கிறது.

நவீன கல்வி — நவீன உற்பத்தி முறை என்ற இரண்டு பாதைகளின் வழியே குடும்பம் சார்ந்த எல்லைகளிலிருந்தும் சாதி சார்ந்த தொழில் முறை சமூக உறவுகளிலிருந்தும் பெரும்பகுதி சமூகம் கடந்த ஐம்ப தாண்டுகளில் படிப்படியாக விடுதலை பெற்றிருக்கிறது. குடும்பத்தின், சாதியின், மதத்தின் நேரடிப் பண்பாடு சார்ந்த கண்காணிப்பிற்கு வெளியே வேறொரு உலகம் உருவானபோது மரபான பாலியல் உறவுகளுக்கு அப்பாற்பட்ட உறவு களுக்கான களமும் சுதந்திரமும் உருக்கொள்கிறது. ஒருபுறம் கொஞ்சம்கூட தளர்ச்சியடையாத இறுகிப் போன பண்பாட்டு அமைப்பு, இன்னொருபுறம் புதிய சமூக, தொழில் உறவுகளின் வழியே உருவாகும் பல்வேறு சாத்தியங்கள். மனிதர்கள் வீட்டிற்குள் ஒருவராகவும் வீட்டிற்கு வெளியே இன்னொருவராகவும் பிளவுண்டு போகிறார்கள். வீடும் வெளியும் இரண்டு பகைமை கொண்ட எதிர் கிரகங்களாக ஒன்றை ஒன்று அழிக்க முயற்சிக்கின்றன.

நாகரிக உலகின் மாற்றங்கள் சமூகத்தின் எல்லா நிலைகளிலும் ஒரே சீராக நிகழவில்லை. பொருளாதார—சாதிய ஏற்றத் தாழ்வுகளும் பாலியல் ஏற்றத் தாழ்வுகளும் கொடூரமாக நீடிக்கும் ஒரு சமூகத்தில் சுதந்திரம் என்பதும் ஏற்றத் தாழ்வானதாகவும் ஒரு தரப்பானதாகவுமே இருக்க முடியும். ஒரே கூரையின்கீழ் எவ்விதப் பொருளாதார—

சமூக சுதந்திரமும் அற்ற வரும் தனது சுதந்திரத்தைப் பயன்படுத்துவதற்கான வாய்ப்புகள் உள்ளவரும் சேர்ந்து வாழும் சந்தர்ப்பங்களையே நமது குடும்ப அமைப்பு தொடர்ந்து உருவாக்குகிறது. ஒப்பீட்டளவில் சுதந்திரமும் தேர்வுகளும் உள்ளவரும் தனக்கென தேர்வுகளே இல்லாத வரும் ஒரே படுக்கையைப் பகிர்ந்துகொள்ள நேரிடும் ஒரு சமூகத்தில் கொலைகளும் தற்கொலைகளும் மனநோய்களும் பெருகுவதை எப்படித் தடுக்க முடியும்?

பாலியல் சமத்துவம் இல்லாத ஒரு சமூகம் பாலியல் சுதந்திரத்தை நாடும்போது ரத்தம் சிந்துவது தவிர்க்கவியலாத விதியாகிவிடுகிறது. அதேசமயம் நவீன உலகின் உயரிய மனித மதிப்பீடுகளையும் சமத்துவ நோக்கையும் வரித்துக்கொள்ளாமல் அதன் மோஸ்தர்களை மட்டும் வரித்துக்கொண்டு தம்மை நவநாகரிக உலகின் சுதந்திர மனிதர்களாகக் கருதிக்கொள்ளும் நிலவுடைமை சமூக மரபைச் சேர்ந்த மனிதர்கள் தாங்கள் எத்தகைய அபாயத்தில் சிக்கிக்கொண்டிருக்கிறோம் என்பதை அறிவதில்லை. முற்றாகச் சார்ந்து வாழுகிற, இன்னொருவரைத் தன்னுடைய உடைமையாகக் கருதுகிற நிலவுடைமை மனோ பாவமும் ஒவ்வொருவரும் இன்னொருவரின் ஆசாபாசங்களை எந்த நிலையிலும் புரிந்துகொள்ள முற்படுகிற, சுயேச்சையாக இயங்குகிற நவீன மதிப்பீடுகளும் ஒருபோதும் இணைந்து செல்ல இயலாது.

இந்த முரண்பாடுகள் சமூக அளவிலும் தனிமனித அளவிலும் கடந்து செல்லப்படாத வரை மனிதர்கள் தங்களுக்கு அந்தரங்கமான இன்னொருவரைக் கொலை செய்யும் செய்திகளைப் படிக்கும் ஒவ்வொரு சந்தர்ப்பத்திலும் ஒவ்வொருவரும் தன் சகமனிதரைப் பார்த்துக் கேட்கக்கூடிய கேள்வி இதுதான்:

'நீங்கள் எப்போது ஒரு கொலை செய்யப் போகிறீர்கள்?'

ஆகஸ்ட், 2010

ஊ(ழல்)ழ் வினை வந்து...

சுதந்திர இந்தியாவின் வரலாற்றில் அவலமும் அங்கதமும் இருண்மையும் தொடர்ச்சியும் கொண்ட ஒரு கதை இருக்குமென்றால் அது ஊழலின் கதை தான். ஆம், ஊழல் என்பது இனியும் ஒரு குற்றமோ சமூக விரோத நடவடிக்கையோ அல்ல. அது படிக்கப் படுவதற்கும் விவாதிக்கப்படுவதற்குமான ஒரு சாகசக் கதை. உதாரணமாக, ஒரு அலுவலகத்தில் ஓர் அடிமட்ட ஊழியர் 500 ரூபாய் முறைகேடாக வாங்கினால் அது ஊழல். மதுகோடா தனது முதல்வர் பதவியைப் பயன்படுத்தி ரூ.5000 கோடி சம்பாதித்தார் என்பது சாகசம். ஃபோபோர்ஸ் என்பது ஊழல். ஸ்பெக்ட்ரம் என்பது சாகசம். ஒரு பிக்பாக்கெட் திருடன் மாட்டிக்கொண்டால் அவனது வீட்டுப் பானையில் இருந்து களவெடுத்த பொருளைக் கொண்டுவர முடியும். சத்யம் ராஜு திவால் நோட்டீஸ் கொடுத்த பிறகும் அவரது செல்வம் எங்காவது பத்திரமாக இருக்கும். ஊழலுக் குத் தண்டனை கிடைக்கலாம். ஆனால் சாகசத்திற்கு எப்போதும் செல்வாக்கும் அதிகாரமும் புகழும் கிடைத்துக்கொண்டே இருக்கும். எனவே ஊழல் என்பது ஒரு சமூகப் பிரச்சினை அல்ல. மதத்தைப் போல, அதிகாரத்தைப் போல, தற்கொலையைப் போல அது ஒரு தத்துவப் பிரச்சினை. நூற்றுக்கணக் கான கோடிகளைச் சம்பந்தமில்லாமல் ஒருவர் தனது வீட்டில் வைத்துக்கொண்டிருப்பது ஒரு உளவி யல் பிரச்சினையும்கூட. பிணங்களோடு தூங்குவது போன்ற உளவியல் பிரச்சினை அது. நாம் நம்முடைய

அரசியல் சமூக அறிவினால் இந்தக் கற்பனைக்கெட்டாத ஊழல்களைப் புரிந்துகொள்ள முற்படுவதைவிட தத்துவ, உளவியல் பார்வையின் மூலம் புரிந்துகொள்வது இன்னும் பயனுள்ளதாக இருக்கலாம்.

சமீபத்தில் காமன்வெல்த் போட்டிகளுக்கான ஏற்பாடுகளில் நடந்திருக்கும் பிரமாண்டமான ஊழல் பற்றி ஒரு தொலைக்காட்சி நேர்காணலில் பதிலளித்த சுப்பிரமணிய சுவாமி, ஆசிய விளையாட்டுப் போட்டிகளிலேயே இதைவிட பிரமாண்டமான ஊழல்கள் நடந்தன. ஆனால் நமது பொருளாதாரம் இத்தனை ஆண்டுகளில் வளர்ந்திருக் கிறது இல்லையா. அதனால்தான் தொகை கொஞ்சம் பெரிசாகத் தெரிகிறது' என்றார். இந்தியா திடீரென ஊழல் நிறைந்த ஒரு நாடாக மாறிவிடவில்லை. கடந்த இருபதாண்டுகளில் ஊழலின் பருமன் மற்றும் குணாதிசயம் சார்ந்த, நிகழ்ந்த பல மாறுதல்கள் இன்று ஊழலைத் தனித்த ஒரு தொழில் துறையாக மாற்றியுள்ளது. இந்த மாபெரும் தொழில் துறையில் புழங்கும் பணம் 2,50,000 கோடிகளைத் தாண்டிவிட்டதாகப் புள்ளி விபரங்கள் தெரிவிக்கின்றன.

இதில் முக்கியமான ஒரு பிரச்சினை, ஊழலைப் புரிந்துகொள்வதில் ஒரு சராசரி இந்தியனுக்கு உள்ள கற்பனைத் திறன். அவனால் ஒரு நூறுகோடி ரூபாய்க்குள் உள்ள ஊழலைப் புரிந்துகொள்ள முடியும். அதற்கு எதிர்வினையாற்ற முடியும். ராஜீவ் காந்தியை நோக்கி பீரங்கி வெடித்தது அப்படித்தான். ஆனால் திடீரென அவனிடம் போய் பத்தாயிரம் கோடி ரூபாய் ஊழலைப் பற்றிப் பேசினால் அவனால் அதைப் புரிந்துகொள்ளவே முடியாது. ஒரு சிறு கல் உங்களை நோக்கி வரும்போது அதை எதிர்த்து நிற்கலாம். ஒரு பாறை உருண்டு வரும்போது?

இந்தியா தாராளமயக் கொள்கையை ஏற்று 20 ஆண்டுகள் நிறைவுற்றுவிட்டன. இந்தக் காலகட்டத்தில் இந்தியாவின் பொருளா தார, கலாச்சார முகம் பெருமளவு மாற்றியமைக்கப்பட்டுவிட்டது. அதிகார வேட்கை கொண்டவர்களுக்கும் சாமான்ய மனிதர்களுக்கும் முறைகேடான வழியில் பொருள் ஈட்டுவது ஆதார இயல்பாக மாறிவிட்டதுதான் இந்த இருபதாண்டுகால வளர்ச்சியின் சாராம்ச மான குணம்.

பன்னாட்டு நிறுவனங்களின் வருகை, இந்திய கார்ப்பரேட் நிறுவனங் களின் அசுர வளர்ச்சி, மென்பொருள் மற்றும் தொலைத் தொடர்புத் துறையில் ஏற்பட்ட தொழில்நுட்பப் புரட்சி காரணமாக இந்தத் துறைசார்ந்த தொழில்களின் பெரும் பாய்ச்சல் ஆகியவை பேரளவி லான மூலதனத்தை இந்திய பொருளாதாரத்திற்குள் கொண்டுவந்தன. இந்தியப் பொருளாதாரக் கட்டமைப்பை முழுமையாகத் தங்களுடைய கட்டுப்பாட்டிற்குள் கொண்டுவர வேண்டுமெனில், தங்களுக்கு உகந்த ஒரு சூழலை உருவாக்க வேண்டுமெனில் இந்திய அதிகாரவர்க் கத்தை தமது ஏவலாளாக மாற்றுவதுதான் தமக்கு ஒரே வழி என்பதை அவை அறிந்திருந்தன. இது கிழக்கிந்தியக் கம்பெனி இந்தியாவின்

மீதான அதிகாரத்தை வர்த்தகத்தின் பெயரால் கைப்பற்றியதை விடக் கடுமையானது. இங்கே எதிரி என்பவன் நமது ரத்தத்தோடு ரத்தமாக கலந்துவிடுகிறான். இந்திய அதிகார வர்க்கம் தனது வாழ் நாளில் நினைத்துப் பார்க்க முடியாத பணம் தனக்கு முன்னே குவிக்கப்படுவதைக் கண்டு பிரமித்துப் போய்விட்டது. கோடிக்கணக் கான மக்களின் வாழ்வாதாரங்களையும் எதிர்காலத்தையும் பறிக்கக் கூடிய முக்கியமான முடிவுகள் வெகு எளிதில் எடுக்கப்பட்டன. ஒவ் வொரு கொள்கை முடிவுக்கும் விதிமுறை மாறுதல்களுக்கும் சலுகை களுக்கும் பேரளவிலான பணம் அரசியல்வாதிகளுக்குத் தொடர்ந்து அளிக்கப்பட்டது. அதிகாரம் என்ற தங்கச் சுரங்கம் அவர்களுக்கு இப்படித்தான் திறந்து விடப்பட்டது. இந்தியாவின் ஒரு மாநிலத்தைச் சேர்ந்த சிறிய கட்சி மத்தியில் ஒரு கூட்டணி அமைச்சரவையில் ஒரு துணை அமைச்சர் பதவியை வகித்தால்கூட போதும். சில வருடங் களில் அந்தக் கட்சி பெரும் பணபலம் படைத்ததாக மாறிவிடுகிறது. அப்படியெனில் பிரதான கட்சிகளைப் பற்றிச் சொல்ல வேண்டிய தில்லை. இந்திய அரசியல்வாதிகள் கட்சி பேதம் இன்றி இந்தத் தங்க வேட்டையில் முழுமையாக இறங்கியிருக்கிறார்கள். பேரளவி லான பணம் திரட்டுவதற்கான துறையாக ஒவ்வொரு துறையையும் எப்படி மாற்றுவது என்பதுதான் இப்போது அனைவரின் முன்னாலும் இருக்கக்கூடிய பிரச்சினை. இதற்காக அவர்கள் என்னவேண்டுமாலும் செய்யத் தயாராகிவிட்டனர். மக்கள் நலன், தேச நலன், அறவுணர்வு என்ற எதுவும் தேவையில்லை என்கிற காலம் இப்படி இதற்குமுன் இருந்ததா என்று தெரியவில்லை.

இந்திய ஜனநாயக அமைப்பு முழுக்க முழுக்க ஊழல் பொருளா தாரத்திற்குள் கரைக்கப்பட்டுவிட்டது என்பதற்கு ஒரு சிறிய உதாரணம் போதும். கடந்த நாடாளுமன்றத் தேர்தலை நடத்த இந்திய தேர்தல் ஆணையம் செலவிட்ட பணம் ரூ.1,300 கோடி. மத்திய—மாநில அரசுகள் செலவிட்ட பணம் ரூ.700 கோடி. இதுதான் இந்த தேசம் ஒரு புதிய அரசாங்கத்தை தேர்ந்தெடுப்பதற்காக அதிகாரபூர்வமாகச் செலவிட்ட பணம். இந்தத் தேர்தலில் அரசியல் கட்சிகளும் தனிநபர் களும் செலவிட்ட பணம் எவ்வளவு தெரியுமா? ரூ.8,000 கோடிகள். இந்தியாவின் 542 மக்கள் பிரதிநிதிகளைத் தேர்ந்தெடுக்க தேர்தல் ஆணையமும் அரசாங்கங்களும் செலவழித்த 2000 கோடி ரூபாய் அல்லாமல் இந்த 8,000 கோடி ரூபாய் செலவிடப்பட்டுள்ளது. இந்தப் பணம் எவ்வாறு திரட்டப்பட்டது என்பதும், அது எவ்வாறு செலவிடப் பட்டது என்பதும், அது எவ்வாறு திரும்ப எடுக்கப்படும் என்பதும்தான் நமது ஊழல் அமைப்பின் பயங்கரத்தைக் காட்டும் ரகசியப் புதிர்கள்.

தங்களுக்குச் சாதகமான தொழில்கொள்கைகளையும் சலுகை களையும் பெறுவதற்காகப் பன்னாட்டு நிறுவனங்களும் இந்தியாவின் பெரும் நிறுவனங்களும் பேரளவிலான பணத்தை அரசியல் கட்சிகள் மேல் முதலீடு செய்கின்றன. இந்திய நாடாளுமன்றத்தைப் பிரதிநிதித் துவப்படுத்துபவர்கள் மக்கள் பிரதிநிதிகள் அல்ல. பெரும்பாலானோர்

ரிலையன்ஸ், டாடா போன்ற நிறுவனங்களின் வர்த்தகப் பிரதிநிதிகள். இன்னொரு பக்கம் இந்தியா முழுக்க பல் வேறு பெரும் தொழில் அதிபர்கள் அரசியலை தங்களது வணிக வளர்ச்சியின் அடிப்படை கட்டமைப்பாக காண்பதால் நேரடி அரசியலில் ஈடுபட விரும்புகின்றனர். சட்டமன்ற, நாடாளுமன்ற உறுப்பினர்களுக்கான வேட்பாளர் தேர்வினை எல்லா கட்சிகளும் பெரும் தொகைக்கு ஏலம் விடுகின்றன. ஒருவர் இன்று ஒரு எம்.எல்.ஏ. பதவிக்காகப் போட்டியிடுகிறார் என்றால் கட்சிக்கு அவர் தரக்கூடிய பணம், கட்சித் தலைவருக்குத் தனிப்பட்ட முறையில் தரக்கூடிய பணம், தேர்தலில் செலவழிக்கக்கூடிய பணம் என்று பல்வேறு நிலைகளில் முதலீடு செய்ய வேண்டியவராக இருக்கிறார். இவ்வாறு இந்தியா முழுக்க உள்ள சிறிய, பெரிய கட்சிகள் அனைத்திற்கும் அவற்றின் செல்வாக்கிற்கு ஏற்ப பல்வேறு நிலைகளில் பல்வேறு நிலைகளில் பணம் பாய்கிறது.

பெரிய கட்சிகள் தமது தேர்தல் செலவில் கணிசமான பணத்தைக் கூட்டணிகளுக்காகச் செலவிடுகிறது. ஒரு பெரிய தொகைக்குத் தமது கட்சியை விற்பனை செய்ய பல சிறிய கட்சிகளின் தலைவர்கள் எப்போதும் தயாராக இருக்கின்றனர். இதுபோக, ஊடகங்களுக்குச் செலவிடும் பணம், கட்சித் தொண்டர்களுக்குச் செலவிடும் பணம், மக்களுக்கு நேரடியாகக் கொடுக்கும் லஞ்சம் என பல்வேறு நிலைகளில் பெரும் பணம் செலவிடப்பட்டு ஜனநாயகக் கடமை நிறைவேற்றப் படுகிறது. கார்ப்பரேட்டுகளின் ஊழியர்களும் பெரும் வர்த்தகர்களும் அரசியல்வாதிகளாக, நமது நாடாளுமன்ற, சட்டமன்ற உறுப்பினர் களாக வரும்போது அவர்கள் செய்யக்கூடியதெல்லாம் தேர்தல் என்ற, அரசியல் என்ற பெருந்தொழிலில் தாங்கள் முதலீடு செய்த பணத்தைப் பெருக்குவதும் தமது எஜமானர்களுக்கு விசுவாசமாக இருப்பதும் மட்டுமே. இது பிரான்சின் பிரபுக்கள் சபையினை நினைவூட்டுகிறது.

ஊழலில் ஈடுபடுபவர்களில் ஒரு சதவிகிதம் பேர்கூட தண்டிக்கப் படுவதில்லை. அனைத்து அமைப்புகளும் ஊழல் மயமாகிவிட்ட சூழலில் அவை ஒன்றை ஒன்று சார்ந்து இயங்குவதால் ஊழலுக்காக ஒருவர் தண்டிக்கப்படுவது சாத்தியமே இல்லை.

கடந்த இருபதாண்டுகளில் ஏற்பட்ட தாராளமய பொருளாதாரச் சூழல் மக்களின் மனோபாவத்தைப் பெருமளவில் தார்மீக ரீதியாக விழ்ச்சியடையச் செய்ததுதான் நாம் அடைந்த மாபெரும் சீரழிவு. மனிதர்களை எந்த சமூக அறவியல் மதிப்பீடுகளும் அற்றவர்களாக முழுக்க முழுக்க தமது சந்தைக்கான நுகர்வோர்களாக மாற்றியதுதான் இந்தப் புதிய சந்தைப் பொருளாதாரத்தின் மகத்தான சாதனை. எப்போதும் எதையாவது ஒன்றை வாங்குவது பற்றிய கனவில் முழுச் சமூகமும் மூழ்கிக்கொண்டிருக்கிறது. சுய மதிப்பும் கலாச்சார அடையாளமும் முழுக்க முழுக்க பொருள்களின் வழியே இனம் காணப்படுகின்றன. பொருள் சார்ந்த வேட்கைகளும் பேராசைகளும் மட்டுமே

மொத்த வாழ்க்கை முறையாகக் கொண்ட மனிதர்கள் தம்மளவில் குறுக்கு வழிகளையும் முறைகேடான வழிமுறைகளையும் இயல்பாக நாடுபவர்களக மாறிவிட்டனர். முறைகேடான கொடுக்கல் வாங்கல் களை மிகச் சிறிய அளவிலோ, மிகப் பெரிய அளவிலோ செய்யாமல், அதற்கு உடன்படாமல் ஒருவர் சமூக வாழ்வில் இருப்பதே சாத்திய மில்லை என்பதுதான் இன்றைய எதார்த்தம். அரசியல்வாதிகள், அரசு அதிகாரிகள் பெரிய அளவில் முறைகேடுகளில் ஈடுபடுவதை ஒருவர் சுலபமாகப் புரிந்துகொள்ளலாம். நீதிபதிகள், டாக்டர்கள், ஆசிரியர்கள், ஆன்மீகவாதிகள், தொண்டு நிறுவனங்கள், பத்திரிகையாளர்கள் என சகல தரப்பினரும் பெரும் முறைகேடுகளில் ஈடுபடும்போது ஒரு சமூகம் அடையக்கூடிய தார்மீக வீழ்ச்சி கற்பனை செய்யக்கூடியதல்ல. இந்தியப் பொது மக்களும் குறிப்பாக, இந்திய மத்தியதர வர்க்கமும் சமரசமும் அதனால் அடையக்கூடிய ஆதாயமுமே ஆதாரமான வாழ்நெறியாகக் கொண்டுவிட்டனர்.

அதனால்தான் இன்று எந்தப் பிரமாண்டமான ஊழலும் மக்களுக்கு அதிர்ச்சியை ஏற்படுத்துவதில்லை. அது ஒரு சாகசக் கதை அல்லது மர்மக் கதை என்பதற்கு மேல் அதன்மேல் யாருக்கும் எந்த அக்கறையும் இல்லை. பொதுமக்கள் உண்மையில் அதன் மானசீகமான பங்காளி களாக இருக்கிறார்கள் என்றுகூட தோன்றுகிறது.

இந்தப் பிரமாண்டமான ஊழல் அமைப்பு அடுத்த பத்தாண்டு களுக்குள் இந்திய சமூகத்தைப் பெரும் நெருக்கடிக்குள் கொண்டு செல்லப்போவது உறுதி. ஒருபுறம் அரசு, பொருளாதாரம், நீதி, கல்வி, சுகாதாரம், ஊடகம் சார்ந்த அமைப்புகள் பெரும் வீழ்ச்சியை சந்திக்கும். அதேசமயம் மக்களுடைய மனதில் இருந்த அமைப்புகள் மீதான நம்பிக்கை முற்றிலுமாகத் துடைத்தெறியப்படும். இது பெரும் குழப்பங்களுக்கும் அமைதியின்மைக்கும் சமூகத்தை இட்டுச் செல்லும்.

பொருளாதார வளர்ச்சியின் குறைந்தபட்ச உடனடிப் பலன்கள் கூட பெருவாரியான மக்களுக்குக் கிடைக்காமல் அவை அனைத்தும் முழுக்க முழுக்க பெருமுதலாளிகளாலும் அதிகாரவர்க்க தரகர்களா லும் கவர்ந்து செல்லப்பட்டுவிட்டன. இப்போது மக்களுக்கு எஞ்சி யிருப்பதெல்லாம் இந்த வளர்ச்சியின் சுமைகளும் இழப்புகளும் மட்டுமே.

ஊழல் என்பது இன்று மாபெரும் கொள்ளை நோய். இந்தக் காலகட்டத்தில் ஊழலுக்கு எதிராகப் போராடுவது என்பது ஒருவர் தனக்கு எதிராகப் போராடுவதாகும். தன்னுடைய வெற்றிக்கும் புத்திசாலித்தனத்திற்கும் எதிராகப் போராடுவதாகும்.

செப்டம்பர், 2010

யாரும் விரும்பாத நீதி

இந்த தலையங்கம் எழுதப்படும்போது ராம ஜென்ம பூமி—பாபர் மசூதி விவகாரத்தில் செப்டம்பர் 24ஆம்தேதி அலகாபாத் உயர்நீதிமன்றம் வழங்குவதாக இருந்த தீர்ப்பு ஒருவார காலத்திற்கு ஒத்திவைக்கப்பட் டுள்ளது. நிலம் யாருக்குச் சொந்தம் என்று தீர்ப்பு வெளியானால் மதக்கலவரம் வெடிக்கும் எனக் கோரி ரமேஷ் சந்திர திரிபாதி என்பவர் தாக்கல் செய்த மனுவின் மீது தீர்ப்பளித்த நீதிபதிகள் தீர்ப்பை ஒரு வாரம் ஒத்திவைத்து, சுமுகத் தீர்விற்கான வாய்ப்புகளைப் பரிசீலிக்கும்படி சம்பந்தப்பட்டவர் களுக்கு நோட்டீஸ் அனுப்பவும் உத்தரவிட்டது. இதற்கிடையே நாடு முழுவதும் வர இருக்கும் தீர்ப்பை முன்னிட்டு பீதி பரப்பப்பட்டது. பாதுகாப்பு ஏற்பாடு கள் பலப்படுத்தப்பட்டன. லாரிகள் போக்குவரத்து நிறுத்தப்பட்டது. மொத்தமாக எஸ்.எம்.எஸ்.கள் அனுப் பும் சேவைகளுக்குத் தற்காலிகத் தடை விதிக்கப்பட் டது. மத்திய உள்துறை அமைச்சர் ப.சிதம்பரம், ‘தீர்ப்பை எதிர்த்து மேல்முறையீடு செய்ய வாய்ப் புண்டு எனவே மக்கள் பதற்றமடைய வேண்டிய தில்லை’ என்று அறிவித்து வரவிருக்கும் தீர்ப்பை பொருட்படுத்த வேண்டியதில்லை என்பதை உணர்த் தினார்.

என்ன நடந்துகொண்டிருக்கிறது இங்கே?

1992 டிசம்பர் 6ஆம்தேதி சங் பரிவாரினால் மூத்த பாரதிய ஜனதா தலைவர்கள் முன்னிலையில் பாபர் மசூதி இடிக்கப்பட்டது, இந்திய சமூக உளவிய லிலும் நவீன அரசியல் வரலாற்றிலும் காரிருள்

மிகுந்த பருவத்தை துவங்கி வைத்தது. மசூதி இடிப்பைத் தொடர்ந்து ஏற்பட்ட கலவரங்களில் 2000க்கும் மேற்பட்டோர் உடனடியாகக் கொல்லப்பட்டனர். பிறகு இந்த 18 ஆண்டுகளில் பிரதான அரசியல் மாற்றங்கள் பலவற்றை நிர்ணயிக்கும் சக்தியாக இந்தச் சம்பவம் திகழ்ந்தது மட்டுமல்ல, சமூகங்களுக்கு இடையே பரஸ்பர அவநம்பிக் கையையும் அமைதியின்மையையும் பெருக்குவதற்கு இதுவே காரண மாக அமைந்துவிட்டது. இந்திய— பாகிஸ்தான் பிரிவினையின்போது கூட நிகழாத வண்ணம் இந்துக்களும் முஸ்லிம்களும் இந்த சம்பவத்தின் மூலம் மிக ஆழமாகப் பிளவுண்டு போயினர். இந்து வகுப்புவாத இயக்கங்கள் தங்கள் வேர்களை இதன் மூலம் உறுதியாகப் பரப்பிக் கொண்டன. இஸ்லாமிய பயங்கரவாத அமைப்புகள் இந்த சம்பவத்தின் மூலம் இந்தியாவைத் தங்களது நிரந்தர தாக்குதல் இலக்காக வரித்துக் கொண்டன. நவம்பர் 23, 2009ல் ரகசியமாக வெளியான லிபரான் கமிஷன் அறிக்கை, பாபர் மசூதி இடிப்பு சம்பவம் பாரதிய ஜனதாவா லும் சங் பரிவாராலும் திட்டமிட்டு நடத்தப்பட்டது என்பதை எடுத் துரைத்தது. அது இந்திய முஸ்லிம்கள் மற்றும் நீதியின்பால் நம்பிக்கை கொண்ட அனைத்துத் தரப்பு மக்களின் இதயங்களிலும் ஆறாத காயத்தை ஏற்படுத்தியது.

இந்த விவகாரத்தில் நீதியமைப்பைவிட நம்பிக்கைகள் மேலானவை. அந்த நம்பிக்கைகள் நீதி அமைப்புக்குக் கட்டுப்பட்டவை அல்ல, என்பதை ராம ஜென்ம பூமி ஆதரவாளர்கள் ஆரம்பம் முதலே உறுதியாக வலியுறுத்தி வந்திருக்கின்றனர். ஒருவேளை வர இருக்கும் தீர்ப்பு அவர்களுக்கு உவப்பற்றதாக இருந்தால் அவர்கள் அதைக் காலில்போட்டு மிதிப்பது மட்டுமல்ல, அதை முன்வைத்து தங்களது இந்துத்வா அரசியலை மீண்டும் புத்துணர்ச்சியுடன் உயிர்த்தெழச் செய்வார்கள். இஸ்லாமிய அமைப்புகளோ, அந்த இடத்தில் மசூதி திரும்பக் கட்டப்பட வேண்டும் என்பதற்கு மாற்றான எந்தத் தீர்வையும் ஏற்கப்போவதில்லை. ரத்தக்கறை படிந்த இந்த துயர வரலாறு மீண்டும் ஒரு முறை துவங்கிய இடத்திற்கே வந்து சேரலாம்.

இதிலிருந்து தப்பிக்க இருக்கவே இருக்கிறது நமக்குப் பழக்கமான இன்னொரு வழி. என்ன தீர்ப்பு வந்தாலும் மேல் முறையீடுகள், நீண்டகால மறுவிசாரணைகள், புதிய சமாதான முயற்சிகள் என ஒத்திவைக்கும் உபாயங்கள்.

பாபர் மசூதி— ராம ஜென்மபூமி விவகாரம் இந்திய அரசியல் நீரோட்டத்தின் ஒரு பகுதியாக மாறிவிட்ட பிறகு ஒரு நீதி மன்றத் தீர்ப்பினால் இந்தப் பிரச்சினை எந்த விதத்திலும் தீரப்போவதில்லை. மாறாக, இந்தத் தீர்ப்பு அந்தப் பிரச்சினைக்கு ஒரு வேளை புதிய பரிமாணங்களைக் கொண்டுவரலாம்.

ஒரு அடிமையின் கலைந்த கனவு

பிரிட்டிஷ் பேரரசைக் கொண்டாடுவதற்காக அதன் அடிமை நாடுகள் தனது எஜமானனோடு நடத்தும் காமன்வெல்த் விளையாட்டுப் போட்டிகளில் நடந்திருக்கும் ஊழல் மட்டுமல்ல, இந்தப் போட்டியே ஒரு தேசத்தின் மாபெரும் அவமானச் சின்னமாகும். ஊழல் எப்படி நடந்தது என்ற கேள்வியை நாம் கேட்கும்முன் இந்த விளையாட்டை நாம் ஏன் நடத்தவேண்டும் என்ற கேள்வியைத்தான் ஒவ்வொருவரும் கேட்டுக்கொள்ளவேண்டும்.

அடிமைத்தனத்தின் அடையாளமான இந்த விளையாட்டுப் போட்டியைத்தான் வல்லரசாகப் போவதாகப் பகல் கனவு காணும் ஒரு மாபெரும் ஜனநாயக தேசம் 70.000 கோடி ரூபாய் செலவில் ஏன் நடத்துகிறது? 70 சதவிகித மக்கள் நாள் ஒன்றுக்கு 20 ரூபாய் மட்டுமே வருமானம் பெறும் இந்த தேசத்தில் இந்திய நகர்ப்புற மேட்டுக்குடி மக்களின் கேளிக்கையாக மட்டும் இருக்கப்போகும் இந்த விளையாட்டிற்காக நாம் ஏன் இத்தனை சுமையை ஏற்றுக் கொண்டோம்? இந்த தேசத்தின் வரலாற்றிலேயே கற்பனை செய்ய முடியாத ஊழல் நிகழ்ந்திருக்கும் விளையாட்டு எனும் இந்தக் குற்ற நடவடிக்கைகளில் நாம் எதைப் பற்றியும் கவலைப்படாமல் கூத்தாடப் போகிறோமா?

இந்தியா ஒலிம்பிக் போன்ற சர்வதேசப் போட்டிகளில் கடந்த காலத்தில் அடைந்திருக்கும் அவமானத்திற்கு அளவேதும் இல்லை. கிடைத்த சிறு சிறு பெருமைகளும் சம்பந்தப்பட்ட தனிமனிதர்களின் முயற்சியினால் கிடைத்தனவே ஒழிய, இந்த நாட்டின் அரசாங்கமோ விளையாட்டு அமைப்புகளோ சொந்தம் கொண்டாட முடியாதவை. இந்தியாவின் எல்லையற்ற மனித ஆற்றலை விளையாட்டுத் துறைக்குப் பயன்படுத்தும் முறையான திட்டங்களோ நிதி ஒதுக்கீடுகளோ இருந்ததில்லை. கிராமப்புற விளையாட்டு ஆற்றல் முற்றாக ஒதுக்கித் தள்ளப்பட்டது. கிரிக்கெட்டைத் தவிர அத்தனை விளையாட்டுப் போட்டிகளும் போதிய ஆதரவு இல்லாமல் படிப்படியாக ஒழித்துக் கட்டப்பட்டன. இந்திய ஹாக்கி விளையாட்டின் அழிவு நாம் கண்கூடாகக் கண்ட உண்மை. இந்தத் தடைகளையெல்லாம் மீறி மேலே வரும் வீரர்கள் ஊழல் அதிகார அமைப்புகளுக்கு தொடர்ந்து இரையாகின்றனர். சிபாரிசுகள், லஞ்சம் மூலம் தரமற்ற வீரர்கள் தொடர்ந்து சர்வ தேச அரங்குகளுக்கு அனுப்பப்பட்டு இந்தியாவுக்கு அவமானத்தைக் கொண்டுவந்தனர். இதையும் மீறிப் பிரகாசித்த வீரர்கள் போதிய ஆதரவு இல்லாமல், தங்கள் ஆற்றல்களை முழுமை யாக வெளிப்படுத்த இயலாமல் போயினர். இன்று காமன்வெல்த் போட்டிகளுக்காகச் செலவிடப்படும் இந்தப் பணம் இந்திய விளையாட் டின் உள் கட்டமைப்பினை மேம்படுத்த செலவிடப்பட்டால் அடுத்த

ஐந்தாண்டுகளில் இந்தியாவின் சர்வதேச விளையாட்டுத் தரம் எங்கேயோ சென்றுவிடும். ஆனால் என்ன செய்வது, அதன் மூலம் இந்த அளவுக்கு ஒரே மூச்சில் கொள்ளையடிப்பதோ ஒரே நாளில் சர்வதேச அரங்கில் தனது போலிப்பவிசினைக் காட்டிக்கொள்ளவோ முடியாதே.

காமன்வெல்த பந்தயங்களுக்காகக் கட்டப்பட்ட பாலங்கள் இடிந்து விழுவதிலோ மேற்கூரைகள் சரிவதிலோ ஆச்சரியம் ஏதுமில்லை. விளையாட்டு வீரர்களுக்கான படுக்கைகளில் நாய்கள் தூங்குவதிலோ அவர்களின் கழிப்பறைகள் அசுத்தப்படுவதிலோ ஆச்சரியம் எதுவு மில்லை. இதெல்லாம் இந்தியாவின் நீண்டகால நடைமுறைகள். ஒவ்வொரு மாபெரும் திட்டமும் இந்தியாவில் இப்படித்தான் நிறை வேற்றப்பட்டு வந்திருக்கிறது. நமது சாலைகள் மழையில் அரித்துச் செல்லப்படுவதைப் பற்றியோ நமது பள்ளிக்கூடங்கள் இடிந்து விழுவதைப் பற்றியோ நாம் என்றாவது கவலைப்பட்டிருக்கிறோமா? நம்முடைய பொது வினியோக முறையில் மக்கள் எவ்வாறு புழுத்துப் போன உணவுப் பொருள்களை வாங்கிச் செல்கிறார்கள் என்பது பற்றியோ பொது மருத்துவமனைகளில் நமது மக்கள் எவ்வளவு இழிவாக நடத்தப்படுகிறார்கள் என்பது பற்றியோ எப்போதாவது நினைத்துப் பார்த்திருக்கிறோமா? பல்லாயிரம் கோடிக்கணக்கான ரூபாய் செலவில் நிறைவேற்றப்படும் நமது மக்கள் நலத்திட்டங்கள் எவ்வாறு சீரழிக்கப்பட்டிருக்கின்றன என்றோ, இந்திய அதிகார வர்க்கம் ஒவ்வொரு நாளும் இந்த தேசத்தை எந்தெந்த வழிகளில் சூறையாடிக்கொண்டிக்ருகிறது என்றோ நாம் அறிந்திருக்கிறோமா?

காமன்வெல்த் போட்டிகளில் நடந்து வரும் இந்த ஊழல்களும் குளறுபடிகளும் சர்வதேச சமூகத்தின் பார்வைக்கும் கண்காணிப் பிற்கும் உட்பட வேண்டியிருப்பதால் தான் நமக்கு சங்கடமாக இருக்கிறது. ஊடகங்களின் நேரடி கவனத்திற்குள் இந்தப் போட்டிகள் சம்பந்தமான விவகாரங்கள் இருப்பதால்தான் நமக்கு சங்கடமாக இருக்கிறது. சர்வதேச கண்காணிப்பும் ஊடக வெளிச்ச மும் இல்லாமல் சிறியதும் பெரியதுமாக எண்ணற்ற திட்டங்கள் இதே தரத்தில்தான் இந்தியா முழுக்க நடந்தேறி வருகின்றன.

காமன்வெல்த் போட்டிகள் தேசிய அவமானமல்ல, நமது தேசத்தின் அசலான முகத்தை உலகிற்குக் காட்டிய அரிய நிகழ்வு. அந்த வகையில் உண்மையான தேச பக்தர்கள் இந்தப் போட்டிகளை வாழ்த்துவோம்.

அக்டோபர், 2010

ரகசியத்திற்கெதிரான யுத்தம்

கடந்த வாரம் முழுக்க உலகெங்கும் ஒலித்த ஒரு பெயர் இருக்குமென்றால் அது 'விக்கிலீக்ஸ்' என்ற சொல்தான். உலகின் மனசாட்சியை உலுக்கிய பல ரகசியங்களை அந்தச் சொல் வெளிப்படுத்தியது. விக்கிலீக்ஸ் இணையதளத்தை நடத்தும் ஜூலியன் அசாங்கே என்ற ஆஸ்திரேலியர் ஓரே நாளில் ஊடகவியலாளர்கள் மற்றும் மனித உரிமையாளர்களின் உலக நட் சத்திரமாக மாறிவிட்டார்.

ஈராக்கில் கடந்த 2004ஆம் ஆண்டு முதல் 2009ஆம் ஆண்டு வரை அமெரிக்கா நடத்திய குரூரமான யுத்தத்தைப் பற்றிய ஏராளமான தகவல்கள் வெளிவந்தபோதும் இப்போது அமெரிக்காவின் ராணுவ தலைமையிடமான பென்டகனில் பாதுகாக்கப்பட்ட 4 லட்சம் ரகசிய ஆவணங்களை விக்கிலீக்ஸ் இணையதளம் வெளியிட்டுள்ளது. அதில், ஈராக் போரில் 1 லட்சத்து 9 ஆயிரத்து 32 பேர் பலியானதாகத் தெரிவிக்கப்பட்டுள்ளது. அவர்களில் 66 ஆயிரத்து 81 பேர் பொதுமக்கள். இவர்கள் சித்ரவதை செய்யப்பட்டு கொல்லப்பட்டுள்ளனர். மேலும் பலியானவர்களில் 23 ஆயிரத்து 987 பேர் ஊடுருவல்காரர்கள். 15 ஆயிரத்து 196 பேர் ஈராக் ராணுவ வீரர்கள் மற்றும் 3,771 பேர் வெளிநாட்டு ராணுவ வீரர்கள் என்றும் கூறப்பட்டுள்ளது.

கடந்த ஜூலை மாத இறுதியில் ஆப்கானிஸ்தான் போரில் அமெரிக்க ராணுவத்தின் அத்துமீறல் குறித்த 92 ஆயிரம் ஆவணங்களை விக்கிலீக்ஸ் இணையதளம் வெளியிட்டது. மேலும் பாகிஸ்தான் ராணுவத்திற்கும் பயங்கரவாத அமைப்புகளுக்கும் இடையே இருந்த

நேரடித் தொடர்புகளை இந்த ஆவணங்கள் வெளிப்படுத்தியதால் பாகிஸ்தானுக்கு ஏராளமான நிதி உதவிகளை அளித்துவரும் அமெரிக்கா சங்கடத்திற்கு ஆளானது. விக்கிலீக்ஸ் மீது கடும் எச்சரிக்கை விடுக்கப்பட்டது. ஜூலியன் அசாங்கே மீது பாலியல் குற்றச்சாட்டு வழக்கு ஜோடிக்கப்பட்டது. ஆனால் எதற்கும் அசராத விக்கிலீக்ஸ் அமெரிக்காவின் போலி பயங்கரவாத எதிர்ப்பு முகமூடியைக் கிழித்து எறிந்திருக்கிறது.

ஈராக் யுத்தத்தில் அமெரிக்க ராணுவ ஹெலிகாப்டர் ஒன்று தெருவில் நடந்து செல்லும் பொதுமக்களைச் சுட்டுக் கொல்லும் நேரடிக் காட்சியை ஏற்கனவே விக்கி லீக்ஸ் வெளியிட்டுள்ளது. Collateral Murder என்று அழைக்கப்படும் இந்த வீடியோ காட்சி அமெரிக்க ராணுவம் எல்லாவித சர்வதேச மனித உரிமை நடத்தை விதிகளுக்கும் எதிரான பயங்கரவாத அமைப்பு என்பதைத் துல்லியமாக நிரூபணம் செய்கிறது. இப்போது வெளியிடப்பட்டிருக்கும் ஆவணங்கள் யாரையும் மனமுடையச் செய்பவை. பிரிட்டிஷ் போர் வீரனால் சுட்டுக் கொல்லப்படும் தெருவில் விளையாடிக்கொண்டிருந்த சிறுமியைப் பற்றி, சரணடைய வந்தவர்களைக் கொலை செய்தது பற்றி, கைது செய்யப்பட்டவர்களை இழிவுபடுத்தி சித்ரவதை செய்தது பற்றி எண்ணற்ற தகவல்களை விக்கிலீக்ஸ் அளிக்கிறது. மனித அழிவின் மாபெரும் துயரச் சித்திரத்தை இந்த ஆவணங்கள் நமக்குத் தருகின்றன. அமெரிக்கப் படைகள், நேசநாட்டுப் படைகள், அமெரிக்கா வினால் அமர்த்தப்பட்ட கூலிப் படைகள், அமெரிக்க ஆதரவு ஈராக் கியப் படைகள் ஆகியவை ஈராக்கிய மக்களுக்கும் போர்க்கைதிகளுக்கும் விளைவித்த மரணங்களும் சித்ரவதைகளும் இழிவுகளும் போர்க் குற்றங்களின் உச்சமாகத் திகழ்பவை.

விக்கிலீக்ஸ் அமெரிக்கா மற்றும் அதன் கூட்டாளிகளின் போர்க் குற்றங்களை வெளிப்படுத்தியதால் மட்டும் அல்ல, இன்றைய உலகில் பத்திரிகை சுதந்திரம் மற்றும் தகவல் உரிமைக்கான புதிய சாத்தியங் களை உலகிற்கு அறிவித்திருப்பதன் மூலம் ஒரு முன்னோடியான வரலாற்றுப் பாத்திரத்தினை வகிக்கிறது.

இன்றைய உலகில் ஊடகங்கள் எந்த அளவிற்குப் பரவலாகியிருக் கின்றனவோ அதே அளவுக்கு ஊடகங்களின்மீதான கட்டுப்பாடும் மறைமுக ஒடுக்குமுறையும் அதிகரித்திருக்கிறது. பத்திரிகைகளும் தொலைக்காட்சிகளும் தமது வர்த்தக நலன்களைப் பாதுகாப்பதா, பத்திரிகை சுதந்திரத்தைப் பாதுகாப்பதா என்கிற நெருக்கடி ஏற்படும் போது அவை முன்னதையே தேர்வு செய்கின்றன. மேலும் இன்று ஊடகத்துறையில் அதிகரித்து வரும் ஊழல்கள் முன்னெப்போதையும் விட கடுமையானதாகி இருக்கிறது. சுயதணிக்கை, செய்திகளைக் கொல்வது, பலவீனப்படுத்துவது போன்றவற்றைப் பெரும்பாலான ஊடகங்கள் தொடர்ந்து மேற்கொள்கின்றன. இதற்குப் புறம்பாகச் செயல்படும் ஊடகங்கள் கடுமையாக ஒடுக்கப்படுகின்றன. 2001இல்

தெஹல்கா இந்தியப் பாதுகாப்புத் துறை ஊழலை வெளிப்படுத்தியது. பாரதிய ஜனதா கட்சியின் அப்போதைய தலைவர் பங்காரு லட்சுமணன் லஞ்சம் வாங்கும் காட்சியை நேரடியாக ஒளிபரப்பியது. பாதுகாப்புத் துறை அமைச்சராக இருந்த ஜார்ஜ் பெர்னாண்டஸ் பதவியை ராஜினாமா செய்தார். பதிலாக தெஹல்கா இணையதளம் கடும் ஒடுக்குமுறைக்கும் மிரட்டலுக்கும் ஆளானது. 120 பேருடன் இயங்கிய அதன் அலுவலகத்தில் அதன் ஆசிரியர் அருண் தேஜ்பாலு டன் ஒரு ஊழியர் மட்டுமே மிஞ்சினார். நாடு முழுக்க ஆதரவைத் திரட்டி தெஹல்கா மீண்டும் பத்திரிகையாக வெளிவந்தது.

தமிழகத்தில் *தராசு, நக்கீரன்* அலுவலகங்கள் அவை வெளிப்படுத்திய உண்மைகளுக்காக அரசியல் குண்டர்களால் நேரடியாகத் தாக்கப்பட்ட சம்பவங்களை அறிவோம். சமீபத்தில் சவுக்கு சங்கர் விவகாரம் ஊடகத்துறையின் மீதான ஒடுக்குமுறை குறித்த சர்ச்சைகளை ஏற்படுத்தியது 2008ஆம் ஆண்டில் அப்போதைய தலைமைச் செயலாளர் திரிபாதியும் லஞ்ச ஒழிப்புத்துறை இயக்குநராக இருந்த உபாத்யாயாவும், இவரோடு அமைச்சர் பூங்கோதை ஆலடி அருணாவும் பேசிய தொலைபேசி பேச்சுக்கள் ஊடகங்களில் வெளிவந்தன. குற்றவழக்கில் சம்பந்தப்பட்ட வருக்கு சலுகை காட்டுவது தொடர்பான இந்த உரையாடலின் விளைவாக பூங்கோதை பதவி விலக நேர்ந்தது. இது தொடர்பாக தமிழக அரசு அமைத்த ஒரு நபர் விசாரணைக் குழுவின் அறிக்கை அடிப்படையில் லஞ்ச ஒழிப்புத்துறையில் சிறப்பு உதவியாளராக இருந்த ஏ.சங்கர் கைது செய்யப்பட்டு, பணிநீக்கம் செய்யப்பட்டார். சில மாதங்களுக்குப் பிறகு பிணையில் வெளிவந்தார். சங்கர் தனது நண்பர்களுடன் சேர்ந்து இயங்கும் தமிழக மனித உரிமைக்கழகம் என்ற இயக்கத்தின் சார்பில் நடத்தப்படும் www.savukku.net எனும் இணையதளத்தில் அரசியல்வாதிகள், அதிகாரிகளின் ஊழல் முறைகேடுகளை அம்பலப்படுத்தி வந்தார். அவரது வாயை மூடுவதற்காகப் பொய் வழக்கு போடப்பட்டு கைது செய்யப் பட்டார். நேர்மையான அரசு அதிகாரிகள் அளிக்கும் பல முக்கிய ரகசிய தகவல்களை சவுக்கு வெளியிட்டு வருகிறது.

உலககெங்கும் பத்திரிகையாளர்கள் மிரட்டப்படுவது, படுகொலை செய்யப்படுவது பெருமளவு அதிகரித்து வருகிறது. ஊடகங்களைப் பயன்படுத்துபவர்களின் எண்ணிக்கை மிகவும் பரவலாகிவிட்டதால் தமது நலன்களுக்கு எதிரான தகவல்களைத் தடுப்பதற்கு அரசுகளும் நிறுவனங்களும் செல்வாக்குப் படைத்த தனிநபர்களும் எந்த விலையும் கொடுக்கத் தயாராக இருக்கின்றனர். எந்தக் குற்றச்செயலுக்கும் ஆயத்தமாக இருக்கின்றனர். தேச நலன், இறையாண்மை, ராணுவ ரகசியம் என்ற பெயரில் அரசுகள் மேற்கொள்ளும் குற்றங்கள் மறைக்கப்படுகின்றன. அவை விவாதத்திற்கு அப்பாற்பட்டதாக மாற்றப்படுகின்றன. சமீபத்தில் தமிழர்களுக்கு எதிரான யுத்தத்தில் இலங்கை அரசு ஊடகங்கள் மேல் செலுத்திய வன்முறை மிகத் தெளிவான ஒரு உதாரணம். ராஜபக்ஷே அரசு தமக்கு எதிரான

பத்திரிகையாளர்களை எந்தத் தயக்கமும் இன்றி படுகொலை செய்தது. பத்திரிகை அலுவலகங்கள் நிர்மூலமாக்கப்பட்டன. ஏராளமான பத்திரிகையாளர்கள் நாட்டை விட்டுச் சென்றனர்.

நாடுகள், அரசுகள், அமைப்புகள் சார்ந்து இயங்கும் ஊடகங்களுக்கு ஏற்படும் நெருக்கடிகளை வெற்றிகரமாகக் கடந்து சைபர் வெளியில் அதன் முழு சுதந்திரத்துடன் இயங்கும் முதல் ஊடக நிறுவனம் என்ற அந்தஸ்தை விக்கிலீக்ஸ் அடைந்திருக்கிறது. இதற்கென தனிப் பட்ட அலுவலகமோ சம்பளம் பெறும் ஊழியர்களோ இல்லை. உலகெங்கும் உள்ள கணினி தொழில்நுட்பவியலாளர்கள், மனித உரிமை ஆர்வலர்களின் உதவியுடன் செயல்படும் இந்த இணையதளம் அதிநவீனத் தொழில்நுட்ப பாதுகாப்பு வசதிகளுடன் செயல்பட்டு வருகிறது. தனக்குத் தகவல் அளிப்பவர்களின் அடையாளத்தைப் பாதுகாப்பதற்காக அது பல்வேறு தொழில்நுட்ப அணுகுமுறைகளை மேற்கொள்கிறது. தான் பெறுகிற ரகசிய ஆவணங்களைக் கடும் பரிசீலனைக்கு உட்படுத்தி அதன் நம்பகத் தன்மையை உறுதி செய்கிறது. ஒரு வர்த்தக நோக்கமற்ற ஊடக நிறுவனம் என்பதால்தான் கண்டடைந்த ரகசிய தகவல்களை உலகின் முக்கிய ஊடகங்களுடன் பகிர்ந்துகொள்கிறது.

இதுவரை விக்கிலீக்ஸ் 6 லட்சம் பக்கங்களிலான பல்வேறு முறைகேடுகள் குறித்த ஆவணங்களை வெளியிட்டிருக்கிறது. கென்யா வில் நடந்த படுகொலைகள், ஐரோப்பாவின் சில வங்கி ஊழல்கள், செப்டம்பர் 11 தாக்குதலின்பொழுது விமானங்களில் இறந்தவர்கள், செல்போனில் கடைசியாக நிகழ்த்திய பேச்சுக்கள், பருவநிலை மாறுதல் அமைப்பில் நடந்த ஊழல்கள் போன்றவை சர்வதேச அளவில் பெரும் கவனம் பெற்றன.

பல்வேறு நாடுகளைச் சேர்ந்த பத்திரிகையாளர்கள், உயர் அமைப்பு களின் அதிகாரிகள், மனித உரிமையாளர்கள், வழக்கறிஞர்கள் விக்கிலீக்ஸிற்காக ஆவணங்களைத் திரட்டுவதிலும் அவற்றை உறுதிப் படுத்துவதிலும் தீவிரப் பங்காற்றி வருகின்றனர்.

இணைய தொழில்நுட்பம் இனி ரகசியம் என்ற ஒன்று சாத்தியம் இல்லை என்பதை நிரூபித்திருக்கிறது. இணையத்தால் இணைக்கப்பட்ட எந்த ஒரு கணினியிலும் இருக்கும் எந்த ஒரு ரகசியத்தையும் திறமை வாய்ந்த யாரும் பெறமுடியும் என்பதையும், நூறு சதவிகிதம் பாதுகாப் பான தொழில்நுட்பம் என்ற ஒன்று இல்லை என்பதையும் பல்வேறு சம்பவங்கள் நிரூபித்துள்ளன. அமெரிக்காவிலும், கனடாவிலும் அரசாங்க ரகசியங்களைத் திருடும் சைபர் கொள்ளையர்களைக் கண்காணிப்பதற்காகச் செயல்பட்டு வரும் சைபர் செக்யூரிட்டி ஆராய்ச்சி அமைப்பு இந்தியாவின் அதிமுக்கிய ராணுவ ரகசியங்கள் அதன் அண்டை நாடுகளால் இணையத்தில் திருடப்பட்டு வருவதைத் தெரிவித்தது. இரண்டாண்டுகளுக்கு முன்பு ஸ்விஸ் நாட்டைச் சேர்ந்த ஹெர்பே ஃபால்சியானி மற்றும் ஜியோர்ஜினா மிக்கைல்

என்ற HSBC வங்கியின் இரு ஊழியர்கள், தாம் பணிபுரிந்த வங்கியில் சட்டவிரோதமாகக் கணக்கு வைத்திருந்த அனைவரின் தகவல்களையும் நகல் எடுத்து ஐரோப்பிய அரசாங்கங்களின் பார்வைக்கு அனுப்பி வைத்தனர். அதன் அடிபடையில் நடவடிக்கைகள் எடுக்கப்பட்டு வருகின்றன. இதே போன்று ஓராண்டிற்கு ஜெர்மனிய அரசாங்கம் ஒரு ஸ்விஸ் வங்கி ஊழியரிடமிருந்து உலகின் பல நாடுகளைச் சேர்ந்தவர்களின் ரகசிய வங்கிக் கணக்கு விபரங்களை வாங்கியது. அதில் சட்டவிரோதமாகச் சேர்த்த பணத்தை சேமித்தவர்களின் பட்டியலில் இந்தியா முதலிடத்தில் இருந்தது. ஏராளமான பில்லியன் டாலர் மதிப்புள்ள அந்தக் கணக்கு விபரங்களைத் தரத் தயாராக இருப்பதாக இந்திய அரசுக்கு ஜெர்மானிய அரசு தெரிவித்தபோதும் இந்திய அரசு அந்தத் தகவல்களைப் பெறாமல் தன்னை விலக்கிக் கொண்டது. அந்தத் தகவல்கள் தமக்கு எவ்வளவு ஆபத்தானவை என்பது இன்றைய ஆட்சியாளர்ககளுக்குத் தெரியும்.

இந்த உதாரணங்கள் இன்று இணைய தொழில்நுட்பம் சகலவிதமான நிழல் நடவடிக்கைகளையும், ரகசிய—அரசு பயங்கரவாத நடவடிக்கைகளையும், அமைப்பு சார்ந்த முறைகேடுகளையும் வெளிச்சத்திற்குக் கொண்டுவரக்கூடியது என்பதை நிரூபித்திருக்கிறது. இது ரகசியத்தன்மைக்கு எதிரான மாபெரும் யுத்தம்.

சுதந்திரம், பகிரங்கத்தன்மை, அனைவரும் அனைத்தையும் அறிவதற்கான உரிமை ஆகியவற்றை நிலைநாட்டுவதற்கு விக்கிலீக்ஸ் போன்ற அமைப்புகள் புதிய திசையைக் காட்டுகின்றன.

நவம்பர், 2010

குற்றத்தின் எல்லை

ஆ.ராசா பதவியை ராஜினாமா செய்துவிட்டுத் திரும்பியபோது அவருக்குத் தொண்டர்கள் விமான நிலையத்தில் அளித்த வரவேற்பை பற்றிய செய்தி களைப் பத்திரிகைகளில் பார்த்தபோது, இந்த நாட்டிற் கும் இந்த மக்களுக்கும் மகத்தான சேவை செய்த தலைவன் ஒருவனின் வருகையை எப்படிக் கொண டாடுவார்களோஅப்படியே கொண்டாடினார்கள். அதற்கு நிகரான மற்றொரு காட்சி, ஸ்பெக்ட்ரம் விவகாரத்தை வெளியே கொண்டுவந்த சுப்ரமணிய சுவாமியின் கொடும்பாவியை ராசாவின் ஆதரவாளர் கள் கொளுத்தும் புகைப்படங்கள். ஒரு மாநிலத் தின் முதல்வர், நீண்ட காலமாக கட்சிப் பொறுப்பை யும் ஆட்சிப் பொறுப்பையும் வகித்துவரும் முதுபெரும் தலைவர்களில் ஒருவர் ராசா குற்றமற்றவர் என வாதிடுகிறார். சமூகநீதிக்கான போராளிகள் ராசா ஒரு தலித் என்பதால் பழிவாங்கப்படுகிறார் என்று முழக்கமிடுகிறார்கள். டெல்லியிலிருந்து திரும்பிய ஆ.ராசாவை விமான நிலையத்திற்குச் சென்று வரவேற்ற பகுத்தறிவுப் பாசறையைச் சேர்ந்த கி.வீரமணி 'மாண்புமிகு பறிபோனாலும் 'மானமிகு' போகாதவர்' என பெருமிதத்துடன் வாழ்த்தியிருக் கிறார். ஆங்கிலப் பத்திரிகைகள் இந்த விவகாரத்தைப் பற்றிய நம்பமுடியாத அதிர்ச்சிகரமான தகவல்களைத் தினமும் தலைப்புச் செய்திகளாக வெளியிட்டுக் கொண்டிருக்கையில் தமிழ்ப் பத்திரிகைகள் இந்த செய்தியை எந்தவகையில் எல்லாம் மென்மைப்படுத்தி யாரையும் புண்படுத்திவிடாமல் வெளியிடுவது என்ப

தில் மும்முரமாக இருக்கின்றன. இந்த விவகாரத்தை முன்னிட்டு எதிர்க்கட்சிகள் நாடாளுமன்றத்தை முடக்காமல் இருந்திருந்தால் தமிழ் ஊடகங்களுக்கு இவை ஒரு செய்தியே அல்ல. பதவியை ராசா ராஜினாமா செய்த பிறகு அவரது உடல்மொழியில் வெளிப்படும் தன்னம்பிக்கையும் முகத்தின் நீங்காத புன்னகையும் மிகவும் ஆபத்தான நேரத்தில் ஒருவர் எப்படி இயங்க வேண்டும் என்பதற்கான முன்னு தாரணம். இந்த விவகாரத்தில் உச்சநீதிமன்றம் கடுமையான இரண்டு குற்றச்சாட்டுகளை முன்வைத்திருக்கிறது. இந்தப் பிரச்சினை தொடர் பாக சுப்ரமணிய சுவாமி இந்தியப் பிரமருக்கு எழுதிய கடிதங்கள் தொடர்பாக மன்மோகன்சிங் ஏன் 15 மாதங்களாக மௌனமாக இருந்தார் என்பது முதலாவது குற்றச்சாட்டு. இரண்டாவதாக, தலைமை கணக்கு அதிகாரி இந்த பிரம்மாண்டமான ஊழலை நேரடியாக வெளிப்படுத்திய பிறகும் அந்தத்துறைக்குப் பொறுப்பாக இருந்த அமைச்சர் ஆ.ராசாவிடம் ஏன் சி.பி.ஐ. இன்னும் விசாரணை நடத்தாமல் சுற்றி வளைத்து இந்த வழக்கை அணுகுகிறது என்று உச்ச நீதிமன்றம் கேள்வி எழுப்பியுள்ளது.

இந்தியப் பிரதமர், இந்தியப் புலனாய்வுதுறை, ஆ. ராசாவை அமைச்சராக அனுப்பி வைத்த கட்சியின் தலைவர், அந்தக் கட்சியின் தொண்டர்கள், ஆ.ராசாவுக்கு ஆதரவளிக்கும் சமூக நீதிக் காவலர்கள் என மிகக் கடுமையாக குற்றம் சாட்டப்பட்ட ஒருவரைக் காப்பாற்று வதற்காக இத்தனை பேர் வேலை செய்கிறார்கள் என்றால் ஒன்று இந்திய அரசியலில் அவர்தான் நேர்மையான மனிதராக இருக்கவேண் டும் அல்லது அவரை இன்று காப்பாற்ற விரும்பும் அனைவரையும் ஆபத்தில் மாட்டிவிடக்கூடிய சக்திவாய்ந்த மனிதராக அவர் இருக்க வேண்டும். ராசா நேர்மையானவர் அல்ல.

ஸ்பெக்ட்ரம் விவகாரம் ஒரு தனிப்பட்ட ஊழல் விவகாரம் அல்ல. இதில் ஆட்சியதிகாரம், குடும்பச் சண்டைகள், கார்ப்பரேட் நிறுவனங்களுக்கு தமக்குத் தேவையான நபர்களை ஆட்சியில் நியமிப்ப தில் இருக்கும் செல்வாக்கு என பல அம்சங்கள் சம்பந்தப்பட்டிருக் கின்றன. இந்த விவகாரத்தை முதலில் வெளிக்கொண்டு வந்த பெருமை, மாறன் சகோதரர்களுக்கே சேரும். அழகிரிக்கு எதிரான கருத்துக் கணிப்பு, அதை ஒட்டி மதுரை தினகரன் அலுவலக எதிர்ப்பு, தயாநிதி மாறனின் பதவி பறிப்பு ஆகியவற்றைத் தொடர்ந்து தொலைதொடர்புத்துறை ஆ.ராசாவிற்கு வழங்கப்பட்டதை மாறன் சகோதரர்கள் மன்னிக்கத் தயாராக இல்லை. ஊடகங்களில் ஸ்பெக்ட் ரம் பற்றிய செய்திகளைத் தேசிய அளவில் இடம்பெறச் செய்ததில் மாறன் சகோதரர்களின் பங்கு முக்கியமானது. அத்தோடு, ராசாவின் அலைக்கற்றை ஒதுக்கீட்டு முறையால் பாதிக்கப்பட்ட இந்தியாவின் முன்னணி தொலைத்தொடர்பு நிறுவனம் ஒன்று இதில் மாறன் சகோதரர்களுடன் சேர்ந்து செயல்பட்டிருக்கலாம் என்று சொல்லப் படுகிறது. 2009ல் மீண்டும் ஆட்சிக்கு வந்த காங்கிரஸ் கூட்டணி அமைச்சரவையில் ஆ.ராசாவைக் கடும் ஊழல் குற்றச்சாட்டுகளுக்கு

நடுவே மறுபடியும் அதே துறைக்கு அமைச்சராகத் திணித்தபோது ஆ.ராசாவை ஆதரித்த கனிமொழி போன்றவர்களும் சரி, அவரை எதிர்த்த மாறன் சகோதரர்களும் சரி, தாங்கள் மிக ஆபத்தான மரண விளையாட்டை ஆடுகிறோம் என்று உணரவில்லை. குடும்பச் சண்டைகள் முடிவுக்கு வந்தபோது டெல்லி வந்த தமிழக முதல்வர் கருணாநிதி பத்திரிகையாளர்களிடம் 'ஸ்பெக்ட்ரம் விவகாரம் முடிந்துவிட்டது' என அறிவித்தது அவரது கள்ளமற்ற குழந்தை உள்ளத்தையே காட்டியது.

அதிகாரத் தரகர் நீரா ராடியாவின் ரகசியத் தொலைபேசிப் பதிவுகள் ஆ.ராசா மீண்டும் தொலைத்தொடர்புத் துறைக்கு வருவதில் கருணாநிதி குடும்பத்தினரின் அக்கறைகள் மட்டுமல்ல, பல கார்ப்பரேட் நிறுவனங்களின் அக்கறைகளையும் துல்லியமாக வெளிப்படுத்துகிறது. அவர் அந்தப் பதவியில் இருப்பது பலருடைய ரகசிய நலன்களைப் பாதுகாப்பதற்கு இன்றியமையாதது என்பதாலேயே காங்கிரஸிற்கு அவரை அமைச்சராக்குவது தொடர்பாக இவ்வளவு கடும் நெருக்கடி தரப்பட்டிருக்கிறது. ஒரு குறிப்பிட்ட விவகாரத்திற்காகத் தீவிரமான சந்தேகத்திற்கும் குற்றச்சாட்டுக்கும் உள்ளாக்கியிருப்பவரையே மீண்டும் அதே துறைக்கு அமைச்சராக்குவது, அவரைக் காப்பாற்றுவதற்காக 60 ஆண்டு கால சுதந்திர இந்தியாவின் வரலாற்றில் நாட்டின் பிரதமர் நீதிமன்றத்தின் கண்டனத்திற்கு ஆளாவது என்பதெல்லாம் இதுவரை நடந்திராதவை.

புரிந்துகொள்வதற்கு சிக்கலாகத் தோன்றும் ஸ்பெக்ட்ரம் விவகாரத்தின் சாராம்சம் மிகவும் எளிமையானது. தொலைத்தொடர்பு நிறுவனங்களுக்கு அலைக்கற்றைகளை ஒதுக்கீடு செய்வதற்கான உரிமங்களை வழங்குவதில் ஆராசா முறைகேடான வழிமுறைகளைப் பயன்படுத்தியிருக்கிறார். முதலில் வருபவர்களுக்கே முன்னுரிமை என்ற கொள்கையை வளைத்து அவசரமாக மூன்றாண்டுகளுக்கு முன்பு தனக்கு இணக்கமான நிறுவனங்களை மட்டும் அழைத்து 122 உரிமங்களை மிகக் குறைந்த விலைக்கு விற்றிருக்கிறார். அதில் பல நிறுவனங்கள் தொலைத்தொடர்புத் துறையிலேயே இல்லாதவை. அவை உடனடியாகத் தமது பங்குகளை வேறு நிறுவனங்களுக்கு விற்று பெரும் இலாபம் ஈட்டியுள்ளன. பெட்ரோலியம், கனிம வளம், எரிவாயு போன்ற தேசிய வளமான அலைக்கற்றைகளை இவ்வாறு தனிநபர்களுக்குத் தாரை வார்த்ததன் மூலம் ஆ.ராசா இந்திய அரசிற்கு ஏற்படுத்தியிருக்கும் நஷ்டம் 1,76, 645 கோடி ரூபாய். நஷ்டக் கணக்குதான் இப்போது வெளிவந்திருக்கிறது. இதன் லாபக் கணக்குகள் வெளிவரும்போதுதான் ஸ்பெக்ட்ரம் பூதத்தின் உண்மையான பரிமாணம் தெரிய வரும். முறைகேடாக அலைக்கற்றை உரிமைகளை விற்றவர்களும் வாங்கியவர்களும் பல்வேறு நிலைகளில் அடைந்திருக்கக்கூடிய ஆதாயங்கள் 60,000 கோடி ரூபாயைத் தாண்டும் என்கிறார்கள். இந்தப் பணத்தை யார் யார் எந்த நிலையில், எந்த

அளவில் பங்கிட்டுக் கொண்டிருக்கிறார்கள் என்பதுதான் இந்தக் குற்றத்தின் மையமான கேள்வி. நிச்சயமாக அது இதுவரைக்கும் இந்தியாவில் நடந்த எந்த ஒரு பெரிய ஊழலையும்விட பிரம்மாண்ட மானதாக இருக்கும் என்பதில் சந்தேகமில்லை.

இந்த ஊழலின் அரசியல் பரிமாணங்கள் மிகவும் சிக்கலானவையாக மாறிக்கொண்டிருக்கின்றன. ராசா தனக்குச் சாதகமாகப் பயன்படுத்திய தொலைத்தொடர்புக் கொள்கை பி.ஜே.பி. ஆட்சியில் இருந்தபோதே உருவாக்கப்பட்டது என்ற காரணத்தை முன்னிறுத்தி எதிர்ப்பை பலவீனப்படுத்த காங்கிரஸ் முயற்சி செய்கிறது. ஆனால் நாடாளுமன்றக் கூட்டுக்குழு விசாரணை என்று வந்தால்தான் மிகப்பெரிய நெருக் கடியை சந்திப்போம் என்பது காங்கிரஸிற்குத் தெரியும். எனவே நீதிமன்றத்தின் வழியாக இதை இழுத்தடிக்கலாம் என்பதுதான் அதன் விருப்பம்.

கடந்த 15 ஆண்டுகளுக்கும் மேலாக தி.மு.க. தேசிய அரசியலில் வகித்து வந்த பிரதானமான பாத்திரத்தை ஸ்பெக்ட்ரம் விவகாரம் ஒரே வீச்சில் பலவீனப்படுத்திவிட்டது. மாறாக, தி.மு.க.விற்கு எதிராக அரசியல் செய்ய முகாந்திரங்களற்றுத் தவித்த ஜெயலலிதாவை மீண்டும் தேசிய அரசியலின் கவனத்திற்கு உரியவராக மாற்றிய பெருமையும் ஆ.ராசாவுக்கே சேரும். தி.மு.க. அரசு கடந்த ஐந்தாண்டு களாக இலவச டி.வி., இலவச மருத்துவக் காப்பீடு, 100 நாள் வேலைதிட்டம், 1 ரூபாய் அரிசி, இலவச காங்க்ரீட் வீடுகள் என படிப்படியாக உருவாக்கிய மக்கள்நல அரசு என்ற பிம்பத்தை இந்த ராட்சச ஊழல் கலைத்துவிட்டது. தேசிய அரசியலிலும் மாநில அரசியலிலும் ஒரு கட்சியின், ஒரு அரசின் செல்வாக்குக்கு இவ்வளவு பெரிய வீழ்ச்சியையும் ஆபத்தையும் கொண்டுவந்திருக்கும் ஒருவரை நோக்கி ‘ உள்ளம் கவர்ந்த தம்பி, பட்டிக்காட்டுப் பொட்டலில் பூத்துக் குலுங்கிவரும் புரட்சியாளர், தலித் இனத்தின் தகத்தகாய கதிரவன்..’ என்றெல்லாம் தமிழக முதல்வர் கவிதை படிப்பது அவர் என்ன நடந்துகொண்டிருக்கிறது என்பதையோ, என்ன நடக்கப் போகிறது என்பதையோ சரியாகப் புரிந்துகொள்ளவில்லை என்பதையே காட்டுகிறது. ஸ்டாலினும் அழகிரியும் கட்சியின் நலன்களையும் மதிப்பையும் ஆ.ராசாவுக்காக எந்த அளவுக்குப் பலியிடுவது என கடும் அதிருப்தி அடைந்திருப்பதாகச் சொல்லப்படுகிறது. இவை குடும்ப அரசியலிலும் கட்சி அரசியலிலும் மேலும் பல கடும் மோதல்களைக் கொண்டுவரலாம்.

காங்கிரசினால் எந்த அளவுக்கு ஆ.ராசாவைக் காப்பாற்ற முடியும் என்பதிலேயே தி.மு.க.— காங்கிரஸ் எதிர்கால அரசியல் கூட்டணி அமைந்திருக்கிறது. நெருக்கடிகள் மேலும் முற்றுமானால் மன்மோகன் சிங் பதவி விலக நேரிடலாம். இந்தியா இன்னொரு பொதுத்தேர்தலைச் சந்திக்க நேர்ந்தாலும் ஆச்சரியப்படுவதற்கில்லை. ஸ்பெக்ட்ரம் விவகாரத்தை மையமாக வைத்து எதிர்க்கட்சிகள் புதிய கூட்டணி

வியூகங்கள் அமைப்பதில் உற்சாகமாக இருக்கின்றன. ஜெயலலிதா— ராமதாஸ்— விஜய்காந்த் என்ற கூட்டணி உருவாகும்பட்சத்தில் தி.மு.க.விற்கு அது கடும் நெருக்கடியை ஏற்படுத்தும்.

1,76,645 என்ற எண்ணைப் படித்து அதன் அர்த்தத்தைப் புரிந்து கொள்ள முடியாத வறுமையும் கல்வியின்மையும் கொண்ட பலகோடி மக்களைக் கொண்ட ஒரு தேசத்தில் அவர்களுக்குச் சொந்தமான செல்வத்தை திருடிச் சென்றவர்கள் இழைத்திருக்கும் தேசத் துரோக குற்றம் சாதாரணமானதல்ல. இந்த அமைப்பு இன்னும் அழுகிப் போவதற்கு இதற்குமேல் இடமிருக்கிறதா?

டிசம்பர், 2010

2010 சில எண்ணங்கள்

ஒவ்வொரு ஆண்டும் கடந்து செல்லும்போது அதற்கு என்ன பெயரிடுவது என்று யோசனை தோன்றும். சுனாமி வந்த வருடம் நீர்மையின் ஆண்டு என்று ஒரு சொல் மனதில் வந்தது. கடந்த 2010ஐ நினைக்கும் போது ஊழல் ஆண்டு எனப் பெயரிடலாம் என்று தோன்றுகிறது. சமீபத்தில் காவல் துறைக்கு ஆள் எடுப்பதில் பேரளவில் லஞ்சம் புழங்குவதைப் பற்றிக் குறிப்பிட்ட ஒரு நீதிபதி, 'இது இன்னும் பத்தாண்டு களில் இந்தியாவில் பெரும் குழப்பங்களும் வன்முறை யும் நிகழ்வதற்குக் காரணமாக அமையலாம்' என்று தெரிவித்தார். இந்தக் கூற்றை நாம் சமூகத்தின் எல்லா அமைப்புகளுக்கும் விரிவுபடுத்தி பொருத்திப் பார்த் துக்கொள்ளலாம். உண்மையில் சீரழிவின் காலகட்டம் துவங்கிவிட்டதன் அறிகுறியே கடந்த 2010ல் வெளி வந்த பல்வேறு பிரம்மாண்டமான ஊழல்கள். இங்கு உண்மையில் ஒரு சட்டபூர்வமான அமைப்பு நிலவு கிறதா என்கிற கேள்வியையே இந்த ஊழல்கள் அனைத்தும் நம்மிடம் எழுப்புகின்றன. எந்த அமைப் பையும் வாங்கவும் விற்கவும் அளிக்கவும் முடியும் என்பது நிரூபணமாகியிருக்கிறது. இது நம்பிக்கையின் மையின் காலம். மனசாட்சியற்ற மனிதர்கள் ஒவ் வொரு அமைப்பிற்கும் தலைமை தாங்கும் காலமிது. யாருக்கு எவ்வளவு சாமர்த்தியம் இருக்கிறது என்பது தான் இன்று அரசியல் செயல்பாடுகளை நிர்ணயிக் கும் ஒரே தத்துவார்த்த ஆயுதம்.

ஒரு ஆண்டில் ஒரு தேசம் இத்தனை பெரிய ஊழல் பூகம்பங்களை வேறு எங்கும் சந்தித்திருக்குமா

என்பது சந்தேகமே. அவற்றை நினைத்து தொகுத்துப் பார்ப்பதற்கே கடினமாக இருக்கிறது. அந்த அளவிற்கு ஒவ்வொரு நாளும் முறைகேடு களைப் பற்றிய புதுப்புது பரிமாணங்களைக் கண்டும், கேட்டும் வருகிறோம். நமக்குக் களைப்பாகவே இல்லை. எந்தக் கோபமும் இல்லை. திறமைசாலிகளைப் பற்றிய வியப்பே மிஞ்சுகிறது.

ஊழல் குற்றங்களில் ஈடுபடுகிறவர்கள் எவ்வளவு தெளிந்த முகத்துட னும் தன்னம்பிக்கையுடனும் இருக்கிறார்கள் என்பதைப் பார்த்து நமக்குத் தீரவேயில்லை. அவர்கள் யாருடைய முகத்திலும் குற்றத்தின் நிழல் படியவேயில்லை. அவ்வளவு தெளிவான மனசாட்சியுடன் சமூகத்தின்முன் வருகிறார்கள், மக்கள்முன் வருகிறார்கள். அவர்களுக் குத் தெரியும், தாங்கள் அதிகாரத்தில் இருந்தாலும் அதிகாரத்தில் இல்லாவிட்டாலும் சரி, உண்மையான அதிகாரம் பிறப்பது பணத்தி லிருந்தே என்று. இந்தப் பணம் தங்கள் கையில் இருக்கும்வரை மக்கள் என்று சொல்லக்கூடிய யாரையும், நீதி என்று சொல்லக்கூடிய எதையும் சுலபமாக வென்றுவிட முடியும் என்று அவர்களுக்குத் தெரியும். ஒரு கதவின் வழியாகத் தாங்கள் வெளியே அனுப்பப்பட்டால் இன்னொரு கதவின் வழியாக உள்ளே வந்துவிட முடியும் என்று.

பொது வாழ்வில் தூய்மை என்பது இன்று எங்குமே செலாவணி யாகாத ஒரு செல்லாத நாணயம் என்று. இன்றைய அரசியலில் அதை வைத்துக்கொண்டு ஒருவர் செய்யக்கூடியது எதுவுமே இல்லை. நன்றாக நினைவிருக்கிறது, இந்திராகாந்தியின் மரணத்திற்குப் பிறகு ராஜீவ்காந்தியின் Mr.Clean என்ற படிமம் இந்திய அரசியலில் அவ்வளவு புகழ்பெற்ற ஒன்றாக இருந்தது. இன்றைக்கு அப்படியொருவர் தன்னைப் பற்றி சொல்லிக்கொண்டால், ஒருவரைப்பற்றி யாராவது ஒருவர் சொன்னால் அது வெறும் அங்கதம் மட்டுமே. வேறுவிதமாகச் சொன்னால், மிகவும் பரிசுத்தமான முகத்துடன் அரசியலுக்கும் பொது வாழ்க்கைக்கும் வந்தவர்கள் அவர்களது நிழல் நடவடிக்கைக்காகப் பொதுவெளியில் நிறுத்தப்படும்போது ஒரு சிறிய சஞ்சலம்கூட கொள்வ தில்லை. தாங்கள் இழக்க நேர்கிற அடையாளம் குறித்து அவர்களுக்கு எந்தப் பதற்றமும் இல்லை. அவர்கள் தங்களுக்கு எதிராக ஏதோ ஒரு அநீதி வைக்கப்படுகிறது என்றுதான் சொல்ல விரும்புகிறார்கள்.

மக்கள் இந்த அமைப்பைத் தெளிவாகப் புரிந்துகொண்டிருக்கிறார் கள். இப்போது அவர்களுடைய ஒரே பிரச்சினை, இந்த அமைப்பை எப்படி மாற்றுவது என்பதல்ல. மாறாக, இந்த அமைப்பிற்கு எப்படி பங்குதாரர்களாவது என்பதுதான். தேர்தலில் வழங்கப்படும் லஞ்சம், இனாமாகக் கிடைக்கும் உபகாரங்கள், வெள்ள நிவாரணம் போன்ற வற்றில் வழங்கப்படும் உதவித்தொகைகள் வழியாக அவர்கள் ஊழல் அரசியல்வாதிகளை மன்னிக்கத் தயாராகிறார்கள். இது தங்களுடைய பிரச்சினைகள் அல்ல என்று நம்புகிறார்கள். யார்தான் கொள்ளை யடிக்கவில்லை என்று தங்களைத் தாங்களே திரும்பத் திரும்ப சமாதானப்படுத்திக்கொள்கிறார்கள். கருணாநிதி கேட்கிறார்,

ஜெயலலிதா ஊழல் செய்யவில்லையா என்று. காங்கிரஸ் கேட்கிறது, பி.ஜே.பி.யின் காலத்திலேயே ஊழல் நடக்கவில்லையா என்று. மக்கள் கேட்கிறார்கள். போன தேர்தலில் ஓட்டுக்கு ஆயிரம் ரூபாய் தானே கொடுத்தீர்கள், இப்போது இரண்டாயிரம் ரூபாய் கொடுப்பீர்களா என்று. ஊழலை சமூகமயப்படுத்துவதன் மூலம் ஊழல் அமைப்பின் பங்குகளைப் பொதுமக்களிடம் குறைந்த விலைக்கு விற்பதன் மூலம் என்று ஒரு தேசம் தனது எல்லா ஆதாரமான தார்மீக நெறிமுறைகளையும் இழந்து வருவதைப் பார்க்கிறோம்.

வரப்போகும் தேர்தலில் ஊழல் குற்றச்சாட்டுக்கள் எத்தகைய விளைவுகளை ஏற்படுத்தப்போகிறது என்கிற விவாதமும் கேள்விகளும் தொடர்ந்து நிகழ்ந்துகொண்டிருக்கின்றன. மேலும் ஊழல் சம்பந்தமான விவாதங்கள் எல்லாம் ஊடகப்பரப்பில் நிகழும் பொழுது போக்குகள் மட்டுமே என்றும், பெரும்பான்மை மக்களின் உணர்வலைகளில் அதற்கு எந்த இடமும் இல்லை என்றும் ஒரு கருத்து நிலவுகிறது. இந்தக் கருத்துதான் ஊழல்வாதிகளுக்கு இருக்கும் ஒரே தன்னம்பிக்கையும் மீட்சியுமாகும். அவர்கள் நம்புவது தவறு என்று சொல்லிவிட முடியாது. ஒரு கட்சி, ஒரு தலைவர், ஒரு பிரச்சினை என்பதை மையமாகக் கொண்ட அரசியல் எப்போதோ காலாவதியாகி விட்டது. தொண்ணூறுகளுக்குப் பிறகு மத்தியிலும் மாநிலத்திலும் பிராந்தியக் கட்சிகளுக்கிடையே பல்வேறு கொடுக்கல் வாங்கல்களின் மூலமாகத்தான் அரசு அதிகாரம் உருவாக்கப்பட்டு, பகிர்ந்துகொள்ளப்படுகிறது. வட்டாரம் சார்ந்த பல்வேறு கணக்குகளின் மூலமாகவே அதிகாரத்தின் புள்ளிகள் உருவாக்கப்பட்டு அதிலிருந்து அதிகாரத்தின் மையத்தை நோக்கிய பயணம் நிகழ்கிறது. சாதி, பணம், பிராந்தியவாதம், தேர்தலில் தில்லுமுல்லுகளை செய்வதற்கான பலம், தேர்தலுக்குப்பின் கூட்டணிகளைக் கலைத்து மாற்றுவதற்கான குதிரை பேரங்கள், அரசியல் தரகு வேலைகள் என எண்ணற்ற காரணிகள் ஒருங்கிணைந்து இன்று அரசியலதிகாரமும் ஆட்சி அதிகாரமும் உருவாக்கப்படுகிறது. பெரும் ஊழல்களை எதிர்த்துப் போராடக்கூடிய தகுதி படைத்த எந்தக் கட்சியும் அமைப்பும் ஆளுமையும் இல்லையென்பதால் அவற்றின் மூலமாக மக்கள் அலைகளை ஏற்படுத்துவது சாத்தியமல்ல என்றே தோன்றுகிறது. ஊழல்கள் மட்டுமல்ல, கடந்த சில ஆண்டுகளில் ஏற்பட்டிருக்கும் கடும் விலைவாசியேற்றம் இன்று உச்சத்தை தொட்டிருக்கிறது. சராசரி இந்தியர்களின் வருமானத்திற்கும் அவர்கள் அடிப்படை தேவைகளுக்காகச் செய்யவேண்டிய செலவுகளுக்கும் இடையிலான வித்தியாசம் நம்பமுடியாத அளவிற்குக் கடுமையானதாகியிருக்கிறது. மக்கள் தொடர்ந்து தங்கள் தேவைகளைச் சுருக்கிக்கொண்டு தங்களைத் தாங்களே ஒடுக்கிக்கொள்கிறார்கள். உண்மையில் இது மக்கள்மேல் திணிக்கப்பட்டிருக்கும் மறைமுகமான பஞ்சம் என்றே சொல்ல வேண்டும். விளை நிலங்கள் பொய்த்துப் போய், மக்கள் வறுமையை நேரடியாக எதிர்கொள்ளும் காலங்கள் போய், இன்றைய நவீன வாழ்க்கை முறையில் பஞ்சம் என்பது அன்றாட மனிதன் தனக்குத்

தேவையான மிக அடிப்படையான உணவுப் பொருள்களைக்கூடத் தனது வாழ்க்கையிலிருந்து ஒவ்வொன்றாக அவனே விலக்கிக்கொள்ளும் படியாகத் திணிக்கப்பட்டிருக்கிறது. இதைக்கூட ஒரு கோபமாக, இயக்கமாக மாற்றுவதற்கு யாருமில்லாத ஒரு இருண்ட வெளியில் தன்னந்தனியாய் நின்றுகொண்டிருக்கிறோம்.

இந்தப் புத்தாண்டு உண்மையில் நமக்கு எதைத்தான் கொண்டு வரப்போகிறது?

ஜனவரி, 2011

கல்லைத்தான் மண்ணைத்தான்... காய்ச்சித்தான் குடிக்கத்தான்...

சமீபத்தில் பத்திரிகையில் ஒரு செய்தி வந்திருந்தது. தமிழகத்தின் வடமாவட்டங்களில் இருந்து கறவை மாடுகள் மாமிசத்திற்காக கேரளத்திற்கு அனுப்பப்படு வது பற்றி குறிப்பிடப்பட்டிருந்தது. காரணம், பால் விலை மூலம் கிடைக்கும் வருமானத்தைவிட மாட்டுத் தீவனங்களின் விலை அதிகரித்துவிட்டது. ஒரு விவசாயி 25 ஆயிரம் ரூபாய் கொடுத்து வாங்கிய கறவை மாட்டை மாமிசத்திற்காக 7 ஆயிரம் ரூபாய்க்கு விற்கும் அவலம் பற்றியும் அந்தச் செய்தி குறிப்பிடு கிறது. இந்த நிலை நீடிக்கும் என்றால் பிற உணவுப் பொருள்களுக்கு இன்று ஏற்பட்டிருக்கும் தட்டுப்பாட் டினைப் போலவே பால்பொருள்களுக்கும் விரைவில் ஏற்படலாம். இந்தியாவில் கடந்த சில ஆண்டுகளில் லட்சக்கணக்கான விவசாயிகள் தற்கொலை செய்து கொண்டது பற்றி தொடர்ந்து படித்து வந்தோம். அதன் துர்நிழல் நம் வீடுவரை வராது என்றுதான் இதுவரை நம்பிக்கொண்டிருந்தோம். ஆனால் உணவுப் பொருள்களின் நம்பமுடியாத விலையேற்றம் இன்று அந்த சாபத்தை நம்மிடம் கொண்டுவந்துவிட்டது. இந்திய அரசாங்கத்தின் கரன்சி, குழந்தைகளின்

பொம்மை ரூபாய் நோட்டுகள் போல மதிப்பிழந்து போய்விட்டது.

இந்திய அரசின் கோளாறான தொலைநோக்கற்ற பொருளாதாரக் கொள்கைகள் குறித்து எழுப்பப்பட்ட அபாயமணி எதுவும் பொருட்படுத்தப்படவே இல்லை. இன்று உணவுப் பொருள்களின் விலைவாசி ஏற்றம் என்ற பெயரில் அது மக்களின் குரல் வளையை நேரடியாகப் பிடித்துவிட்டது. கடந்த நான்காண்டுகளில் உணவுப் பொருள்களின் விலை மூன்று மடங்கு உயர்ந்துவிட்டது என்பது சாதாரண விலை யேற்றம் அல்ல. இந்தக் காலகட்டத்தில் நடுத்தர ஏழைமக்களின் வருமானம் எத்தனை சதவிகிதம் உயர்ந்திருக்கிறது என்பதோடு ஒப்பிட்டுப் பார்த்தால்தான் இதன் பயங்கரத்தை முழுமையாக உணர முடியும்.

இந்த விலைவாசியேற்றத்திற்கு பெட்ரோலியப் பொருள்களின் விலையேற்றமே முக்கிய காரணமாக திரும்பத் திரும்பச் சொல்லப்படு கிறது. இது மிகவும் மேம்போக்கான ஒரு சாக்கு மட்டுமல்ல, பிரச் சினையின் உண்மையான ரூபத்தை மூடி மறைப்பதுமாகும். சர்வதேச சந்தையில் பெட்ரோலியப் பொருள்களின் விலை உயர்ந்து வருவது உண்மைதான். ஆனால் அப்படி உயரும்போதெல்லாம் அதைவிடப் பல மடங்கு அதிகமாக இந்திய சந்தையில் அதன் விலை உயர்ந்து விடுகிறது. இதற்குக் காரணம், பெட்ரோலியப் பொருள்களின் விலை நிர்ணயத்தில் 50 சதவிகிதத்திற்கும் மேல் அரசுக்கு வரியாகச் சென்றுவிடுகிறது. உண்மையில் அரசாங்கம் சர்வதேச சந்தையில் பெட்ரோலியப் பொருள்களின் விலை உயர்வதற்காக வேட்டை நாயைப் போல காத்திருக்கிறது என்பதுதான் உண்மை. பெட்ரோலியப் பொருள்களின் மீதான இந்த அதீத வரிவிதிப்பினால் ஒருபுறம் மக்கள் நேரடியாக கொள்ளையடிக்கப்படுகின்றனர். மறுபுறம், இதைக் காரணம் காட்டி சரக்கு போக்குவரத்து கட்டணங்கள் உயர்த்தப்படு கின்றன. சில்லரை வணிகர்கள் தங்கள் விருப்பம்போல விலையை ஏற்றுவதற்கு இதைக் காரணம் காட்டுகின்றனர். பெட்ரோலியப் பொருள்களின் மூல விலையேற்றத்திற்கும் அதைக் காரணம் காட்டி ஒவ்வொரு மட்டத்திலும் செய்யப்படும் விலையேற்றத்திற்கும் உண்மை யில் எந்தத் தொடர்பும் இல்லை. இந்த லட்சணத்தில் பெட்ரோல் பொருள்களுக்காக மக்களுக்கு வழங்கும் மானியம் குறித்து அவ்வப் போது அரசாங்கம் அலுத்துக்கொள்கிறது. கடந்த 4 ஆண்டுகளில் பெட்ரோலியத் துறைக்காக அரசு வழங்கிய மானியம் 23.325 கோடி ரூபாய். ஆனால் வருமானம் எவ்வளவு தெரியுமா? 4,10,842 கோடி ரூபாய். மாநில அரசின் வருமானம் 2,63,766 கோடி ரூபாய். மக்களுக்கு மானியமாக அளிக்கப்பட்டது. 3.45 சதவிகிதம். இதுதான் மக்கள்நல அரசாங்கம் மக்களுக்குக் காட்டும் சலுகை. இதில் மானி யத்தை ரத்து செய்யவேண்டும் என்ற கூக்குரல் வேறு. அரசின் கட்டுப்பாட்டில் இருக்கும் எண்ணெய் நிறுவனங்கள் கடந்த 4 ஆண்டு களில் 1,26,288 கோடி ரூபாய் லாபம் ஈட்டியிருக்கின்றன. ஆனால்

நஷ்டம் நஷ்டம் என்ற போலிக் கூக்குரல் மூலம் விலையேற்றம் என்ற ஈட்டி மக்கள் மேல் தொடர்ந்து சொருகப்படுகிறது.

அடுத்ததாக, விவசாயத்தின் அழிவு இன்றைய கடும் உணவுப் பொருள் பற்றாக்குறை என்ற அபாயத்திற்கு நம்மைத் துரிதமாக இட்டுச்சென்றிருக்கிறது. தீவிரமாக மக்கள் தொகை அதிகரித்துவரும் ஒரு தேசத்தின் உணவுப் பொருள் உற்பத்தி தொடர்ந்து வீழ்ச்சியடைந்து வருவதைப் பொருட்படுத்தாததன் விளைவு இது. சுற்றுச்சூழல் சீர்கேடுகளால் நிகழும் வறட்சி, வெள்ளம் போன்றவற்றால் விவசாயிகள் தொடர்ந்து இழப்புகளைச் சந்திக்கின்றனர். நவீன வேளாண்மை முறையினால் விவசாயத்தின் உற்பத்திச் செலவு ஒருபுறம் கடுமையாக அதிகரித்தது. இன்னொருபுறம் அவ்வாறு உற்பத்தி செய்த பொருள்களை முறையாக விற்க எந்த ஏற்பாடும் இல்லாத நிலையில் விவசாயிகளை இடைத்தரகர்களும் பெருவணிகர்களும் வேட்டையாடித் தீர்க்கின்றனர். விவசாய உற்பத்திப் பொருள்களைப் பாதுகாப்பதற்கோ வாங்குவதற்கோ முறையான கொள்கைகள் ஏதுமில்லாத அரசாங்கம் ஒரு நாட்டின் ஜீவாதாரமான ஒரு துறையை அப்படியே பேரழிவிற்குள் விட்டுவிட்டது.

எந்த உத்தரவாதமும் இல்லாத விவசாயத்தை மக்கள் படிப்படியாகக் கை விட்டு பிற தொழில்களை நோக்கியும் நகரத்தை நோக்கியும் நகர்ந்து செல்கின்றனர். விவசாயம் என்பது வெறுமனே ஒரு உடல் உழைப்பு சார்ந்த வேலை அல்ல. அது இயற்கையின் ரகசியங்களோடு வேலை செய்யும் ஒரு பாரம்பரிய தொழில்நுட்பம். இன்று அது கொஞ்சம்கொஞ்சமாக மறக்கப்பட்டு அழிந்து வருவதை நம் கண்முன் பார்க்கிறோம். ஒரு தானியத்தைப் பற்றி, அதன் பருவங்களைப் பற்றி நில உடமையாளனுக்கும் சரி, அதில் வேலை செய்யும் தொழிலாளிக்கும் சரி எதுவுமே தெரியாத ஒரு தலைமுறையை உருவாக்கிவிட்டோம். ஒரு விவசாயத் தொழிலாளி இன்று ஒரு கட்டுமானத் தொழிலாளியாகப் போவதில் குறைந்தபட்ச உத்தரவாதத்தை உணர்கிறான். ஒரு நில உடமையாளன் தனது விளைநிலத்தை வீட்டு மனைகளாக மாற்றுவதில் அதிக லாபத்தைப் பெறுகிறான். விளைநிலங்கள் சுருங்கி, விவசாயத் தொழில்நுட்பம் அழிந்து, லட்சக்கணக்கானோர் இதிலிருந்து வெளியேறிவரும் சூழலில் உணவுப் பொருள்களின் உற்பத்தி வீழ்ச்சியடைவதும் விலையேற்றமும் பெரும் கொடுங்கனவாக மாறிவிட்டது.

உணவுப் பொருள் விலையேற்றம் என்பது இன்று ஒரு சர்வதேச சூழலாக உருமாறி வருகிறது. இந்திய அரசாங்கத்தின் முறையற்ற ஏற்றுமதிக் கொள்கைகள் முக்கிய காரணமாக இருக்கின்றன. மக்களுக்குத் தேவையான அத்யாவசியப் பொருள்களை உற்பத்தி செய்வதற்குப் பதில் ஏற்றுமதி சந்தைக்குத் தேவையான பொருள்களை உற்பத்தி செய்வதன் மூலம் போலி பற்றாக்குறையான சூழல் உருவாக்கப்பட்டுள்ளது. மேலும் இன்று அமெரிக்கா தனது அதிகரித்து வரும் எரிசக்தி

தேவைகளுக்காக bio-fuel என்ற இயற்கை எரிசக்தி உற்பத்தியில் தன்னை முழுமையாக ஈடுபடுத்திக்கொண்டிருக்கிறது. உணவு தானியங்களை எரித்து உருவாக்கப்படும் இந்த எரிபொருளுக்காக உலகெங்கிலும் இருந்து தானியங்கள் பேரளவில் இறக்குமதி செய்யப்படுகின்றன.

இந்தியாவில் ஊக வாணிகமும் சில்லரை வர்த்தகத்தில் பெரிய நிறுவனங்கள் அனுமதிக்கப்பட்டதும் உணவுப் பொருள் விலையேற்றத்தில் முக்கிய காரணங்களாகச் சொல்லப்படுகின்றன. உணவுப் பொருள்கள் பதுக்கப்பட்டு செயற்கை விலையேற்றத்தின் மூலம் மக்கள் கொள்ளையடிக்கப்படுகின்றனர். விவசாயிகளிடம் குறைந்த விலைக்குக் கொள்முதல் செய்யப்படும் பொருள்கள் பல மடங்கு அதிக விலைக்கு மக்களிடம் விற்கப்படுகிறது. இடைத் தரகர்கள், மொத்த விற்பனையாளர்கள், சில்லரை விற்பனையாளர்கள் என பலரும் பல்வேறு நிலைகளில் இருந்துகொண்டு விவசாயிகள் மற்றும் பொதுமக்களின் ரத்தத்தைக் குடிக்கின்றனர். உற்பத்தியாளனுக்கும் நுகர்வோனுக்கும் இடையே இத்தகைய பெரும் இடைவெளிகளை உருவாக்கியதில் அரசாங்கத்தின் பொருளாதாரக் கொள்கைகளே முக்கிய காரணம் வகிக்கின்றன.

இது போர்க்கால நடவடிக்கைகளுக்கான காலகட்டம். குறைந்தபட்ச தற்காப்பு நடவடிக்கைகள் எடுக்காவிட்டால் பேரழிவையே சந்திப்போம். அதற்கு அடிப்படையான, எடுக்கவேண்டிய அவசர கால நடவடிக்கைகள் இவை.

1. குறைந்தபட்சம் அடுத்த மூன்று ஆண்டுகளுக்கு அரசு அனைத்து உணவுப் பொருள்களையும் நேரடியாக கொள்முதல் செய்து பொது விநியோக முறையின் மூலம் விற்பதற்கு முன்வரவேண்டும். சாராயத்தை ஏகபோகமாக விற்கும் அரசு ஏன் உணவுப் பொருள்களை விற்க முன்வரக்கூடாது?

2. உணவுப் பொருள்களில் ஊக வாணிகத்தை உடனடியாகத் தடை செய்ய வேண்டும்.

3. உணவுக் கையிருப்பு வைப்பதில் தனியார் வர்த்தகர்கள் மற்றும் சில்லரை விற்பனையாளர்கள் மேல் கடும் கட்டுப்பாடுகளைக் கொண்டுவர வேண்டும். அத்யாவசிய பொருள்களை லாப நோக்கத்திற்காகப் பதுக்குபவர்களை இரக்கமின்றி தண்டிக்க வேண்டும்.

4. உணவுப் பொருள்களை ஏற்றுமதி செய்வதை அடுத்த 3 ஆண்டுகளுக்கு முற்றாகத் தடை செய்யவேண்டும். பணப்பயிர்களை உற்பத்தி செய்வதற்குப் பதில் ஆதார உணவுப் பொருள்களை உற்பத்தி செய்ய ஊக்கம் அளிக்கப்பட வேண்டும். அதற்காக விவசாயிகளுக்கு தாராளமாக மானியமும் கடன் வசதிகளும் அளிக்கப்பட வேண்டும்.

5. விவசாயிகள் உற்பத்தி செய்த பொருள்களை மக்களுக்கு நேரடியாக விற்கக் கூடிய உழவர் சந்தை அமைப்புகளைப் பரவலாக உருவாக்க வேண்டும். இடைத்தரகர்களின் சதியாலேயே உழவர் சந்தை அமைப்பு

ஒழித்துக் கட்டப்பட்டது. அதைப் புதுப்பித்து நாடு முழுக்க விரிவாக்க வேண்டும்.

6. விவசாயிகள் உற்பத்தி செய்த பொருள்களைப் பாதுகாத்துவைக்கும் கிடங்குகளை நாடெங்கும் உருவாக்கி, அவற்றை மிகக் குறைந்த விலைக்கு விவசாயிகளுக்கு வாடகைக்குத் தரவேண்டும்.

7. உற்பத்தி அதிகமாகும் காலங்களில் அவை வீணாகாமல், உற்பத்தி செய்தவர்களுக்கு நஷ்டம் ஏற்படாமல் பிற பகுதிகளுக்குக் கொண்டுசென்று விற்க அரசு முயற்சி எடுக்க வேண்டும்.

8. உணவுப் பொருள்களின் கொள்முதல் மற்றும் விற்பனை விலையை அரசே அவ்வப்போது நிர்ணயித்து விலைவாசியைக் கட்டுப்படுத்த வேண்டும்.

9. வேளாண்மையில் ஆள் பற்றாக் குறையைக் களைய அரசின் 100 நாள் வேலைத் திட்டம் போன்றவற்றில் காய்கறி தோட்டங்களில் வேலை செய்ய ஆட்கள் அனுப்ப ஏற்பாடு செய்யலாம். கேரளத்தில் பஞ்சயத்து அமைப்பின் மூலம் வேளாண் தொழிலுக்கு ஆட்கள் அனுப்பப்படுகின்றனர். விவசாயிகள் பஞ்சாயத்தில் தங்களுக்குத் தேவையான ஆட்களைக் கேட்டால் அனுப்புகிறார்கள். அரசு பாதி ஊதியமும் விவசாயிகள் பாதி ஊதியமும் அளிக்கிறார்கள். வேளாண் தொழிலாளர்களின் நலன்கள் உறுதியான தொழிற்சங்க அமைப்புகளால் பாதுகாக்கப்படுகின்றன. நாம் அவற்றை இங்கு முயற்சிக்கலாம்.

10. பெட்ரோலியப் பொருள்களின் மீதான வரியை அரசு குறைப்பதன் மூலம் கணிசமாக விலைவாசியைக் கட்டுப்படுத்த முடியும். தவிர, விவசாயிகளுக்கு மானிய விலையில் பெட்ரோலியப் பொருள்களை அளிக்கவும் அரசு முன்வரவேண்டும்.

11. நாட்டின் நீர் வளங்கள் தேசிய சொத்தாக அறிவிக்கப்பட்டு தேவைப்படும் விவசாயிகளுக்குப் பகிர்ந்தளிக்கப்பட வேண்டும்.

இதுபோல செய்வதற்கு இன்னும் எண்ணற்ற காரியங்கள் இருக் கின்றன. விழித்துக்கொள்ள இதுதான் கடைசித் தருணம்.

பிப்ரவரி, 2011

பத்ம வியூகம்

தி.மு.க. தலைவரின் இப்போதைய நிலையை பத்ம வியூகத்தில் இருக்கும் அபிமன்யூவின் நிலையுடன் தான் ஒப்பிடமுடியும். அரசியல் சாணக்கியர் தனது மதிநுட்பத்தின் எல்லா ஆயுதங்களையும் பிரயோகிக்க வேண்டிய நிர்ப்பந்தத்தில் இருக்கிறார். மிகவும் நெருக்கடியான அரசியல் சந்தர்ப்பங்களை மிகவும் சாதுர்யமாகக் கடந்து வந்தவர் அவர். அதிகாரத்திற் காகக் காத்திருக்கவும் நீண்ட போராட்டத்தை நடத்த வும் தயங்காதவர். ஆனால் இன்று அவர் கையில் இருக்கும் துருப்புச்சீட்டுகளில் ஒவ்வொன்றாகப் பிடுங் கப்படுகின்றன. அவருடைய ரத்த பந்தங்களாலும் நீண்டகால அரசியல் தோழர்களாலும் அவர் காட் டிக் கொடுக்கப்பட்டிருக்கிறார். எதிர்த்துத் தாக்குவதற் கான அவரது படையரண்கள் ஒவ்வொன்றாகச் சேதப்படுத்தப்படுகின்றன. வரப்போகும் தேர்தலில் தி.மு.க. வெற்றி பெறுமா இல்லையா என்பதைவிட முக்கியமான கேள்வி, ஒரு குடும்பத் தலைவராக, கட்சித் தலைவராக அவரது அதிகாரம் உறுதிப்படுமா என்பதுதான். ஒவ்வொரு நாளும் அவருக்குக் கெட்ட சேதிகளுக்குப் பஞ்சமே இல்லை. அவர் மறக்க விரும்புகிற சம்பவங்களுக்கும் குறைவேதுமில்லை. தி.மு.க. என்ற இயக்கம் அதிகாரத்தில் இருந்தபோதும் இல்லாதபோதும் தமிழக அரசியலிலும் சில சமயம் இந்திய அரசியலிலும் ஒரு பேரரசைப்போல கடந்த நாற்பது ஆண்டுகளுக்கு மேலாக ஆதிக்கம் செலுத்தி வந்திருக்கிறது. வரலாற்றில் ஒரு கணக்கு இருக்கிறது. எந்தப் பேரரசும் ஒரு அரை நூற்றாண்டுக்காலத்தில் அதன் உச்சத்திற்குச் சென்று பிறகு சிதையத் தொடங் கும் என்பதுதான் அது. தமிழக அரசியலின் பேரரசர்

தனது வீழ்ச்சியை சந்திக்கத் தொடங்கிவிட்டாரா? ஒரு முகாலாயப் பேரரசைப் போல அவர் சொந்த நிழலா லேயே சூழப்பட்டிருக்கிறாரா?

இலங்கைத் தமிழர் பிரச்சினையில் அவர் எடுத்த நிலைப்பாடுகள் உலகத் தமிழர்களின் தலைவர் என்ற அடையாளத்தைப் படிப்படியாக சிதைத்ததை அவர் கண்முன் காண நேர்ந்தது. தமிழுக்கு செம்மொழி அந்தஸ்தைப் பெற்றுத் தந்த அவர் அந்த மொழியின் பெயரால் ஒரு மாநாட்டை முன்னூறு கோடி ரூபாய் செலவில் நடத்தி ஓராண்டுகூட நிறைவடையவில்லை; அதன்மேல் தூசி படிந்து யாருடைய நினைவிலும் அது இல்லாமல் போய்விட்டது. கடந்த ஐந்தாண்டுகால ஆட்சியில் இலவச தொலைக்காட்சி, மருத்துவக் காப்பீடு, நூறு நாள் வேலைத்திட்டம், ஒரு ரூபாய் அரிசி என மிகவும் வசீகரமான மக்கள் நலத்திட்டங்களால் தமது அரசாங்கம் படிப்படி யாக அடைந்த புகழின் வெளிச்சத்தை ஊழலின் புழுதிப் புயல் இவ்வளவு சீக்கிரமாக வந்து மூடும் என்று அவர் கற்பனை செய்திருக்க மாட்டார். ஈழத் தமிழர் போராட்டத்தை நசுக்குவதற்கு காங்கிரஸ் மேற்கொண்ட சதிகளோடு, ஆட்சி அதிகாரம் கருதி அவர் செய்து கொண்ட சமரசங்களுக்காக வரலாற்றின் ஊழ்வினை அவரைப் பழிவாங்குகிறது. சோனியா காந்தி நேற்று எப்படி பிரபாகரனை அழிப்பதற்காக ஒரு ரகசிய வளையத்தை உருவாக்கினாரோ, அதே போல்தான் இன்று தி.மு.க.வை அழிப்பதற்கும் உருவாக்கியிருக்கிறார். மத்தியில் தி.மு.க.வோடு அதிகாரத்தைப் பகிர்ந்து கொண்ட சந்தர்ப்பத் திலோ அல்லது தமிழகத்தில் தி.மு.க. அரசு காங்கிரஸ் தயவை நம்பி யிருந்த சந்தர்ப்பத்திலோகூட ஆட்சி அதிகாரத்தில் பங்கு கேட்காத காங்கிரஸ், இன்று கூட்டாட்சி கேட்டு தி.மு.க. தலைவரின் கழுத்தில் துண்டைப் போட்டு முறுக்குகிறது. தமிழக அரசியலில் எவ்வளவோ காலமாக எந்தப் பிரசன்னமும் இல்லாமல் இருந்த காங்கிரஸ் இன்று தன்னை ஒரு தீர்மானிக்கும் சக்தியாகக் காட்டிக்கொள்கிறது. காற்று கூட உள்ளே புக முடியாமல் இரண்டு திராவிடக் கட்சிகளால் ஆளப்பட்டு வந்த தமிழகத்தின் ஆட்சி பீடத்தை நோக்கி காங்கிரஸ் பின்வாசல் வழியாக முன்னேறுகிறது. கருணாநிதி மிரட்ட லுக்கும் அவமதிப்புகளுக்கும் தன்னைப் பழக்கப்படுத்திக்கொள்ள நிர்ப்பந்திக்கப் படுகிறார். இது அவருக்குப் பழக்கமில்லாதது. ஆனால் இப்போது வழியேதும் இருக்கிறதா? இரண்டு ஆண்டுகளுக்கு முன்பு ராமதாஸை எந்த தயக்கமும் இன்றி 'கெட்அவுட்' சொன்ன அவர், இன்று அவரை வலிய அழைத்து அவர் எதிர்பார்த்ததற்கும் மேலாக முப்பத் தோரு இடங்களைக் கொடுக்க வைப்பது பயத்தைத் தவிர வேறென்ன?

தி.மு.க.வை ஊழல் என்ற பொறியில் எவ்வளவு சிக்கவைக்க முடியுமோ சிக்கவைத்து தன்னை முழுமையாக அண்டியிருக்கச் செய்யும் ஒரு சூழலை காங்கிரஸ் உருவாக்கியிருக்கிறது. அதனுடைய நோக்கம், தமிழக ஆட்சி அதிகாரத்தில் பங்கேற்பது மட்டுமல்ல. தி.மு.க.வைச் சிதைப்பதன் மூலமே தான் ஒரு வலுவான அரசியல் சக்தியாக இங்கே உருவெடுக்க முடியும் என்பதை அது அறிந்திருக்கிறது.

அதற்கான சந்தர்ப்பத்தை கருணாநிதியின் வாரிசுகளே எதிர்காலத்தில் காங்கிரஸுக்கு உருவாக்கிக் கொடுத்தாலும் ஆச்சரியப்படுவதற்கில்லை. கருணாநிதி வரப்போகும் சட்டப்பேரவைத் தேர்தலில் இரண்டு விதமான தொகுதிப் பங்கீடுகளைச் செய்ய நிர்ப்பந்திக்கப்பட்டிருக்கிறார். முதலாவதாக காங்கிரஸ், பா.ம.க., விடுதலை சிறுத்தைகளுடனான தொகுதிப் பங்கீடு. இதே வரிசையில் அவர் தமது கட்சிக்குள் ஸ்டாலின், அழகிரி, கனிமொழி என்கிற வரிசையில் உள்ஒதுக்கீட்டையும் செய்தாக வேண்டும். ஒரு விமானத்தை ஒரே நேரத்தில் ஆறுபேர் ஆறுதிசைகளில் 'ஹைஜாக்'செய்வது போன்ற அபத்த நாடகக் காட்சி இது. குடும்ப அரசியலிலும் அதிகார அரசியலிலும் தொடர்ந்து சமரசத்தை மேற்கொள்ளக் கூடிய ஒருவர், கடைசியில் அடையக்கூடிய இடம் என்னவென்பதற்கு இது ஒரு சிறந்த உதாரணம்.

இதை எல்லாவற்றையும் மீறி யாரும் எதிர்பாராதவிதத்தில் கடந்த மக்களவைத் தேர்தலில் காங்கிரஸ் மீண்டும் அதிகாரத்தைக் கைப்பற்றியதுபோல வரும் சட்டப் பேரவைத் தேர்தலில் தி.மு.க. மறுபடியும் ஆட்சிக்கு வரும் என்று கருணாநிதி நம்பக் கூடும். அந்த நம்பிக்கை வீணானது என்று சொல்லிவிட முடியாது. எவ்வாறு இன்று இந்திய அரசியல் அதிகாரத்தைப் பல்வேறு சிறுசிறு காரணிகள் ஒன்றாகச் சேர்ந்து கூட்டாகத் தீர்மானிக்கிறதோ அதேபோல தமிழகத்திலும் நடக்கலாம். விலைவாசி பிரச்சினையோ, ஊழலோ ஒருவருக்கு வாக்களிப்பதை தீர்மானிப்பதிலிருந்து நமது அரசியல் மனோபாவம் வெகுதூரம் கடந்து வந்துவிட்டது. மக்கள் இன்று மிகவும் குறுகலான நோக்கங்களின் அடிப்படையில் தமது தலைவர்களையும் ஆட்சியாளர்களையும் தேர்ந்தெடுக்கிறார்கள். பொதுப் பிரச்சினைகளைப் பற்றிப் பேசுவது, அவற்றைப் பற்றிய பொது கருத்துகளை உருவாக்கிக்கொள்வது வாக்களிக்கச் செல்லாத மத்தியதர வர்க்கத்தின் மனோபாவம் ஆகிவிட்டது. தேர்தல் அறிவிக்கப்படுவதற்கு முன்பே தொகுதிகள் தோறும் கட்டுக்கட்டாக கரன்சிகள் வந்து இறங்கத் தொடங்கிவிட்டன. வாக்குப்பதிவு இயந்திரங்களில் செய்யக்கூடிய தில்லுமுல்லுகள் பற்றி எழுந்த சர்ச்சைகள் அப்படியே கண்டுகொள்ளாமல் மறைக்கப் பட்டுவிட்டன. சாதி, பணம், தில்லுமுல்லுகளால் வெற்றி தோல்விகளில் எந்த நேரத்திலும் வித்தியாசங்களையும் மாற்றங்களையும் ஏற்படுத்தக் கூடிய ஒரு ஜனநாயகத்தில் பொதுப் பிரச்சினை சார்ந்து மக்கள் அலைகள் உருவாகாது என்பதே உண்மை. ஒருவேளை தி.மு.க. கூட்டணி தோல்வியடைந்தால்கூட அது ஸ்பெக்ட்ரமின் விளைவாக இருக்காது; மாறாக, தேர்தல் உத்திகளில் செய்த தவறாகவே அது இருக்கும்.

வரவிருக்கும் தேர்தலில் தி.மு.க வீழ்ச்சியடைய வேண்டும் என்று விரும்புகிற விமர்சகர்கள் அதற்கு மாற்றான ஒரு அரசியல் சக்தியை மனப்பூர்வமாக சுட்டிக் காட்ட முடிகிறதா என்பது முக்கியமான கேள்வி. இன்று தி.மு.கவின் குற்றங்களுக்காக தண்டனையை வேண்டுபவர்கள் மக்களின் நிவாரணத்திற்காக சொல்லகூடிய மாற்றுத் திட்டம்தான் என்ன? தி.மு.கவை விட சிறந்த ஆட்சியை தமிழக

மக்களுக்கு தரப்போகிறவர்கள் ஜெயலலிதாவும் விஜயகாந்துமா? அல்லது காங்கிரஸ் போன்ற ஒரு கட்சியுடன் அதிகாரத்தை பகிர்ந்து கொள்வதன் வாயிலாக ஏதேனும் ஒரு கட்சி நல்லாட்சியைத் தந்து விட முடியுமா? ஊழல், தனிப்பட்ட ஆதாயங்களுக்காகவும் விருப்பு வெறுப்புகளுக்காகவும் முடிவுகளை எடுத்தல், எதேச்சதிக்காரம் என்பனவற்றில் ஜெயலலிதா இணையில்லாத முன்னுதாரணங்களை ஏற்படுத்தியவர். விஜயகாந்த் தனது தேர்தல் அறிக்கையினை அல்லது கட்சியின் கொள்கையினை எந்தச் சொற்களால் எழுதப்போகிறார் என்பது இதுவரை யாருக்கும் புரியாத ஒரு புதிர். தேர்தலில் வென்றால் தன் மனைவிக்கு துணை முதல்வர் பதவி தரவேண்டும் என்று அவர் இப்போதே கோருவதாக செய்திகள் வருகின்றன. காங்கிரஸ் இந்திய ஜனநாயகத்தின் ஒரு புரையோடிப்போன புண். ராமதாசும் திருமாவளவனும் குறிப்பிட்ட சாதிகளின் பிரதிநிதிகளாகவே என்றென்றும் பார்க்கப்படுவார்கள். பிற தலைவர்கள் இவர்களைவிட அதிக சாதிய சாய்மானம் கொண்டவர்களாக இருந்தபோதிலும்கூட. இனி நமக்கு எஞ்சியிருப்பதெல்லாம் நடிகர் விஜய் அல்லது கார்த்திக் மட்டுமே. இவர்களுக்கு இடையே ஒருவரை தேர்ந்தெடுக்க வேண்டும் என்றால் வேறு வழியில்லாத ஒரு தெளிந்த வாக்காளன் பார்வையில் இப்போதும் தி.மு.கவே முன்னிலை பெறும்.

திமுக. — காங்கிரஸ் கூட்டணி அமைந்து ஸ்டாலின் முதல்வரானால் அழகிரி அவருக்கு ஒரு நிரந்தர கொடுங்கனவாக மாறுவார். அதேசமயம் ஸ்பெக்ட்ரம் என்ற சுருக்குக் கயிறு தற்காலிகமாக தி.மு.க.வின் கழுத்தி லிருந்து கழற்றப்படும். கபில்சிபல் போன்ற யாராவது ஒரு போலி வழக்கறிஞர் இதை ஒரு கட்டுக்கதை என்று சான்றிதழ் அளிப்பார். இன்று ஸ்பெக்ட்ரம் ஊழலின் ஆக்டோபஸ் கரங்கள் ஆராசாவையும் தாண்டி பலரையும் நோக்கி நீள்வதால் இந்தப் பிரச்சினையைப் படிப் படியாக மூடி மறைப்பதற்கு எல்லோருமே ஒரு பரஸ்பர ரகசிய உடன்படிக்கைக்கு வருவார்கள்.

இவையெல்லாம் இந்த நாளின் உத்தேசங்கள் மட்டுமே. அடுத்த ஒரு மாதத்திற்குள் இன்னும் சில காட்சிகள் அரங்கேறலாம். ஏதாவது ஒன்று திக்குத்தெரியாத காட்டில் தி.மு.க. தலைவருக்கு ஒரு ஆசுவாசத் தைக் கொண்டுவரலாம்.

கருணாநிதி உளியின் ஓசை, இளைஞன் போன்ற படங்களுக்கு எழுதும் வசனங்கள் அல்ல அவரது முன் இருக்கும் சவால். வைரமுத்து, பா. விஜய் போன்ற அரசவை கவிஞர்களின் நட்பும் இணக்கமும் அவரது அறிவார்ந்த தேவைகளை பூர்த்தி செய்யப் போவதில்லை. முதுபெரும் தலைவர் தனது இயக்கத்தின் வரலாற்றில் இன்னொரு யுத்தத்திற்கு நிர்ப்பந்திக்கப்பட்டிருக்கிறார்.

அவருடைய அரசியல் வாழ்க்கையில் அவருக்கு அதிர்ஷ்டம் எப்போதும் கூடவே வந்திருக்கிறது. ஆனால் அவர் விரும்புவதைவிட கொஞ்சம் தாமதமாக.

மார்ச், 2011

இருண்டகால குறிப்புகள்

வரவிருக்கும் சட்டமன்ற தேர்தலை முன்னிட்டு கடந்த ஒரு மாத காலமாகத் தமிழகத்தில் நடந்தேறி வரும் அரசியல் காட்சிகள் ஒரு குரூரமான நகைச் சுவை நாடகத்தின் அங்கங்கள் என்பதில் எந்த சந்தேகமும் இல்லை. மக்களுக்குத் தினமும் அவிழ்ப்ப தற்கு புதுப்புது புதிர் தரப்படுகிறது. அவர்கள் தங்கள் கற்பனைகளின் வழியே அந்தப் புதிரின் ரகசியங்களை அவிழ்க்க முற்படுகிறார்கள். அடுத்த நாள் புதிய புதிர்கள் வந்தவுடன் பழைய புதிர்களை மறந்து போகிறார்கள். கொள்கைகளற்ற கூட்டணிகள் என்பது நமது அரசியலுக்குப் புதிதல்ல. ஆனால் இந்த அளவிற்குத் துரோகமும் வஞ்சகமும் கொண்ட அணிகள் ஒன்றோடு ஒன்றிணைந்து ஒரு தேர்தலில் வேலை செய்வதை இப்போதுதான் பார்க்கிறோம். ஒவ்வொருவரும் தனது கூட்டாளிகளின் கழுத்தை அறுப்பதையே கோட்பாடாகக் கொண்டிருக்கிறார்கள். அரசியல் வர்த்தகமாகிவிட்டது என்று சொல்வது உண்மையில் வர்த்தகத்தை அவமதிப்பதாகும். எந்த வர்த்தகத்திலும் இந்த அளவிற்கு நாணயமற்ற, முறைகேடான குற்றச்செயல்கள் நடைபெறுமா என்பது சந்தேகம்.

ஒரு அரசியல் கட்சி தான் அமைத்துக்கொள்ளும் கூட்டணிகள் வழியாகவும் வெளியிடும் தேர்தல் அறிக்கைகளின் வழியாகவுமே தனது குணாதிசயங் களை வெளிப்படுத்திக் கொள்கிறது. ஆனால் இந்த இரண்டுமே கேலிக்கூத்தின் உச்சத்தை தொட்டுவிட் டன. அரசியல் நோக்கில் பார்க்கும்போதுதான்

இது கேலிக்கூத்து. அரசியல் என்ற கார்ப்பரேட் வர்த்தகத்தின் அளவுகோல்களின் படி பார்த்தால் இதில் அதிர்ச்சியடைய ஒன்றுமே இல்லை. யாரும் யாரோடும் இணையவும் யாரும் யாரையும் எந்தத் தயக்கமும் இன்றி அழிக்கவுமான இந்த சூதாட்டத்தின் காட்சிகள் கடந்த ஒரு மாதமாகப் பல்வேறு திருப்பங்களைக் கண்டுவிட்டன.

இந்த மாநிலத்தின் தலைவிதியைத் தீர்மானிக்கும் இரண்டு தலைவர்களும் தங்கள் மண்ணின் வேர்களுக்குத் திரும்பிச் சென்றிருக் கிறார்கள். கருணாநிதி திருவாரூருக்கும் ஜெயலலிதா ஸ்ரீரங்கத்திற்கும் செல்வது பாதுகாப்பற்ற உணர்ச்சிகளின் வெளிப்பாடு என்றுகூட சொல்லலாம். இருவரும் தங்களது அதிகாரக் கனவுகளோடு தங்களது பூர்வீக மண்ணிற்குத் திரும்பியிருக்கிறார்கள் என்றால் இன்னொருவர் புறக்கணிக்கப்பட்ட மனம் கசந்த மைந்தனாகத் தனது மண்ணை நோக்கிச் சென்றிருக்கிறார். வைகோ கலிங்கப்பட்டியை நோக்கித் திரும்பும் வழியில், 'நடந்ததையெல்லாம் என் அம்மாவிடம் முறையிடப் போகிறேன்' என்று சொன்ன காட்சி ஒரு புறநானூற்றுச் சம்பவம்.

வைகோவின் இந்த வீழ்ச்சியை, உணர்ச்சிகரமான முடிவுகளை எடுக்கக்கூடிய எந்த மனிதருக்கும் இந்தக் கால கட்டத்தில் நேரக்கூடிய ஒரு வீழ்ச்சியாகத்தான் நாம் கருதவேண்டும். கருணாநிதிக்கு நேர்ந்ததும் இதுதான். காங்கிரசுடனான கூட்டணி பேரத்தில் '63 இடங்கள் கேட்பது நியாயமா என்று அவர்களே முடிவு செய்யட்டும்' என்று ஒருகணம் உணர்ச்சிவசப்பட்டு, தனது அமைச்சர்களை ராஜினாமா கடிதத்துடன் டெல்லிக்கு அனுப்பினார். ஆனால் காங்கிரஸ் உணர்ச்சிவசப்பட வில்லை. தனது துருப்புச் சீட்டுகளை இன்னொரு முறை எடுத்துக் காட்டியதும் அவர் உணர்ச்சி வேகம் தணிந்தது. அதே 63 இடங்களுக்கு சம்மதித்து உணர்ச்சியற்ற புன்னகையுடன் ஒப்பந்தங்கள் கையெழுத் திடப்பட்டன. கருணாநிதி வைகோவைப் போல இழப்பதற்கு ஒன்றும் இல்லாதவர் அல்ல. எங்கே உணர்ச்சிவசப்பட வேண்டும், எப்போது அதை மட்டுப்படுத்திக்கொள்ளவேண்டும் என்று அவருக்குத் தெரியும். ஜெயலலிதா தனது முதல் வேட்பாளர் பட்டியலைக் கூட்டணிக் கட்சிகளோடு கலந்தாலோசிக்காமல் வெளியிட்டபோது விஜயகாந்தும் தா.பாண்டியனும் கொஞ்சம் உணர்ச்சிவசப்பட்டார்கள். ஜெயலலிதா வின் கொடும்பாவி தே.தி.மு.க. அலுவலகத்தின் முன் செருப்பால் அடிக்கப்பட்டுக்கொளுத்தப்பட்டது. தா.பாண்டியன், இனி ஜெயலலிதா வோடு பேச்சுக்கே இடமில்லை என்றெல்லாம் காரில் அமர்ந்தபடி பேட்டி கொடுத்தார். எல்லாம் இரண்டு நாளைக்கு. பிறகு அவர்கள் உனர்ச்சிவசப்படுவதன் அபாயத்தை உணர்ந்து மீண்டும் கூட்டணியை மலரச் செய்தார்கள். ஜெயலலிதாகூட இப்போது உணர்ச்சிவசப்படுவ தில்லை என்று தோன்றுகிறது. வைகோவிற்கு அவர் எழுதிய விடை கொடுக்கும் கடிதத்தில் வெளிப்படும் நிதானமான அன்பு அதற்கு ஒரு சிறந்த உதாரணம். ஆனால் வைகோ எப்போது வேலுப்பிள்ளை பிரபாகரனின் ஆடையை அணிந்துகொண்டு புகைப்படம் எடுத்துக் கொண்டாரோ அப்போதே பிரபாகரனின் ஆவி அவரைப் பிடித்துக்

கொண்டது. இரண்டு பேருமே சண்டையை ஆரம்பிக்கத் தெரிந்தவர்களே தவிர, எங்கே நிறுத்தவேண்டும் என்று தெரியாதவர்கள். எதார்த்தத்தைக் கண் திறந்து பார்க்க மறுத்தவர்கள். தங்களது போர்த் தந்திரங்களால் தங்களது அழிவைத் துரிதப்படுத்தியவர்கள்.

வைகோ, தான் ஒரு சிறந்த அரசியல் பேச்சாளரே தவிர, ஒரு இயக்கத்தைக் கொண்டுசெலுத்தக்கூடிய சிறந்த தலைவர் அல்ல என்பதை மறுபடி மறுபடி நிரூபித்திருக்கிறார். ஜெயலலிதா தன்னையே அண்டி வாழ்ந்த அவரை ஏன் உதாசீனப்படுத்தினார் என்பதற்கான உண்மையான காரணங்கள் எதுவாகவும் இருக்கலாம். ஆனால் அதற்கு வைகோ கூறும் காரணங்கள்தான் சுவாரசியமானது. ஸ்டெர்லைட் ஆலையை மூடச் செய்ததற்காக அவர்கள் ஜெயலலிதாவிடம் 1000 கோடி லஞ்சம் கொடுத்து தன்னைக் கூட்டணியில் இருந்து வெளியேற்றிவிட்டதாகக் குறிப்பிடுகிறார். உண்மையில் வைகோவிற்கு அவர்கள் 100கோடி ரூபாய் கொடுத்திருந்தால் அவரே ம.தி.மு.க.வைக் கலைத்துவிட்டு அரசியலில் இருந்து வெளியேறி இருப்பார் என்பதால் இது நம்பத்தகுந்ததாக இல்லை. தேர்தலில் போட்டியிடாமல் விலகியதை சீனாவில் மாவோ செம்படையைக் கலைத்துவிட்டு, திரும்பவும் கட்டியதோடு வைகோ ஒப்பிடுகிறார். இது விஜயகாந்த் 'கார்கில் போரில் இந்திய ராணுவம் எப்படித் தனது போர்த்திட்டத்தை வெளியே சொல்லவில்லையோ அதேபோல நானும் எனது அரசியல் திட்டத்தை வெளியே சொல்ல மாட்டேன்' என்று கூறியிருப்பதற்கு சமமானது அல்லது நடிகர் கார்த்திக் 'நாங்கள் காந்தியவாதிகளாகவும் இருப்போம், சுபாஷ் சந்திரபோஸ்களாகவும் மாறுவோம்' என்று கூறியிருப்பதற்குச் சமமானது. காந்தியும், நேதாஜியும், மாவோவும் நமது மண்ணில் எப்படி மறுபடி பிறந்து வருகிறார்கள் என்று நினைக்கும்போது நெஞ்சம் கனத்துவிடுகிறது.

வைகோ கருணாநிதியைவிட ஜெயலலிதாவை ஒரு மாற்றாகத் தேர்வுசெய்த தன் மூலம் தேடிக்கொண்ட பரிசுதான் இந்த அரசியல் வீழ்ச்சி. தன்னை 19 மாதங்கள் சிறையிலிட்டு வாட்டியவரை 'ஈழத்தாய்' என பட்டம் சூட்டி, ஈழ அரசியலையே கருணாநிதிக்கு எதிரான அரசியலாக மாற்றியதன் மூலம் அவர் தனது நம்பகத் தன்மையை முற்றிலுமாக இழந்தார்.

வைகோ போன்ற சாதி பலமோ, பண பலமோ இல்லாத ஒரு தலைவரை இன்றைய அரசியல் வர்த்தகத்தில் விலைக்கு வாங்குவதோ தூக்கி எறிவதோ மிகவும் எளிதானது. ஜெயலலிதாவிற்குத் தெரியும், தன்னுடைய அரசியலில் தற்போதைக்கு வைகோ தேவையில்லை என்று. தனக்குத் தேவைப்படாத ஒன்றிற்காக அவர் சிறிய சலுகையோ கருணையோ ஒருபோதும் காட்டமாட்டார். தி.மு.க. அரசின் மீதான அதிருப்தி மற்றும் லஞ்ச ஊழல் குற்றச்சாட்டுகளை இந்தத் தேர்தலில் மிகப்பெரிய பிடிமானமாகக் கருதும் அவர், வைகோவை இப்போது தனக்குத் தேவையற்ற ஒரு சுமையாகவே கருதுவதில் ஆச்சரியமில்லை.

ஜெயலலிதா இன்னொருமுறை தனது அதிர்ஷ்டத்தை முழுமையாக சோதித்துப் பார்ப்பது என்று முடிவு செய்துவிட்டார். கருணாநிதியைப் போன்றதல்ல அவரது வழிமுறை. அவர் ஒருபோதும் விட்டுக்கொடுப்ப வரோ, சமரசம் செய்பவரோ அல்ல. அவர் தனிப் பெரும்பான்மை யுடன் தனது அதிகாரத்தை நிலைநாட்டுவதற்குக் குறைவாக எதையுமே விரும்பமாட்டார். ஒருவேளை அத்தகைய பெரும்பான்மையை ஜெயலலிதா பெறுகிறபட்சத்தில் அவரால் தூக்கி எறியப்படுகிற முதல் நபராக விஜயகாந்த் இருப்பார். முன்பு ஒருமுறை ராமதாஸுக் கும் இடதுசாரிகளுக்கும் நடந்ததுபோல.

தி.மு.க.வும் அ.தி.மு.க.வும் வெளியிட்டிருக்கும் தேர்தல் அறிக்கை களை, பொதுமக்களுக்கான லஞ்ச அறிக்கைகள் என்று அழைப்பதே சரி. எப்படியாவது இந்தத் தேர்தலில் வெல்லவேண்டும் என்கிற ஆவேசத்துடன் போட்டி போட்டுக்கொண்டு எதிர்காலத்தில் மக்களுக் குத் தரப்போகும் லஞ்சப் பொருள்களின் பட்டியல் நீண்டுகொண்டே செல்கிறது. கருணாநிதி இலவச கிரைண்டர் அல்லது மிக்ஸி தருகிறேன் என்றால் மிக்ஸி, கிரைண்டர், ஃபேன் மூன்றையுமே தருகிறேன் என்கிறார் ஜெயலலிதா. கருணாநிதி ஆடு, மாடு, கோழி வளர்க்க மானியம் தருகிறேன் என்றால் ஜெயலலிதா ஆடுகளையே தருகிறேன் என்கிறார். கருணாநிதி பரம ஏழைகளுக்கு முப்பத்தைந்து கிலோ அரிசி இலவசம் என்றால் ஜெயலலிதா ரேஷன் அட்டை வைத்திருக் கும் எல்லோருக்கும் 20 கிலோ அரிசி இலவசம் என்கிறார். கருணாநிதி அரசு கல்லூரி மாணவர்களுக்கு இலவச லாப்டாப் தருகிறேன் என்றால் ஜெயலலிதா ப்ளஸ் டூ மற்றும் கல்லூரியில் படிக்கும் அனைத்து மாணவர்களுக்கும் லாப்டாப் இலவசம் என்கிறார். கருணாநிதி பள்ளிக் குழந்தைகளுக்கு மூன்று சீருடைகள் இலவசம் என்று அறிவித்தால், ஜெயலலிதா நான்கு சீருடைகளுடன் செருப்பும் இலவசம் என்கிறார். இது போல, தி.மு.க.வின் அத்தனை வாக்குறுதி களையும் தோற்கடிக்கும் வாக்குறுதிகள் அ.தி.மு.க.வால் அளிக்கப்பட்டி ருக்கின்றன. கிட்டத்தட்ட ஒரு ஏலம் விடும் காட்சியை இது நினைவூட்டுகிறது. ஓட்டுக்குப் பணம் கொடுக்கும் அரசியல் கட்சிகளின் வழிமுறையின் விரிவாக்கம்தான் இது. இல்வசத் திட்டங்களால் ஏற்கனவே தமிழக அரசு ஒரு லட்சத்து முப்பதாயிரம் கோடி ரூபாய் கடனில் மூழ்கியுள்ளது. இந்தக் கடன் சுமை பல்வேறு விதங்களில் மக்களின் மேல் தான் விழுகிறது. விலைவாசி உயர்வு, வேலை இல்லா திண்டாட்டம், விவசாயத்தின் அழிவு, மின்வெட்டு, நிலத்தடி நீர் பற்றாக்குறை, உணவுப்பொருள் உற்பத்தி வீழ்ச்சி, கைத்தொழில் களின் அழிவு, நசிவடையும் தொழில் வளர்ச்சி, நதி நீர் பிரச்சினை என ஏராளமான பிரச்சினைகள் மக்களின் வாழ்வை நிர்மூலமாக்கி வருகின்றன. இவற்றை எதிர்கொள்வதற்கோ, களைவதற்கோ இரண்டு கட்சிகளிடமும் எந்தத் திட்டமும் இல்லை. மாறாக, கருணாநிதி தொலைக்காட்சியை இலவசமாகக் கொடுத்தால் கேபிள் இணைப் பினை இலவசமாக கொடுக்கிறேன் என்கிறார் ஜெயலலிதா. அறிவிக்கப்

பட்டிருக்கும இலவசத் திட்டங்களை நடைமுறைப்படுத்த வேண்டு மென்றால் ஒரு அரசிற்கு எவ்வளவு பணம் தேவைப்படுமென்றோ, அந்தப் பணத்தை எங்கிருந்து திரட்டப் போகிறது என்றோ இந்த அறிக்கைகளில் இடம்பெறுவதில்லை. மேலும், இலவசத் திட்டங் களுக்காக இவ்வளவு பணத்தை திசை திருப்பினால் நீண்ட கால நோக்கிலான வளர்ச்சி திட்டங்களுக்கு ஒரு அரசு நிதி ஆதாரங்களை எங்கிருந்து திரட்டும் என்பதற்கும் பதில் இல்லை.

இது பொதுவாக பெரும் கொள்ளைக்காரர்கள் மற்றும் மாஃபியா கும்பல்கள் பின்பற்றும் ஒரு வழிமுறை. சந்தனக் கடத்தல் வீரப்பன் பல்லாயிரக்கணக்கான யானைகளைக் கொன்றும் சந்தன மரங்களை வெட்டியும் செய்த தொழிலை மறைக்க, தனது பகுதியைச் சேர்ந்த ஏழைகளுக்கு செய்த உதவிக்கு சமமானது இந்த இலவச உதவி திட்டங்கள். மக்கள் நல அரசு என்ற பெயரில் தொடர்ந்து அளிக்கும் இலவசங்கள் நீண்டகால நோக்கில் அந்த மக்களின் வாழ்க்கையை முற்றாகச் சீரழிக்கக்கூடியது. இன்று அரபு நாடுகளில் அரசுகள் தங்களது எதேச்சதிகாரத்தை மறைப்பதற்கு மக்களுக்குப் பணத்தை வாரி வழங்குதைப் போல, நம்முடைய கட்சிகள் ஊழல் மற்றும் எதேச்சதிகாரப் போக்குகளை மறைப்பதற்காக மக்களுக்கு இலவசத் திட்டங்களை வாரி வழங்குகின்றன. இரண்டு கட்சிகளின் தேர்தல் அறிக்கைகளும் நாம் அரசியல்ரீதியாக அடைந்திருக்கும் சீரழிவிற்கு சாட்சியங்கள்.

தேர்தல் ஆணையத்தின் கெடுபிடிகள் தமிழக முதல்வரை முற்றாக அமைதியிழக்க வைத்திருக்கிறது. ஜெயலலிதாவிற்கு ஆதரவாகத் தேர்தல் ஆணையம் செயல்படுவதாக அவர் பகிரங்கமாகக் குற்றம் சாட்டுகிறார். பணப் பரிவர்த்தனைகளைக் கண்காணிப்பதும் தடுப்பதும் தனக்கு எதிரானது என்பதை ஒப்புக் கொள்ளும் அவரது நேர்மை மிகவும் பாராட்டிற்குரியது.

மக்கள் தங்களைத் தவிர எல்லோர் மீதும் அனுதாபத்துடன் இருக்கிறார்கள். காங்கிரஸால் கொடுமைப்படுத்தப்படுவதால் அவர் களுக்குக் கருணாநிதி மீது அனுதாபம் இருக்கிறது. ஜெயலலிதாவால் கொடுமைப்படுத்தப்பட்டதால் வைகோ மீதும் அனுதாபம் இருக்கிறது. ஐந்து வருடங்களாக அதிகாரம் இல்லாமல் வாடும் ஜெயலலிதாமீதும் அனுதாபம் இருக்கிறது. தற்கொலை செய்துகொண்ட சாதிக்பாட்சா மீதுகூட அவர்களுக்கு அனுதாபம் இருக்கிறது. அவர்கள் நல்ல தீர்ப்பை வழங்கக் காத்திருக்கிறார்கள்.

ஏப்ரல், 2011

நரகத்திற்குப் போகும் பாதை

'வரலாற்றின் மகத்தான சம்பவங்கள் இரண்டு முறை நடக்கின்றன. முதல் முறை அது பரிதாபமாக முடிவடைகிறது. இரண்டாவது முறை நிகழும்போது கேலிக்கூத்தாக முடிகிறது' என்று கார்ல் மார்க்ஸ் ஒருமுறை எழுதினார். இந்தியாவில் சமீபத்தில் நடந்து முடிந்த இரண்டாவது 'சுதந்திரப் போரை' நினைக்கும்போது இந்த வாசகமே நினைவுக்கு வந்தது. முதல் இந்திய சுதந்திரப் போர் இந்தியர்களுக்கு எதைக் கொண்டுவந்தது என்பதை நாம் விளக்க வேண்டியதில்லை. ஊடகங்கள் சித்தரிப்பது போல அன்னா ஹசாரேயின் இரண்டாவது சுதந்திரப் போரைப் பற்றிக் கொஞ்சம் பேச வேண்டியிருக்கிறது. ஊழலுக்கு எதிராக மத்தியதர வர்க்க இந்தியர்கள் மெழுகுவர்த்தியுடன் காட்டிய எதிர்ப்பும், உலகக் கோப்பை கிரிக்கெட் பந்தயம் முடிந்து ஐ.பி.எல். பந்தயங்கள் தொடங்க இருந்த இடைப்பட்ட காலத்தில் அன்னா ஹசாரேயின் போராட்டத்திற்கு நமது ஊடகங்கள் தெரிவித்த ஆதரவும் நமது நீதியுணர்வின் அபத்தம் குறித்த பெரும் கேலிச் சித்திரத்தையே எழுப்பியது. முன்னாள் சட்ட அமைச்சரும் லோக்பால் மசோதா வரைவுக் குழுவில் இடம் பெற்றுள்ள வரும் ஊழல் எதிர்ப்பு போராளியுமான சாந்தி பூஷண், நிலம் வாங்கியது தொடர்பான முத்திரைத் தாள் கட்டண மோசடியில் ஈடுபட்டுள்ளதாக குற்றம் சாட்டப்பட்டுள்ளார். அதேபோல லோக்பால் மசோதா குழுவில் இடம்பெற்றுள்ள இன்னொரு உறுப்பினரான சந்தோஷ் ஹெக்டே கர்நாடக மாநில முதல்வரை ஊழல் வழக்கிலிருந்து காப்பாற்றியவர்

எனக் குற்றம் சாட்டப்படுகிறார். இந்தக் காலம் மிகவும் விநோதமானது. புனிதர்கள் பதிக்கும் ஒவ்வொரு சுவடும் அவர்கள் அடுத்த காலடியை எடுத்து வைக்கும் முன்னே நிறம் மாறிவிடுகின்றன.

அன்னா ஹசாரேயின் போராட்டம் நிகழ்ந்துகொண்டிருந்த சமயத்தில் 'பேஸ்புக்'கில் இந்த அபத்தம் குறித்த ஒரு சிறு குறிப்பை எழுதினேன். அதற்குப் பலரும் காட்டிய உணர்ச்சிபூர்வமான எதிர்ப்பினை என்னால் புரிந்துகொள்ள முடிந்தது. நமது பிரச்சினை அன்னா ஹசாரே அல்ல. அவரது நல்லெண்ணம் சந்தேகத்திற்குரியதும் அல்ல. சந்தேகத்திற்குரியவர்கள், அவரை ஆதரிக்கும் 'தேசபக்த' இந்தியர்கள் தான். இந்த தேசபக்தி பீறிட்டு எழ வேண்டும் என்றால் ஏதாவது ஒன்று எங்காவது நிகழ வேண்டும். கார்கிலில் இந்தியாவிற்கும் பாகிஸ்தானிற்கும் யுத்தம் மூள வேண்டும்; பயங்கரவாதிகள் மும்பை நகரத்தைத் தாக்க வேண்டும்; இந்தியா உலகக் கோப்பையை வெல்ல வேண்டும்; அன்னா ஹசாரே சாகும் வரை உண்ணாவிரதம் இருக்க வேண்டும். அப்படி ஏதும் நிகழாமல் போனால் இந்தியர்களின் வாழ்க்கையில் எந்த தேசபக்த உணர்ச்சிக்கும் இடம் கிடையாது. எந்த அறவியல் உணர்ச்சிக்குமோ, இலட்சியவாதத்திற்குமோ இடம் கிடையாது. பொது வாழ்க்கை சார்ந்த எல்லாவித இலட்சியவாதங்களும் அழிக்கப்பட்டுவிட்ட ஒரு காலகட்டத்தில் நாம் ஒரு யுத்தத்திற்காக காத்திருக்கிறோம் அல்லது அன்னா ஹசாரே போன்ற கடவுளின் வருகைக்காக காத்திருக்கிறோம். பொது வாழ்க்கை சார்ந்த இந்த இலட்சியவாதத்தை அழித்ததில் நமது கல்வி அமைப்புகள், மத அமைப்புகள், அரசியல் இயக்கங்கள், பொருளாதார திட்டங்கள் அனைத்திற்கும் பெரும் பங்கு இருக்கிறது. ஒவ்வொருவருக்கும் தங்களது தனிப்பட்ட நலன்களைத் தவிர பொது வாழ்க்கை சார்ந்த, சமூகப் பொறுப்புணர்வு சார்ந்த எந்தக் கடப்பாடும் இல்லை என்பது தான் இன்றைய இந்தியர்களின் பொது உளவியல். அன்றாட வாழ்க்கையில் தொடர்ந்து தங்களது சௌகரியங்களுக்காகவும், முன்னேற்றத்திற்காகவும் எண்ணற்ற சமரசங்களையும் குறுக்கு வழிகளையும் விட்டுக் கொடுத்தல்களையும் செய்யும் நாம்தான் ஊழல் ஒழிப்பிற்கான ஒரு மசோதாவைக் கொண்டுவருவதற்காக இவ்வளவு தார்மீக ஆவேசத்தை வெளிப்படுத்துகிறோம். நம்முடைய அன்றாட வாழ்வில் நாம் எதிர்கொள்ளும் ஒரு சிறிய அநீதியையோ முறைகேட்டையோ நம்முடைய பாதுகாப்புக் கருதி, சௌகரியங்கள் கருதி தட்டிக் கேட்க முடியாத நமக்கு ஒரு மெழுகுவர்த்தியுடன் ஊர்வலம் செல்வது எளிதாக இருக்கிறது. அந்த மெழுகுவர்த்தியின் வெளிச்சத்தில் நமது கோழைத்தனத்தின் நிழல் பதுங்கிவிடுகிறது. சமூக வாழ்வில் நாம் அடையும் ஆன்மிகச் சீரழிவுகளின் குற்றவுணர்விலிருந்து தப்பிக்க எண்ணற்ற ஆசுவாசங்கள் தேவைப்படுகின்றன.

அவுட் லுக் இதழ் இந்த மனோபாவம் பற்றி வெளியிட்ட அட்டைப்படக் கட்டுரையில் இதை Middle – Class Hypocrisy என்று

வர்ணிக்கிறது. அந்தக் கட்டுரையில் அன்னா ஹசாரேயின் போராட்டத் திற்கு மெழுகுவர்த்தி பிடிக்கும் மத்தியதர வர்க்கம் எத்தகைய ஊழல்களில் அன்றாடம் ஈடுபடுகிறது என்பது குறித்து ஒரு இலஞ்ச அட்டவணை வெளியிட்டிருக்கிறது. வீடு வாங்கும்போது கறுப்புப்பணம் கொடுத்தல், மேற்படிப்புக்காக கல்வி நிறுவனங்களுக்கு கணக்கில் வராத நன்கொடை செலுத்துதல், குழந்தைகளைப் பள்ளியில் சேர்க்க லஞ்சம் கொடுத்தல், பைலட்டுகளுக்கான லைசென்ஸ் உட்பட முறைகேடான டிரைவிங் லைசென்ஸ் பெறுதல், சிறிய தவறுகளுக்காக டிராபிக் போலீஸிற்கு லஞ்சம் கொடுத்தல், அலுவலகங்களில் போலி பில்கள் கொடுத்துப் பணம் வாங்குதல், வருமான வரி ஏய்ப்பு செய்தல், கேஸ் ஏஜென்ஸிகளுக்கு அதிகப் படியான பணம் கொடுத்து கூடுதல் சிலிண்டர் வாங்குதல், பாஸ்போர்ட் பரிசோதனைக்காக வரும் போலீஸ்காரர்களுக்கு லஞ்சம் கொடுத்தல், காத்திருப்போர் பட்டியலில் இருக்கும் ரயில் டிக்கெட்டை உறுதி செய்வதற்காக இடைத் தரகர் களுக்கு லஞ்சம் கொடுத்தல்... என்று நீள்கிறது இந்தப்பட்டியல். நம் வாழ்க்கையில் ஒருமுறை கூட மின்சார வாரிய ஊழியரோ, தொலைபேசித் துறை ஊழியரோ கேட்கும் லஞ்சத்தை மறுக்கக்கூடிய இடத்தில் இருக்கிறோமா? ஏதாவது ஒரு ஆட்டோ டிரைவர் தன் மீட்டருக்கு மேல் பணம் கேட்பது குறித்து எப்போதாவது மன உறுத்தலுக்கு ஆளாகிறாரா? குறுக்கு வழியும் முறைகேடும் நம்முடைய அன்றாட வாழ்வில் ஒரு தவிர்க்க முடியாத நியதியாக மாறிவிட்டது. யாருக்குக் காத்திருக்க முடியாதோ, யாரால் போராட முடியாதோ, யாரால் நியதிகளைப் பின்பற்ற முடியாதோ அவர்களுக்கு ஒரு கதாநாயகன் தேவைப்படுகிறார். இந்தக் கதாநாயகர்களின் வழியே இந்த ஊழல் அமைப்பிற்குப் பெரிய ஆபத்து எதுவும் வரப்போதில்லை என்பது எல்லோருக்கும் தெரியும். அதனால்தான் காஷ்மீரிலும் வடகிழக்கு மாநிலங்களிலும் இந்திய ஆயுதப்படைக்கு வழங்கப்பட்டி ருக்கும் ஜனநாயக விரோதமான அதிகாரங்களை எதிர்த்துப் பத்து வருடங்களாக உண்ணா விரதப் போராட்டங்களில் ஈடுபட்டிருக்கும் ஐரோம் ஷர்மிளாவைப் பொருட்படுத்தாத இந்திய அரசும் ஊடகங் களும் அன்னா ஹசாரேயை இவ்வளவு அனுசரணையுடன் நடத்து கின்றன. ஒவ்வொரு எதிர்ப்பு போராட்டத்தையும் நசுக்குவதற்கு எந்தத் தயக்கமும் காட்டாத நமது காவல்துறை, இந்தியா முழுக்க நடந்த இந்தப் புனித யுத்தத்தில் எங்கேயும் குறுக்கிடவில்லை. மன்மோகன் சிங்கும் சோனியா காந்தியும் ராகுல் காந்தியும் அன்னா ஹசாரேயிடம் எவ்வளவோ பரிவுடன் நடந்துகொள்கிறார்கள். இந்தப் பரிவில் சிறு பகுதியை மாவோயிஸ்ட்டுகளை ஒடுக்குகிறோம் என்கிற பெயரில் வேட்டையாடப்படும் ஆதிவாசிகளிடம் காட்டியிருக்க லாம். ஒரு புத்தகத்தைக் கையில் வைத்திருந்ததற்காக சிறையில் அடைக்கப்பட்ட பினாயக் சென்னிடம் காட்டியிருக்கலாம். ஏராள மான மக்களின் வாழ்வாதாரங்களை அழிக்கும் திட்டங்களுக்கு எதிராகப் போராடும் மேதா பட்கரிடமும் காட்டியிருக்கலாம். மனித

உரிமைகளுக்காகத் தொடர்ந்து குரல் கொடுத்ததற்காக தேசத் துரோகக் குற்றம் சாட்டப்பட்டிருக்கும் அருந்ததி ராயிடமும் சிறிது காட்டியிருக்கலாம். இவர்கள் யாரும் அன்னா ஹசாரேயைவிட புனிதம் குறைந்தவர்கள் அல்ல. இவர்களும் அவரைப் போலவே இந்த தேசத்தின் மக்களது கொடுந்துயர்களுக்கு எதிராகக் குரல் கொடுத்தவர்களே. ஆனால் இவர்கள் முன்வைக்கும் எந்த நியாயத்தை யும் பற்றி அக்கறையற்ற நாம் அன்னா ஹசாரேயின் நியாயத்திற்கு மட்டும் ஏன் இவ்வளவு உணர்ச்சிவசப்படுகிறோம். ஊழலைப் போன்ற அல்லது ஊழலை விடவும் கொடூரமான நோய்கள் நமது சமூகத்தில் வேறெதுவுமேயில்லையா? ஊழலுக்கு எதிராக இந்தியாவில் யார்தான் குரல் கொடுக்கவில்லை? ராகுல் காந்திகூட காங்கிரஸ் ஊழலுக்கு எதிரான இயக்கம் என்றுதான் சொல்கிறார்.

ஊழலுக்கு எதிரான ஒரு கடுமையான சட்டம், அமைப்பு இருப்பது நல்லதுதான். ஏற்கனவே இருக்கும் சட்டங்களை, அமைப்புகளை நாம் இதுவரை எப்படி பயன்படுத்தியிருக்கிறோம் என்பது வேறு பிரச்சினை. கடந்த மூன்றாண்டுகளில் வெளிப்பட்ட பிரமாண்டமான ஊழல்கள் இந்தியர்கள் மனதில் நமது அமைப்பின் மேல் ஏற்படுத்தி யிருக்கும் அவநம்பிக்கையை அழிப்பதற்கு அன்னா ஹசாரே போன்ற வர்கள் அவசியம்தான். ஒரு தேசத்தையே திவாலாக்கக்கூடிய இந்த ஊழல்கள் அமைப்பின் மீதான எதிர்ப்புணர்வாக மாறாமல் தடுப்ப தற்கு லோக்பால் போன்ற அமைப்புகளை ஒரு மாற்றாக, பிரமாண்ட மாக்கிக் காட்டுவதும் அவசியம்தான். ஒரு விதத்தில் கட்டற்ற ஊழல் மலிந்த அதிகார வர்க்கத்திற்கும் சுரண்டப்படும் கோடிக்கணக்கான இந்தியர்களுக்குமிடையே ஒரு சமாதானப் பேச்சுவார்த்தையில் அன்னா ஹசாரேவும் நமது ஊடகங்களும் ஈடுபட்டிருக்கின்றன.

ஊழலை நமது சமூக நோய்மைகளின் ஒரு விளைவாகக் காணாமல் அதுவே பிரச்சினைகளின் மூல காரணம் என்று தலைகீழாகப் புரிந்துகொள்வதன் மூலம் நாம் இந்தப் பிரச்சினையை அதன் உண்மையான தளத்தில் புரிந்துகொள்வதிலிருந்து விலக்கப்படுகிறோம். அன்னா ஹசாரே நரேந்திர மோடியையும், நிதிஷ் குமாரையும் மனமுவந்து பாராட்டுகிறார். திறமையான நிர்வாகம் மற்றும் அடித் தட்டு மக்களின் நலன்களைப் பொருட்படுத்தாத வளர்ச்சித் திட்டங்கள், மதவாதம், பெரும்பான்மையை அடிப்படையாகக் கொண்ட தேசிய வாதம் ஆகியவைதான் இந்த நாட்டின் மீட்சிக்கான அடிப்படைகளா? இந்திரா காந்தி நெருக்கடி நிலையைக் கொண்டுவந்தபோது கறுப்பு பணத்தையும் பதுக்கலையும் ஒழிப்பதற்காக மக்களின் ஜனநாயக உரிமைகளை ஒழித்தார். சஞ்சய் காந்தி மக்கள் தொகையைக் கட்டுப் படுத்தும் உயரிய நோக்கத்திற்காக பல்லாயிரக்கணக்கானோருக்கு கட்டாய கருத்தடை அறுவை சிகிச்சை செய்தார். நரேந்திர மோடி 2000த்திற்கும் மேற்பட்ட முஸ்லிம்களைப் படுகொலை செய்துவிட்டு இன்று பன்னாட்டு நிறுவனங்களின் லாபத்திற்காக வளர்ச்சி என்ற பெயரில் குஜராத் மக்களின் வாழ்வாதாரங்களைத் தாரை வார்த்தபடி

ஊழலற்ற நிர்வாகத்தை நடத்தி வருகிறார். இந்தியாவில் ராணுவ ஆட்சி வந்தால் நல்லது என்று நம்பும் மத்தியதர வர்க்கத்தின் பிரதிநிதிதான் அன்னா ஹசாரே. காந்திய வழியில் உண்ணாவிரதம் இருந்துகொண்டே ஊழலில் ஈடுபடுபவர்களுக்கு மரண தண்டனை வழக்கப்பட வேண்டும் என்று தங்கள் அஹிம்சா கொள்கைகளை வெளிப்படுத்துபவர்கள்தான் அவரது ஆதரவாளர்கள். ஒரு தூய்மையான சர்வாதிகாரியைவிட ஊழல் மலிந்த ஒரு அரசியல்வாதி சிறந்தவர் என்பதில் சந்தேகம் இல்லை.

லோக்பால் மசோதாவிற்காகக் குரல் கொடுப்பவர்கள் யாரும் அதன் உள்ளடக்கத்தையோ அதை எப்படி செயல்படுத்துவது என்பது குறித்தோ எந்த யோசனையும் அற்றவர்களாக இருக்கிறார்கள். ஒரு சட்டத்தை நிறைவேற்றுவதற்கான தெளிவான வழிமுறைகளோ ஊழியர்களோ இல்லாமல் அமைப்புகளை மட்டும் உருவாக்குவதில் என்ன பயன் இருக்க முடியும்? ஊழல் தொடர்பான புகார்களை லோக்பால் அமைப்பு நேரடியாக விசாரணைக்கு ஏற்கும் என்றால் நிச்சயமாக லட்சக்கணக்கான புகார்களை அது பெற வேண்டியிருக்கும் என்பதில் எந்த சந்தேகமும் இல்லை. இந்தப் புகார்களை விசாரிப்பதற்காக எத்தனை பெரிய அமைப்பினை ஏற்படுத்த வேண்டியிருக்கும்? குவியும் ஏராளமான புகார்களுக்கிடையே ஒருவர் தன்னுடைய முறைக்காக எவ்வளவு காலம் காத்திருக்க வேண்டியிருக்கும்? தகவல் அறியும் சட்டம் குறித்த பிரச்சினைகளிலும் இதுதான் நடந்தது. இந்திய ஜனநாயக அமைப்பில் கொண்டுவரப்பட்ட மிகச் சிறந்த சட்டம் அது என்பதில் எந்த சந்தேகமும் இல்லை. ஆனால் ஒவ்வொரு அரசு அலுவலகத்திலும் குவியும் தகவல் கோரும் மனுக்களை விசாரிப்பதற்காகவே இந்த அலுவலகங்களின் பாதிக்கும் மேற்பட்ட வேலை நேரம் செலவிடப்படுவதாகக் கூறப்படுகிறது. இது வேறு அத்தியாவசியப் பணிகளைச் செய்வது மிகவும் தாமதப்படுத்துவதாக ஒரு கருத்து இருக்கிறது. தேவையான அமைப்புகளை உருவாக்காமல் சட்டங்களை மட்டும் உருவாக்குவது வீண் சுமைகளை ஏற்படுத்துவது மட்டுமல்ல, வீண் நம்பிக்கைகளையும் ஏற்படுத்துகிறது. சமூக மாற்றத்திற்கான இயக்கத்தை ஒன்றுக்கு ஒன்று தொடர்புடைய பிரச்சினைகளோடு வைத்து அணுகாமல் ஊழல் போன்ற ஏதாவது ஒன்றை மட்டும் மையப்படுத்தி உருவாக்குவது நம்மை நாமே ஏமாற்றிக் கொள்வதாகும். எண்ணற்ற சீர்திருத்தங்களை சமூகத்தின் ஒவ்வொரு மட்டத்திலும் செய்வதன் மூலமே ஊழலுக்கு இடமில்லாத ஒரு சமூகத்தை உருவாக்க முடியும். தூய்மை சார்ந்த போலி ஆவேசங்கள் நம்மை எங்கேயும் இட்டுச்செல்லப் போவதில்லை.

இந்தத் தலையங்கத்தை மார்க்ஸின் ஒரு மேற்கோளுடன் தொடங்கியது போலவே அவரது மேற்கோளுடனேயே முடிக்கலாம். 'நரகத்திற்குப் போகும் பாதை நல்லெண்ணங்களால் ஆனது.'

மே, 2011

ஒரு புரட்சியின் கதை

கடந்த ஆண்டு செம்மொழி மாநாட்டின் போது எனக்குப் பக்கத்து அறையில் தங்கியிருந்த சர்வதேச ஊடகமொன்றில் பணிபுரியும் நண்பரைச் சந்தித்தேன். அவர் தீவிரமான தி.மு.க. ஆதரவாளராக அறியப் பட்டவரும்கூட. அவரிடம் தி.மு.க.வின் அரசியல் எதிர்காலம் பற்றிக் கேட்டபோது 'வரும் தேர்தலில் தி.மு.க. தோற்கவேண்டும். அதுதான் தி.மு.க.விற்கும் கலைஞருக்கும் நல்லது' என்றார் கசப்புடன். தி.மு.க. வின் நோய்மைகளுக்காக இந்தத் தேர்தலில் செய்யப் பட்டிருப்பது மிக கடுமையான அறுவை சிகிச்சை. இதன் விளைவுகளிலிருந்தும் பக்க விளைவுகளிலிருந் தும் மீண்டுவர இன்னும் பல காலம் ஆகலாம். உண்மையில் தி.மு.க.வை இதிலிருந்து மீட்டெடுக்கும் சக்தி ஜெயலலிதாவிடம் மட்டுமே இருக்கிறது. கருணா நிதியும் ஜெயலலிதாவும் பரஸ்பரம் இந்த உதவியைத் தொடர்ந்து மேற்கொண்டு வந்திருக்கிறார்கள். இப் போதைக்கு தி.மு.க.விற்குத் தேவையெல்லாம் தாங்கும் சக்தி மட்டுமே. மற்றபடி ஒரு தேர்தலில் அடையக் கூடிய வெற்றியோ தோல்வியோ யாருக்கும் எந்த மனமாற்றத்தையும் கொண்டுவருவதில்லை என்பது தான் நமது அரசியல் சரித்திரம் சொல்லும் பாடம்.

அ.தி.மு.க. இந்தத் தேர்தலில் அடைந்திருக்கும் வெற்றி மிகப் பெரியது. அது சுத்தமான தெட்டத் தெளிவான தேர்வு. பொதுவான பல அரசியல் கணக்குகள் பொய்த்துப்போன தேர்தல் இது. தி.மு.க. அரசு கொண்டுவந்த பல நலத்திட்டங்கள் அடித் தட்டு மக்களிடம் பரவலாகப் போய்ச் சேர்ந்தன

என்பதில் எந்த சந்தேகமும் இல்லை. இலவசத் தொலைக் காட்சி, ஒரு ரூபாய் அரிசி, மருத்துவக் காப்பீட்டுத் திட்டம், மகளிர் சுய உதவிக் குழுக்கள் என ஏராளமான திட்டங்கள் வழியே மக்களிடம் நேரடியாகத் தொடர்பு கொண்ட அரசாகவே தி.மு.க இருந்தது. ஆனால் மின்சாரத் தட்டுப்பாடு மற்றும் விலைவாசி உயர்வினால் பெருவாரியான மக்கள் தாங்கள் உதாசீனப்படுத்தப் பட்டிருக்கிறோம் என்ற உணர்வினையே அடைந்தார்கள் என்பதை கருணாநிதி புரிந்து கொள்ளவே இல்லை. மின்சாரத் தட்டுப்பாடும் விலைவாசியும் மக்களின் வாழ்க்கைத் தரத்தை வெகுவாகக் கீழிறக்கிவிட்டது. தி.மு.க. அரசினால் இதைத் தடுத்து நிறுத்த எதுவுமே செய்யமுடியவில்லை. தொலைநோக்கற்ற திட்டங்களாலும் வெற்றுச் செலவீனங்களாலும் தமிழகம் பல்வேறு துறைகளில் வெகுவாகப் பின்தங்கிவிட்டது. ஒரு பெரிய காயத்திற்குத் தான் அளிக்கும் ஒத்தடம் பற்றி கருணாநிதி அதீத தன்னம்பிக்கையுடன் இருந்துவிட்டார். மேலும் தி.மு.க.வின் உள்ளூர் பிரதிநிதிகள் தங்கள் பகுதிகளில் கட்டப் பஞ்சாயத்துகளை உற்சாகமாக அரங்கேற்றிக்கொண்டிருந்த காலத்தில் அ.தி.மு.க. உள்ளூர் பிரச்சினைகளை முன்வைத்து தமிழகமெங்கும் தொடர் ஆர்ப்பாட்டங்களை நடத்தியது. மக்களின் பெருகிவரும் அதிருப்திக்கு வடிவம் கொடுக்கும் முயற்சியை அடிமட்டத்திலிருந்து ஜெயலலிதா படிப்படியாக உருவாக்கினார்.

ஜாதிய அரசியல் கூட்டணிகளால் வெற்றியைத் தீர்மானிக்கலாம் என்ற கணக்கும் இந்தத் தேர்தலில் தோற்கடிக்கப்பட்டிருக்கிறது. மக்கள் எப்போதும் ஜாதிய ரீதியாகத்தான் வாக்களிக்கிறார்கள் என்பது ஒரு கற்பனை. மக்களுடைய ஜாதிய விருப்பு வெறுப்புகளைக் கடந்த சில பொதுவான உணர்வுகளும் எதிர்ப்புணர்ச்சியும் தீர்மானிக்கும் சக்திகளாக இருக்கின்றன என்பதையே இந்தத் தேர்தல் காட்டுகிறது.

எல்லாவற்றையும்விட தி.மு.க. ஆட்சியில் பொதுமக்களின் ஆழமான சில தார்மீக உணர்வுகள் அவமதிக்கப்பட்டன. ஜெயலலிதா தனது வளர்ப்பு மகனுக்குச் செய்த ஆடம்பரத் திருமணத்தின் மூலம் ஏழ்மை மிகுந்த ஒரு சமூகத்தின் தார்மீக உணர்ச்சிகளை அவமதித்தார் என்றால் அதைவிடப் பல மடங்கு அவமதிப்பினை தி.மு.க. இந்த ஐந்தாண்டுகளில் செய்தது. தன்னுடைய பல்வேறு குடும்பங்கள், கிளைக் குடும்பங்களின் அதிகாரப் போராட்டத்திற்கான மையமாக ஒரு அரசை, ஒரு கட்சியை மாற்றுவதன் அபாயம் குறித்து கருணாநிதி புரிந்து கொள்ளவே இல்லை. இரண்டாவதாக, அரசியல் அதிகாரம் ஒரு கட்சிக்கு வழங்கப்பட்டதே தவிர, தனது குடும்பத்திற்கு வழங்கப் பட்டதல்ல என்பதை கருணாநிதியின் குடும்பத்தைச் சேர்ந்த யாருமே ஏற்கவில்லை. அவர்கள் கருணாநிதியின் பிள்ளைகளாகவோ உறவினர்களாகவோ இருப்பதாலேயே அதிகாரம் செலுத்துவது தங்கள் பிறப்புரிமை என்று கருதினார்கள். அந்த உரிமையை நிலை நாட்டு வதற்காக ஒருவரை ஒருவர் ரகசியமாக வேட்டையாடினார்கள், சதிகளில் ஈடுபட்டார்கள், தீ வைத்து எரித்தார்கள், வரலாறு

காணாத ஊழலில் ஈடுபட்டார்கள். ஒரு ஜனநாயக அமைப்பின் மக்களது உணர்ச்சிகளை நாம் அவமதிக்கிறோம் என்று யோசிக்கக்கூடிய ஒருவர்கூட அங்கு இல்லை.

ஒரு தேர்தலை யுத்தகால கெடுபிடியுடன் தேர்தல் கமிஷன் நடத்த வேண்டியிருந்தது என்றால் அது தமிழகத்தில்தான். ஓட்டுக்குப் பணம் கொடுப்பதை தி.மு.க. இவ்வளவு பரவலாகவும் பகிரங்கமாகவும் செயல்படுத்த முனைந்ததன் விளைவாக அது நேரான வழிமுறைகளில் சிறிதும் நம்பிக்கையற்ற ஒரு இயக்கம் என்கிற அவப்பெயரையே தேடித் தந்தது. இவ்வளவு பணம் எங்கிருந்து வந்தது என யாரும் யோசிக்க மாட்டார்கள் என்று கருணாநிதி அவ்வளவு திடமாக நம்பினார். தேர்தல் கமிஷன்தான் தன்னைத் தோற்கடித்துவிட்டது என்று இன்றளவும் புகார் சொல்லி வருவதன் மூலம் அவர் தனது வழிமுறைகளைப் பற்றி தொடர்ந்து ஒப்புதல் வாக்குமூலம் அளித்து வருகிறார். தி.மு.க.அரசு எல்லா விதத்திலும் தனது நம்பகத்தன்மையையும் தார்மீக நெறிகளையும் இழந்ததன் மூலம் இப்போது அதிகாரத்தை இழந்திருக்கிறது.

தேர்தல் தோல்வியைவிட கருணாநிதியை மனமுடையச் செய்திருப்பது ஸ்பெக்ட்ரம் ஊழல் விவகாரத்தில் கனிமொழி கைது செய்யப்பட்டு சிறையில் அடைக்கப்பட்டிருப்பதுதான். ஒரு அரசியல் இயக்கத்தின் தலைவர் என்ற பாத்திரத்தைவிட ஒரு கணவரின், தந்தையின் பாத்திரத்தை முன்வைத்தே தனது பொது வாழ்க்கையைக் கொண்டு செலுத்தியிருக்கும் அவரால் இதை எதிர்கொள்வது கடினமானது. நெருக்கடி நிலையின்போது ஸ்டாலின் கைது செய்யப்பட்டதைவிட, ஜெயலலிதா அரசினால் தான் கைது செய்யப்பட்டதைவிட கருணாநிதியை இது ஆழமாக மனமுடையச் செய்திருக்கிறது. முந்தைய கைதுகள் அரசியல் ரீதியானவை. கருணாநிதிக்கு அனுதாபத்தையும் அனுகூலத்தையும் பெற்றுத் தந்தவை. ஆனால் கனிமொழியின் கைது இதற்கு நேர் மாறானது. தி.மு.க அங்கம் வகிக்கும் கூட்டணி அரசின்கீழ் இயங்கும் சி.பி.ஐயினால் கனிமொழி கடுமையான ஊழல் குற்றச்சாட்டின்கீழ் கைது செய்யப்பட்டிருக்கிறார். அவரை யாரும் பழிவாங்கவில்லை. அவர் தேர்ந்துகொண்ட வழிமுறை அவரைப் பழிவாங்கிக்கொண்டிருக்கிறது.

கனிமொழியின் அரசியல் வாழ்வின் வளர்ச்சியும் வீழ்ச்சியும் ஒரு ஐந்தாண்டுக்குள் ஒரு முழுச் சுற்றுக்கு வந்துவிட்டது. இது மிகவும் அவலமானது. திராவிட இயக்க அரசியலில் ஒரு மாற்று அடையாளமாகவும் பெண்களின் நம்பிக்கைக்குரிய பிரதிநிதியாகவும் கருதப்பட்ட அவர் இவ்வளவு குறுகிய காலத்தில் இவ்வளவு பெரிய அவப்பெயரைத் தேடிக்கொள்வார் என்று யாரும் நினைத்திருக்க மாட்டார்கள். கனிமொழியை டெல்லிக்கு அனுப்பியதன் மூலம் தனது குடும்ப அரசியலில் இன்னொரு கடமையைப் பூர்த்தி செய்வதாகத்தான் கருணாநிதி நினைத்திருப்பார். ஆனால் கனிமொழி தனது தந்தையின்

குடும்பங்களுக்கிடையே தனது குடும்பத்தின் இடத்தை மேலே கொண்டு வருவதற்கான கடும் மனச்சிக்கலைக் கொண்டிருந்தார். கருணாநிதியின் மூத்த குடும்பத்தின் அதிகார பலம், மாறன் குடும்பத்தின் பண, ஊடக பலம் இவற்றிற்கு சமமான ஒரு பலத்தை அவர் உடனடியாக அடைய விரும்பினார். தனது தந்தையின் வாழ்நாளுக்குப் பிறகுதான் வெகு சுலபமாக ஒதுக்கப்பட்டுவிடுவோம் என்கிற உள்ளுணர்வு அவருக்கு இருந்தது. அரசியலில் தனக்குக் கிடைத்த இந்த முதல் சந்தர்ப்பம்தான் தனக்கு இருக்கும் கடைசி சந்தர்ப்பமும் என்று அவருக்குத் தெரியும். கேபினட் அந்தஸ்திற்குக் குறைவான மந்திரிப் பதவி எதையும் அவர் ஏற்க மறுத்த போதே அழகிரியும் தயாநிதி மாறனுமே அவருடைய எல்லா பிரச்சினைகளுக்கு காரணம் என்பது வெளிப்படையாகத் தெரிந்தது. அவர் சம பலமற்ற ஒரு போட்டியில் துணிந்து இறங்கினார். ஆராசா காட்டிய ஊழல் புதையல் யாரையும் மனப்பிறழ்வுக்கு ஆளாக்கக்கூடியது. அந்தப் புதையலுக்குப் பின்னே இருக்கும் பூதங்களைப் பற்றி யோசிக்கக்கூட அவகாசம் இல்லாதவராக கனிமொழி தனது சாகசத்தை தொடங்கினார். தன்னை முன்னிறுத்து வதற்காக கலைஞர் டி.வி.க்கும் தமிழ் மையத்திற்கும் எந்த முன் யோசனையும் இன்றி தொலைத் தொடர்புத் துறை ஊழல் பணத்தைக் கொண்டுவந்தார். இந்தப் புதையலைக் கையாள்வதற்கான எந்தத் திறமையும் அவருக்கு இல்லை. ஊழல் பணத்தை இவ்வளவு வெளிப் படையாக வங்கிக் காசோலையாகப் பெற்றுக்கொண்ட ஒரே நபர் இந்தியாவில் கனிமொழியாகத்தான் இருப்பார். மேலும் தான் ஈடுபடும் குற்றத்தின் தன்மை குறித்த எந்தத் தார்மீக உணர்வும் அவருக்கு இருக்கவில்லை. பொது வாழ்வில் அவர் தன்னைப் பற்றிக் கட்டியமைக்க விரும்பிய பிம்பத்திற்கு நேர் எதிரான ஒன்றைச் செய்வதில் அவருக்கு எந்த தயக்கமும் இருந்திருப்பதாகத் தெரிய வில்லை.

தமிழகத்தில் இழப்பதற்கு எதுவும் இல்லாத காங்கிரஸ் இந்தத் தேர்தலில் தி.மு.க.வைப் பலவீனப்படுத்தும் தனது முயற்சியில் வெற்றி பெற்றுவிட்டது. இனி தன்னை அண்டி வாழவேண்டிய ஒரு சக்தியாக தி.மு.க.வை அது மாற்றியதன் மூலம் தமிழக அரசியலில் எதிர்காலத்தில் பல புதிய பேரங்களை நோக்கிச் செல்வதான பாதைகளை உருவாக்கிக் கொண்டிருக்கிறது.

பா.ம.க.வும் விடுதலைச் சிறுத்தைகளும் தங்களது சந்தர்ப்பவாத அரசியலால் இந்தத் தேர்தலில் முற்றாக அடித்துச் செல்லப்பட்டு விட்டன. ராமதாஸ் ஒரு நம்பகத்தன்மையற்ற தலைவர் என்ற இடத்தை தனது அரசியல் செயல்பாடுகளால் வெகு விரைவாகவே அடைந்தார். திருமாவளவன் விடுதலைச் சிறுத்தைகள் இயக்கத்தை ஒரு கூட்டணிக் கட்சியாக இல்லாமல் தி.மு.க.வின் ஒரு மாணவர் அணியாகவே மாற்றினார். கருணா நிதியின் மீது காட்டிய இந்த விசுவாசத்திற்காக அவர் ஈழப் பிரச்சினை போன்ற விவகாரங்களில்

தன்னுடைய உணர்வுகளுக்கு எதிரான முடிவுகளையே எடுத்தார்.

இந்த இரண்டு கட்சிகளின் இடத்தையும் தே.தி.மு.க. வெகு சுலபமாக ஆக்ரமித்துக்கொண்டுவிட்டது. இந்தத் தேர்தலில் அது பிரதான எதிர்க்கட்சியாக மாறியதன் மூலம் விஜய்காந்த் தனது அரசியல் வாழ்வின் முக்கியமான கட்டத்திற்கு நகர்ந்திருக்கிறார். வெகு சீக்கிரமே விஜய்காந்த் தீவிரமான ஆளும்கட்சிக்கு எதிரான நிலைப்பாட்டை எடுப்பார். அதுவே அவரைப் பிரதான மாற்றுத் தலைவராக உருவாக்கும் என்று அவருக்குத் தெரியும்.

ஜெயலலிதாவின் வெற்றியைத் தமிழக ஊடகங்கள் ஒரு மகத்தான புரட்சியாக வர்ணிக்கின்றன. ஜெயலலிதா இதற்கு முன்பும் பல புரட்சிகளைச் செய்தவர் என்பதாலும் எப்போதும் அவர் ஒரு நிரந்தரப் புரட்சியாளராக இருக்கப்போகிறார் என்பதாலும் நாம் இந்த மகத்தான புரட்சியைக் கொண்டாடக் கடமைப்பட்டிருக்கிறோம். கருணாநிதியினால் கட்டப்பட்டது என்பதற்காக 1000 கோடி ரூபாய் செலவில் கட்டப்பட்ட புதிய சட்டமன்றக் கட்டிடத்தை நிராகரித்தது, கருணாநிதியின் அரசினால் உருவாக்கப்பட்டது என்பதற்காக தமிழகக் கல்வி வரலாற்றில் ஒரு மகத்தான மாறுதலைக் கொண்டுவரக்கூடிய சமச்சீர் கல்வித்திட்டத்தை எந்த விவாதமும் இன்றிக் கைவிட்டது என்று அவருடைய புரட்சிகர நடவடிக்கைகள் வெகு விமரிசையாகத் துவங்கியிருக்கின்றன. ஜெயலலிதாவைப் பற்றி வாஸந்தி ஆங்கிலத்தில் எழுதியுள்ள புத்தகத்திற்கு அது வெளிவருவதற்கு முன்பே தடை வாங்கியிருப்பதன் மூலம் அவரது சகிப்புத் தன்மையின் மாண்பையும் வெளிப்படுத்தியிருக்கிறார்.

இருந்தும் மக்களின் அடிப்படை பிரச்சினைகள் சார்ந்து தி.மு.க. அரசு உருவாக்கிய கடும் பிரச்சினைகளை களைவதற்கு அவர் சில உறுதியான நடவடிக்கைகளை எடுப்பார் என மக்கள் நம்புகின்றனர். கருணாநிதியும் அவரது குடும்பமும் இப்போது சிக்கிகொண்டிருக்கும் பிரச்சினைகளில் இருந்து கொஞ்சம் மூச்சுவிடவே இன்னும் ஓராண்டிற்கு மேல் ஆகலாம். அதுவரை ஜெயலலிதா தனது புரட்சிகர ஆற்றலை மக்கள் நலத் திட்டங்களுக்காகக் கொஞ்சம் செலவிட்டால் நல்லது.

ஜூன், 2011

கார்ப்பரேட் சாமியார்கள் இந்தியாவின் ஸ்விஸ் வங்கிகள்

சமீபத்தில் ஓஷோவின் புனே ஆஸ்ரமத்தோடு முன்பு தொடர்பில் இருந்த ஒரு நண்பரைச் சந்தித்தேன். அவர் ஓஷோவின் இறுதி நாட்கள் பற்றி நீண்ட நேரம் பேசிக்கொண்டிருந்தார். 'ஓஷோ மிகவும் தனிமைப்படுத்தப்பட்டவராகவும் மன உளைச்சலுடனும் இருந்தார். ஆஸ்ரமத்தின் பெருமதிப்பிலான சொத்துக்களைக் கைப்பற்ற உடனிருந்த சிலரால் அவருக்கு விஷம் கொடுக்கப்பட்டதாகச் சொல்லப்பட்டது. அவருக்கு உண்மையிலேயே நெருக்கமாக இருந்த ஒரு சிலரே கடைசியில் அவருக்குத் துணையாக இருந்தனர்' என்றெல்லாம் அவர் சொல்லிக்கொண்டிருந்தார். பேச்சு இந்தியாவில் உள்ள பல புகழ்பெற்ற ஆஸ்ரமங்கள் பற்றித் திரும்பியது. 'இந்த ஆஸ்ரமங்களின் ஆன்மீக அனுபவத்திற்கும் போதைப் பொருள் உபயோகத்திற்கும் உள்ள தொடர்புகளை நாம் கவனமாக ஆராய வேண்டும். வெளிநாட்டுப் பக்தர்களின் ஏராளமான வருகைக்கும் இந்த போதைப் பொருள் உபயோகத்திற்கும் சம்பந்தமிருக்கிறது. இன்னும் சொல்லப்போனால் சர்வதேச போதைப் பொருள் வர்த்தகத்தோடு சில ஆஸ்ரமங்கள் தொடர்பு கொண்டிருக்கின்றன. அவற்றிடம் சேரும் பணம் வெறுமனே பக்தர்களின் காணிக்கையால் வருகிறது என்பது நம்ப முடியாத கட்டுக்கதை' என்றார் அவர்.

சமீபத்தில் ஒரு கடவுளின் சொத்து மதிப்பும் ஒரு ஆன்மீக குருவின் சொத்து மதிப்பும் இந்தியாவில் பரபரப்பான செய்திகளாகி யிருக்கின்றன. சமீபத்தில் மறைந்த, கடவுளாகக் கருதப்படும் சாய்பாபா அறக்கட்டளையின் சொத்து மதிப்பு சுமார் 1.4 லட்சம் கோடி என்று தோராயமாகக் கணக்கிடப்பட்டுள்ளது. உண்மையான மதிப்பு பல ஆயிரம் கோடி ரூபாய் இருக்கலாம் என்று கருதப்படுகிறது. சமீபத்தில் திறக்கப்பட்ட அவரது அறையில் 11 கோடி ரொக்கப்பணம் மற்றும் 98 கிலோ தங்கம் கண்டுபிடிக்கப்பட்டது. மேலும் கடந்த சில நாட்களில் பஸ்களிலும் லாரிகளிலும் கடத்தப்படும் சாய் பாபாவின் பணம் லட்சக்கணக்கில் கட்டுக்கட்டாக கைப்பற்றப்படும் செய்திகள் வந்தவண்ணம் இருக்கின்றன. ஆள் ஆளுக்குக் கையில் கிடைத்த பண மூட்டைகளைத் தூக்கிக்கொண்டு ஓடிய வண்ணம் இருக்கிறார்கள். சாய்பாபாவின் அரண்மனை ரகசியங்கள் அவரது வாழ்நாளைப் போலவே மறைவிற்குப் பின்னும் ஒருபோதும் வெளியே வரப்போவதில்லை.

இரண்டாவதாக, பாபா ராம்தேவ். ஆன்மீகக் குருவான அவர் ஒரு அரசியல் போராளியாக மாற முயற்சித்தபோது காங்கிரஸ் அவரை வெகு சுலபமாகக் கையாண்டது. அன்னா ஹஸாரே போன்ற, இழப்பதற்கு ஏதுமில்லாத எளிய மனிதர்களைக் கையாள்வதுதான் மிகவும் கடினமானது. ஆனால் ராம்தேவ் நள்ளிரவில் மூட்டை கட்டப்பட்டார். அவர் கூட்டிய கூட்டம் எந்தத் தயக்கமும் இன்றி கலைக்கப்பட்டது. தினமும் யாராவது ஒரு காங்கிரஸ் தலைவர் ராம் தேவைத் 'திருடன்' என்று வர்ணிக்கிறார். ராம் தேவ் தனது சொத்து மதிப்பை அறிவிக்க நிர்ப்பந்திக்கப்பட்டார். 1100 கோடி ரூபாய் பணம் வைத்திருக்கும் ஒரு ஆள் கறுப்புப் பணத்தையும் ஊழலையும் ஒழிக்கப் போகிறாரா என்று சராசரி இந்தியர்கள் குழம்பிப் போனார்கள். ராம்தேவின் ஊழல் எதிர்ப்பு சாகசம் ஒரு வாரத்தில் துடைத்தெறியப்பட்டது. கங்கையைச் சுத்தப்படுத்தக் கோரி 114 நாட்கள் உண்ணாவிரதம் இருந்த சுவாமி நிகமானந்தா உயிர் விட்ட அதே மருத்துவமனையில் ஸ்ரீ ஸ்ரீ ரவிசங்கரின் வேண்டு கோளை ஏற்று ராம்தேவ் தன் உண்ணா விரதத்தை முடித்துக்கொண் டார். ஒரு யோகா மாஸ்டர் 1100 கோடி ரூபாய் தொழிலதிபராக எப்படி மாறினார் என்ற ரகசியத்தை நாம் ஒருபோதும் அறிய முடியாது.

இந்தியாவில் கார்ப்பரேட் சாமியார்கள், பெருமுதலாளிகள், அதிகாரவர்க்கத்தினர் ஆகிய மூவரும் நெருக்கமாகப் பிணைக்கப் பட்டிருக்கிறார்கள். அரசியல் மற்றும் சமூக பீடங்களின் உயர்மட்டங் களில் இருப்பவர்கள் ஏன் சாமியார்கள் காலில் விழுகிறார்கள் என்பதைப் புரிந்துகொள்வது கடினமானதல்ல. நவீன குருமார்கள் இன்று சர்வதேச அளவிலான தரகர்களாக மாறிவிட்டனர். பல்வேறு நிழல் நடவடிக்கைகளில் அவர்களுக்கு இருக்கும் தொடர்புகள்

அவ்வப்போது வெளிவந்து பிறகு மறைந்துவிடுகின்றன. கடந்த பத்தாண்டுகளில் கார்ப்பரேட் சாமியார்கள் சேர்த்த சொத்து மதிப்பு என்பது ஒரு பெரிய வர்த்தக நிறுவனத்திற்குக்கூட சாத்தியமில்லாதது. உண்மையில் கார்ப்பரேட் சாமியார்கள் இந்தியாவின் ஸ்விஸ் வங்கிகளாகச் செயல்பட்டு வருகிறார்கள் என்பதுதான் உண்மை. அரசியல்வாதிகள், பெருமுதலாளிகளின் பணம் பெருமளவில் அங்கே முடக்கப்படுகிறது. இந்திய சட்டங்கள் ஆசிரமங்களுக்கு வரும் பணத்திற்கு வரி விலக்கு அளிப்பது மட்டுமல்ல, அவற்றைக் கேள்விக்கு அப்பாற்பட்டதாகவும் கருதுகின்றன. இதுதான் இந்த திடீர் செல்வத்தின் ஊற்றுக் கண்.

சில ஆண்டுகளுக்கு முன்பு ஜெயேந்திரரை அப்போதைய முதல்வர் ஜெயலலிதா ஏன் கைது செய்தார் என்பது இன்றுவரை புரியாத புதிர். அவர்மீது சுமத்தப்பட்ட குற்றங்களைத் தாண்டி வேறு காரணங்கள் உள்ளன என்பது பகிரங்கமான ரகசியமாக இருந்தது. அவை பண விவகாரங்களாக இருக்கலாம் என்று பரவலாகவே விவாதிக்கப்பட்டது. பிரேமானந்தாவுக்கும் ஒரு நிழல் அரசியல்வாதிக்குமான பணப்பிரச்சினைகளே அவர் மாட்டிவிடப்பட்டதற்குக் காரணம் என்று சொல்லப்பட்டது. மத்திய அமைச்சர் ஒருவர் நித்யானந்தாவிடம் பெருமளவிலான பணத்தைப் பதுக்கி வைத்திருந்ததாக பேச்சு அடிபட்டது. சில மாதங்களுக்கு முன்பு பங்காரு அடிகளாரின் ஆசிரமத்தில் நடந்த சோதனை அவருக்கு விடுக்கப்பட்ட எச்சரிக்கை என்றும் கூறப்பட்டது.

கார்ப்பரேட் சாமியார்கள் நடத்தும் யோகா வகுப்புகள் மற்றும் மருத்துவ உதவி முகாம்களைப் பற்றிப் புகழ்ந்து பேசுவதன் வாயிலாக இந்த சாமியார்கள் எத்தகைய சமூக அபாயங்களாக மாறி வருகிறார்கள் என்பதைப் பார்க்கத் தவறுகிறோம். ஏழைகளுக்கு சில இலவசப் பொருள்களைக் கொடுத்துவிட்டு தேசத்தையே கொள்ளையடிக்கும் அரசியல்வாதிகளுக்கும், மக்களுக்கு எளிய மூச்சுப் பயிற்சியை சொல்லிக் கொடுத்து விட்டு பல்லாயிரம் கோடி ரூபாயை விழுங்கும் கார்ப்பரேட் சாமியார்களுக்கும் எந்த வித்தியாசமும் இல்லை.

ராம்தேவின் சமீபத்திய நாடகம் கார்ப்பரேட் சாமியார்கள் எடுக்க விரும்பும் புதிய அவதாரத்தையே முன்னுணர்த்துகின்றன. இதுவரை மறைமுக அரசியல் நடவடிக்கைகளின் தரகர்களாகவும் பினாமிகளாகவும் இருந்த அவர்கள் இப்போது நேரடி அரசியலுக்கு வர விரும்புகிறார்கள். பணபலம், ஊடக பலம், மக்கள் செல்வாக்கு ஆகிய மூன்றும் கொண்ட அவர்களுக்கு அரசியல் கனவுகள் உருவாவது மிகவும் இயல்பானதே. ஆனால் ராம்தேவ் ஆர்.எஸ்.எஸ். இயக்கத்தினால் வாடகைக்கு அமர்த்தப்பட்டவர். அடுத்தடுத்த ஊழல் புயல்களினால் காங்கிரஸ் மூச்சுத் திணறிக் கொண்டிருக்கிறது. இன்றைய அரசாங்கத்தைப்போல ஊழலும் செயலின்மையும் கொண்ட பிறிதொரு அரசு இந்திய வரலாற்றிலேயே இருந்ததில்லை. ஆனால்

பி.ஜே.பி. வகுப்புவாத கொள்கையினால் ஏற்கனவே தனது தேசிய அடையாளத்தை இழந்து சிதைந்து போயிருக்கிறது. காங்கிரசிற்கு எதிராக பி.ஜே.பியை அதன் வகுப்புவாத அடையாளத்தை மறைத்து மீண்டும் உயிர்ப்பிக்க வேண்டும் என்றால் அதற்கு ஒரு வலுவான மாற்று அடையாளம் தேவை. ராம்தேவை அத்தகைய ஒரு அடையாள மாக மாற்றவே ஆர்.எஸ்.எஸ். விரும்பியது. அன்னா ஹஸாரே உருவாக்கிய ஊழல் எதிர்ப்பியக்கத்தை ராம்தேவ் மூலமாக ஹைஜாக் செய்யலாம் என்ற அதன் கனவு எதிர் பாராதவிதமாகப் பிசுபிசுத்துப் போய்விட்டது. ராம்தேவ் ஒரு போராளி அல்ல. கார்ப்பரேட் முதலாளி. அவரால் பசி தாங்க முடியாது. அவர் போலீஸைக் கண்டதும் மேடையில் இருந்து குதித்துப் பெண் வேடமிட்டுத் தப்பி ஓட ஆரம்பித்துவிட்டார்.

இந்திய சமூக அமைப்பு பல்வேறு நெருக்கடிகளால் அதன் விளிம்பு நிலைக்கே தள்ளப்பட்டுவிட்டது. கடும் விலைவாசி ஏற்றத்தால் மக்களின் வாழ்க்கைத் தரத்தில் ஏற்பட்டிருக்கும் வீழ்ச்சியும் கற்பனைக் கெட்டாத ஊழலும் மக்களைப் பெருமளவுக்கு அமைதியிழக்க வைத்திருக்கின்றன. இதுபோன்ற சூழல்தான் உலகில் பெரும் சமூக கொந்தளிப்புகளையும் அமைப்பு ரீதியான மாற்றங்களையும் உருவாக்கி இருக்கின்றன. ஆனால் இந்தியாவில் ஒரு கண்ணுக்குத் தெரியாத ‘ஷாக் அப்ஸர்வர்’ ஒன்று செயல்படுகிறது. அது எல்லா அதிர்ச்சி களையும் சமநிலைப்படுத்தி இந்த அமைப்பை நீடிக்கச் செய்கிறது. அன்னா ஹஸாரேக்களும் ராம்தேவ் பாபாக்களும் இந்த ஷாக் அப்ஸர்வரை வலுப்படுத்தும் பணியையே செய்துகொண்டிருக் கிறார்கள். அவர்கள் மக்களுக்கும் ஊழல்வாதிகளுக்கும் நடுவே ஒரு சமரசத்தையும் இணக்கத்தையும் ஏற்படுத்துவதன் வாயிலாக இந்த அழுகிப்போன அமைப்பினைப் பாதுகாக்க விழைகிறார்கள்.

சமச்சீர் கல்வியின் சோகக் கதை

சமச்சீர் கல்வியை ஏற்பதா இல்லையா என்று நீதிமன்றத்திற்கும் தமிழக அரசிற்கும் போராட்டம் துவங்கியிருக்கிறது. சமச்சீர் கல்வியை எதிர்க்கும் கல்வி வியாபாரிகளிடமே அதை ஆராய்ந்து முடிவெடுக்கும் அதிகாரத்தை தமிழக முதல்வர் ஜெய லலிதா தந்திருப்பதன் மூலம் எப்பாடுபட்டாவது இதை ஒழித்துக் கட்டுவதில் உறுதியாக இருக்கிறார் என்பது தெளிவாகியிருக்கிறது. சமச்சீர் கல்வியை எதிர்ப்பவர்கள் சமூக நீதியை எதிர்ப்பவர்கள் என்பதில் எந்த மாற்றுக் கருத்துக்கும் இடமில்லை. நான்குவிதமான கல்வி முறைகள் உருவாக்கும் ஏற்றத் தாழ்வுகள் நமது சாதிய அமைப்பு உருவாக்கும் ஏற்றத்தாழ்வுகளைவிட கடுமையானது. பாடத்திட்டத்தின் தரத்தை மேம்படுத்துவது, அரசுப் பள்ளிகளின் தரத்தை மேம்படுத்துவது ஆகியவைதான் சமச்சீர்

கல்வியின் பிரச்சினைகளே ஒழிய, இந்தத் திட்டத்தின் மூலம் கருணாநிதிக்கு வந்துசேரும் வரலாற்றுப் புகழை எப்படி தடுத்து நிறுத்துவது என்பதல்ல.

கருணாநிதி பாடத்திட்டத்தில் ஒரு சில இடங்களில் தனக்கு சார்பான விஷயங்களைச் சொருகியது எவ்வளவு அற்பத் தனமோ, அதே அளவுக்கு அற்பத்தனமானது ஜெயலலிதா அந்தப் பக்கங்களைக் கிழித்து, அடித்து, ஸ்டிக்கர் ஒட்டிச் சூறையாடுவது. பல்லாயிரக் கணக்கான ஆசிரியர்கள் இந்தப் புத்தகங்களைக் கிழிக்கும் கேவலமான பணியில் அமர்த்தப்பட்டுள்ளார்கள். எம்.ஜி.ஆர். கொண்டுவந்த சத்துணவுத் திட்டத்தை கருணாநிதி ஏற்று நடத்தவில்லையா, அப்படித் தான் இதுவும் ஏற்கப்பட வேண்டும். மேலும் ஏராளமான கல்வியாளர் களால் விவாதித்து உருவாக்கப்பட்ட, தமிழக கல்வி வரலாற்றில் ஒரு புரட்சியாகத் திகழக்கூடிய ஒரு திட்டம் இவ்வாறு இழிவுபடுத்தப் பட்டு அழிக்கப்படுவது சகிக்க முடியாததாக இருக்கிறது.

தனக்கு முன்னே பத்தடி தூரம்கூட பார்க்கமுடியாத நம் அரசியல் வாதிகளால் நாளைய சமூகத்தின் எதிர்காலத்தை எப்படிப் பார்க்க முடியும்?

ஜூலை, 2011

அறியாமை - அகம்பாவம் - அவமானம் கலைஞரின் அறியாமையின் விலை

தி.மு.க. மீண்டும் ஒருமுறை அடக்குமுறைக்கு எதிரான தனது தர்ம யுத்தத்தை தொடங்கியுள்ளது. அ.தி.மு.க. ஆட்சி தி.மு.க.வினர் மேல் தொடர்ந்து வரும் பொய் வழக்குகள் பற்றி கலைஞர் தினமும் பேசி வருகிறார். தீர்மானங்கள் நிறைவேற்றுகிறார். போராட்டங்களுக்குத் திட்டமிடப்படுகின்றன. ஜெய லலிதாவுக்கு 'தி.மு.க.வினரைத் தொடர்ந்து கைது செய்தால் அந்த செய்திகள் முக்கியத்துவம் பெற்று உங்களது நல்லாட்சியால் கிடைக்கும் புகழ் பத்திரிகை களில் இடம் பெறாமல் போய்விடும்' என்று அறிவுரை வழங்குகிறார்.

பலவீனமான ஒரு வழக்கில் பணத்திற்காக ஒரு கிரிமினல் லாயர் ஆஜராகலாம். ஆனால் ஒரு அரசி யல் இயக்கத்தின் தலைவருக்கு அந்த வேலை தரப் படுவதுதான் வருத்தத்திற்குரியது. 2 ஜி விவகாரத்தில் கலைஞர் தெரிவித்த கருத்துக்களாகட்டும், தேர்தல் ஆணையம் மீது கூறிய ஜாதிய புகார்களாகட்டும் அல்லது இப்போது ஜெயலலிதா அரசு தொடுக்கும் குற்ற வழக்குகள் தொடர்பாக மேற்கொள்ளும் கண் டனங்களாகட்டும் அவை பலவீனமாகவும் சாரமற்ற வையாகவும் காட்சியளிக்கின்றன. தி.மு.க. நெருக்கடி நிலையை எதிர்த்துப் போராடியதுபோல் அல்ல இது. அ.தி.மு.க. அரசு தி.மு.க.வினர் மேல் 2001ல் நடத்திய தாக்குதல்களைப் போன்றதல்ல இது. அந்தப் போராட்டங்கள் தி.மு.க.விற்கு அனுதாபத்தையும்

அரசியல் நன் மதிப்பையும் பெற்றுத் தந்தது. அவற்றின் நியாயம் மக்களின் இதயங்களைத் தொட்டது. ஆனால் இன்று தி.மு.க.வினர் மேல் கூறப்படும் குற்றச்சாட்டுகள் எல்லாம் வெறும் அரசியல் பழிவாங்கல் என்று சுருக்கக் கூடியது தானா? ஜெயலலிதா அரசியல் பழிவாங்கல்களுக்குத் தயங்காதவர் என்பதிலோ அல்லது பொய் வழக்குகளைப் போடுவதில் வல்லவர் என்பதிலோ எந்த சந்தேகமும் இல்லை. ஆனால் இப்போது நில அபகரிப்பு தொடர்பாக அ.தி.மு.க. அரசு தொடர்ந்து வரும் வழக்கு களை ஆதாரமற்றவை என்று சொல்வது அவ்வளவு எளிதல்ல.

ரியல் எஸ்டேட் வர்த்தகத்திற்கும் அரசியல் மாஃபியாவுக்குமான உறவு கடந்த ஐந்தாண்டுகால தி.மு.க. ஆட்சியில் பெரும் வளர்ச்சி யடைந்ததை யாரும் மறைக்க முடியாது. தி.மு.க.வினரும் அதன் கூட்டணிக் கட்சியினரும் ரியல் எஸ்டேட் வர்த்தகத்தின் நிழல் உலக நடவடிக்கைகளில் பெருமளவு ஈடுபட்டு வருவது தொடர்பாகத் தொடர்ந்து குற்றச்சாட்டுகள் எழுப்பப்பட்டு வந்தன. ஒரு சட்ட ரீதியான அரசு செய்யக்கூடிய எந்த தலையீட்டையும் தி.மு.க. அரசு செய்யவே இல்லை. அரசியல்வாதிகள், ரியல் எஸ்டேட் குண்டர்கள், பத்திரப் பதிவு அதிகாரிகள் என்ற கூட்டணியின் மூலம் பாதிக்கப்பட்டவர்கள் இன்று வழக்குத் தொடுத்தால் அதை சட்ட ரீதியாக மறுக்க வேண்டுமே அல்லாது அதற்கு எதிராக ஒரு அரசியல் இயக்கத்தைப் பயன்படுத்துவது கேலிக் கூத்தானது.

அழகிரி அரசியலில் முதன்மை பெற்ற பிறகு சட்டவிரோத நடவடிக்கைகளையும் கட்டப்பஞ்சாயத்துகளையும் ஒரு நெறி முறையாகவே மாற்றினார். மாவட்ட அளவில் பல தி.மு.க. பிரமுகர்கள் இதில் மும்முரமாக ஈடுபட்டதற்கு ஏராளமான சாட்சியங்கள் இருக்கின்றன. அரசியல் அதிகாரம், போலீஸ், ரவுடியிஸம் ஆகியவற்றின் துணையுடன் எல்லாவித சட்ட அமைப்புகளையும் தாண்டிய ஒரு அதிகாரமாக இவர்கள் செயல்பட்டனர். இவை தொடர்பான வழக்குகளை ஒரு அரசியல் இயக்கம் எவ்வாறு தன்னுடைய பிரச் சினையாகக் கருத முடியும்?

தனது குடும்ப உறுப்பினர்களிடம் தனது அதிகாரத்தைப் படிப்படியாக இழந்த கலைஞர் இன்று அவர்கள் தங்களது செயல்களின் மூலம் சந்திக்கும் நெருக்கடிகளைப் பாதுகாப்பவராக மாற்றப்பட்டிருக் கிறார். ஸ்டாலினுக்கு எதிராக அழகிரி - அழகிரிக்கு எதிராக மாறன்கள், மாறன்களுக்கு எதிரான அழகிரி - கனிமொழி கூட்டணி, கனிமொழிக்கு எதிரான அழகிரி - மாறன்கள் கூட்டணி, அழகிரிக்கு எதிரான ஸ்டாலின் - கனிமொழி கூட்டணி, இப்போது மாறன்களுக்கு எதிராக கனிமொழி, ஸ்டாலினுக்கு எதிரான கனிமொழி & அழகிரி கூட்டணி என்று கடந்த ஐந்தாண்டுகளில் மின்னல் வேகத்தில் நடைபெற்ற குடும்பக் கூட்டணி மாற்றங்களும் அதன் விளைவாக அரசியல் மற்றும் அதிகாரப் போட்டியின் பலனாக தி.மு.க. ஆட்சியை இழந்தது மட்டு மல்ல, கடும் ஊழல் குற்றச்சாட்டுகளிலும் சிக்கிக்கொண்டுவிட்டது.

'இது நமக்கு நாமே தேடிக்கொண்ட முடிவு!' என்று தேர்தல் தோல்வி பற்றி கோவை செயற்குழுவில் கலைஞர் வேதனையடைகிறார். இதை அவர் இன்னும் வெளிப்படையாகவும் நேர்மையாகவும் விவாதிக்க வேண்டும். இந்த முடிவுக்கு இட்டுச் சென்ற அந்த 'நாம்' யார் என்பதையும், அவர்கள் செய்த தவறுகள் எவை என்பதையும் அவர் ஒப்புக்கொள்ள வேண்டும்.

ஜெயலலிதாவின் எதேச்சதிகார போக்கினால் எவ்வாறு அ.தி.மு.க. வில் மாற்றுத் தலைமை என்பது உருவாகாமலேயே அழிக்கப்பட்டு விட்டதோ அதே போல் தி.மு.க.வில். குடும்ப உறுப்பினர்களின் ஆதிக்கத்தால் அடுத்த கட்டத் தலைவர்கள் உருவாகாமல் போனார்கள். இன்று கலைஞரின் குடும்பத்தினர் பெரும்பாலானோர் ஊழல் குற்றச் சாட்டுகளின் மூலம் பலவீனமடைந்திருக்கும் சூழலில் தி.மு.க.வை மக்களிடம் புத்துணர்ச்சியுடன் கொண்டுசெல்லக்கூடிய அரசியல் தலைவர்கள் யாரும் இல்லை. சமச்சீர் கல்வியினை அமல்படுத்துவதில் ஜெயலலிதா அரசு செய்து வரும் குளறுபடிகளையும் அதன் மூலம் ஏற்பட்டுள்ள மக்கள் அதிருப்தியையும் பயன்படுத்திக் கொள்ளக்கூட சக்தியற்றதாக இன்று தி.மு.க. மாறிவிட்டது. காங்கிரசின் தொங்கு சதையாக இன்னும் நீடித்திருப்பதன் மூலம் தாங்கள் மாட்டிக்கொண்டி ருக்கும் பொறியிலிருந்து வெளியேற சிறு ஆசுவாசம் கிடைக்குமா என்பதைத் தவிர இன்று தி.மு.க.விற்கு வேறெந்த அரசியல் செயல்பாடும் இல்லை. இந்தப் பிரச்சினைகளைப் புரிந்து கொள்வதற்குப் பதில் பத்திரிகைகளைத் திட்டுவதிலேயே கலைஞர் பெருமளவு சமாதானம் தேடுகிறார். தி.மு.க. ஆட்சியின் பெரும் பகுதிக் காலம் பத்திரிகைகள் அரசாங்கத்தை அண்டிப் பிழைக்கத்தானே செய்தன. இப்போது அது அ.தி.மு.க ஆட்சியிலும் தொடர்கிறது. தமிழ்ப் பத்திரிகைகள் தங்கள் கொள்கையை மாற்றிக் கொள்ளவில்லை. ஆட்சியாளர்கள் மாறுகிறார் கள் அவ்வளவுதான். மற்றவர்கள் தனக்கு எதிராகச் சதிசெய்கிறார்கள் என்ற பிரமையை கலைஞர் விடாதவரை அவருக்கு மீட்சியில்லை.

ஜெயலலிதாவின் அகம்பாவத்தின் பாதை

இந்த தலையங்கம் எழுதப்படும்வரை சமச்சீர் கல்வித் திட்டம் தொடர்பாக தெளிவு ஏதும் ஏற்படவில்லை. உச்சநீதிமன்றத்தில் இறுதி விசாரணைக்காக காத்திருக்கும் நாள் இது. பாடப்புத்தகங்களை உடனே வழங்கவேண்டும் என்ற நீதிமன்றத்தின் உத்தரவுக்கு இன்று வரை ஜெயலலிதா செவி சாய்க்கவில்லை. அவர் தனக்கு சாதகமாக ஏதும் நடக்கும் என்று இன்னும் உறுதியோடு இருக்கிறார். இறுதி விசாரணையின் தீர்ப்பு எப்படி இருந்தாலும் இந்த விவகாரம் ஜெயலலிதா ஆட்சியின் வரப்போகும் நாட்கள் எப்படி இருக்கப் போகின்றன என்பதைத் தெட்டத்தெளிவாக்கி விட்டன. இவர் இந்த விவகாரத்தில் காட்டி வரும் முரட்டுப் பிடிவாதமும், செய்திருக்

கும் குளறுபடிகளும் அவரது மனோபாவம் முன்னைவிடவும் எவ்வளவு கடினமானதாக மாறிவிட்டது என்பதையே காட்டுகிறது. எதிரியை மட்டுமல்ல, அவரது நிழலைக்கூட சுத்தமாகத் துடைத்து அழிக்க விரும்புகிறவர் அவர். பாடத்திட்டம்தான் அவரது பிரச்சினை எனில் இந்த ஆண்டு அச்சிடப்பட்ட பாட நூல்களை அனுமதித்துவிட்டு அடுத்த ஆண்டு பாடப் புத்தகங்களைத் தான் விரும்பிய வண்ணம் மாற்றியமைத்திருக்க முடியும். தமிழக வரலாற்றிலேயே இல்லாத அளவில் இரண்டு மாதங்கள் கல்வி அமைப்பையே முடக்கிய வரலாற்றுப் பெருமையிலிருந்தும் அவர் தப்பியிருக்க முடியும். பல்லாயிரக்கணக்கான அரசு ஊழியர்களைப் பணி நீக்கம் செய்த ஜெயலலிதாவின் முந்தைய வரலாற்றுப் பெருமையை மிஞ்சிவிட்டது இந்தச் சாதனை.

இந்தப் பிரச்சினையின் உண்மையான பரிமாணத்தை உணர்ந்து தான் ஜெயலலிதா இதில் முடிவுகள் எடுக்கிறாரா என்பது சந்தேகமாக இருக்கிறது. அவரது மன நிலைக்கு விருப்பமானதைத் தவிர வேறு எந்த எதார்த்த உண்மையையும் அவரிடம் கொண்டு செல்லக் கூடாது என்பதில் அரசு அதிகாரிகள் உறுதியோடு இருக்கிறார்கள். அதிகாரிகளின் இந்த மனோபாவத்தால் ஜெயலலிதா எதார்த்தத்தோடும் மக்களோடும் தனது தொடர்பை வெகு வேகமாக இழந்து வருகிறார். போதாதற்கு அவர் செய்யும் அத்தனை காரியங்களையும் விதந்தோதும் பத்திரிகைகளும் ஜெயலலிதாவுக்கு குழிபறிக்கும் முயற்சியில் ஈடுபட்டிருக்கின்றன. அரசு அதிகாரிகளும் பத்திரிகைகளும் சேர்ந்து உருவாக்கும் இந்தப் போலி எதார்த்தத்திற்கு தான் அடைந்த மகத்தான வெற்றியை அவர் எவ்வளவு சீக்கிரம் பலியிடப் போகிறார் என்பதுதான் இப்போது இருக்கும் கேள்வி.

எல்லாவற்றையும்விட இன்றைய தனியார் கல்வி அமைப்புகள் யாரையும், எந்த அரசையும் விலைக்கு வாங்கக்கூடிய சக்தி படைத்தவை. அவர்கள் தங்களைத் தக்கவைத்துக் கொள்வதற்காக எவ்வளவு தூரம் வேண்டுமானாலும் போவார்கள்.

ஜெயலலிதா தனது ஆபத்தான அணுகுமுறையின் விளைவைக் கண்கொண்டு பார்க்க வேண்டும். அகம்பாவத்தின் பாதை மிகவும் குறுகலானது. அதில் ரொம்ப தூரம் போக முடியாது.

கனிமொழியை அவமதிக்க விரும்புகிறவர்களுக்கு...

கனிமொழி அளவுக்கு நல்லியல்பின் சித்திரங்களோடு அரசியலுக்கு வந்தவர்கள் யாரும் இல்லை. பெண், ஊழல் கறைபடாதவர், எழுத்தாளர், முற்போக்கு சிந்தனைகள் உள்ளவர், சமூக அக்கறை கொண்டவர், எளிமையானவர், படித்தவர், அரசியல் பண்புகள் கொண்டவர், திராவிட இயக்கத்தின் பின்புலத்திலிருந்து வந்தாலும் அதன் எதிர்மறை

பண்புகள் இல்லாதவர் என்றெல்லாம் கருதப்பட்டவர் அவர். பத்திரிகைகள் அவர் அரசியல் வருகையைக் கொண்டாடிய அளவு வேறு யாரையும் கொண்டாடியதில்லை. 'சென்னை சங்கமம்' பெரும் கலாச்சார நிகழ்வாக ஊடகங்களால் சித்தரிக்கப்பட்டது. 2 ஜி வழக்கில் அவர் பெயர் அடிபடத் தொடங்கியதும், அதிகார காய் நகர்த்தல்களில் அவரது சில செயல்பாடுகளும் அவர் மீதான எதிர்மறை விமர்சனங்களை உருவாக்கத் தொடங்கின. அவர்மீது சுமத்தப்பட்டுள்ள குற்றச்சாட்டுகளை அவர் எதிர்கொண்டு வருகிறார். ஜெயலலிதா உட்பட ஊழல் குற்றச்சாட்டுகளுக்கும் சிறைவாசத்துக்கும் ஆட்பட்ட ஏராளமான அரசியல்வாதிகள் இருக்கிறார்கள். கனிமொழி அவரது செயல்பாடுகளுக்காக விமர்சனத்திற்கு உரியவர் என்பதில் சந்தேகம் இல்லை. ஆனால் கனிமொழி மீது இன்று விமர்சனம் என்ற பெயரில் செய்யப்படும் தனிநபர் தாக்குதல்கள் நமது சீரழிந்த மதிப்பீடு களின் சாட்சியமாக இருக்கின்றன. அவரைத் தனிப்பட்ட முறையில் இழிவுபடுத்த வேண்டும் என்ற கீழான உந்துதலின் வழியாகத் தொடர்ந்து அவர் தாக்கப்படுகிறார்.

கனிமொழியைத் தங்கள் பத்திரிகையின் ஆசிரியர் குழுவில் வலியப் போய் சேர்த்துக்கொண்டவர்கள், அவரது முதல் நாடாளுமன்ற உரையை வரிக்கு வரி அச்சிட்டுப் புளகாங்கிதம் அடைந்தவர்கள் இன்று 'கனிமொழி கணவனுக்குப் பின்னால் ஒளிந்துகொள்கிறார்' என்று எழுதுகிறார்கள். 'கணவர் அதற்கேற்ற உடல் பருமன் கொண்டவர்' என்று எழுதுகிறார்கள்.

கனிமொழியின் பேட்டியை மாதம் ஒருமுறையேனும் வெளியிட்டுக் கொண்டிருந்த பத்திரிகைகள் இப்போது அவரது கவிதைகளின் இலக்கியத் தரமின்மை பற்றி விவாதம் நடத்துகின்றன.

கனிமொழி எந்த எழுத்தாளரை நோக்கி 'அவர் எனது தந்தையைப் போன்றவர்' என்று நெகிழ்ச்சியுடன் அழைத்தாரோ அவர் இன்று 'கனிமொழி ஜெயிலில் எப்படிக் குளிப்பார், அவரது கணவருக்கு ஃபீஸ் எவ்வளவு' என்று எழுதுகிறார்.

கனிமொழியால் அரசியலுக்கு வந்த ஒரு பெண் கவிஞர், அவருடன் மேடைகளில் நிற்பதற்காக முண்டியடித்துக்கொண்டு போட்டியிட்டவர் இப்போது 'கனிமொழியின் கவிதைகள் மேலோட்டமானவை' என்று பேட்டி கொடுக்கிறார்.

'கனிமொழியைப் பற்றி அவரோ அவரது கட்சியோ மறுபடி ஆட்சிக்கு வரும்போது விவாதிக்க விரும்புகிறேன்' என்று ஜெயமோகன் எழுதியிருந்தார். கனிமொழியைக் கடுமையாக எதிர்த்த அவரது இந்த நேர்மை கனிமொழியை அண்டியிருந்த எழுத்தாளர்களுக்கோ பத்திரிகையாளர்களுக்கோ இல்லை.

இவ்வளவு பெரிய இழிவை நோக்கி மனிதர்கள் எப்படி வந்து சேருகிறார்கள் என்பதை நம்பக்கூட முடியவில்லை.

ஆகஸ்ட், 2011

ஊழல் எதிர்ப்பு மேளா

இந்தியா கிரிக்கெட் உலகக் கோப்பையை வென்ற போது நமது தேசிய பெருமித உணர்ச்சி பெரும் வெள்ளமாகப் புரண்டோடியது. இவ்வளவு சீக்கிரம் காஷ்மீர் முதல் கன்னியாகுமரிவரை நமது இந்திய ஒற்றுமை உணர்ச்சியை வெளிப்படுத்த அதேபோல இன்னொரு சந்தர்ப்பம் வரும் என்று யாருமே எதிர் பார்க்கவில்லை. மகேந்திர சிங் தோனிக்கும் அன்னா ஹசாரேக்கும் சில முக்கியமான ஒற்றுமைகள் உள்ளன. இருவருக்குமே அதிர்ஷ்டம் எப்போதும் அனுகூலமாக இருந்திருக்கிறது. இருவருமே எதிரியின் பலவீனத்தை திறம்பட பயன்படுத்துபவர்கள். இருவருமே மிகுந்த தந்திரசாலிகள். ராம்தேவ் பாபாவிடம் ஒரு முறை ஏமாந்தபோதே அன்னா ஹசாரே அடுத்த இன் னிங்ஸை எப்படி ஆடவேண்டும் என்று திட்டவட்ட மாக முடிவு செய்துவிட்டார்.

அன்னா ஹசாரேயின் ஜன லோக் பால் இந்தியா வில் ஊழலை மாயமாக மறையச் செய்யும் ஒரு வேதம் என்றும் அன்னா ஹசாரே அதைக்கொண்டு வந்த ஒரு தேவதூதர் என்றும் ஊடகங்களால் பெரும் கட்டுக்கதை உருவாக்கப்பட்டிருக்கிறது. இதைப் பற்றி எந்த விவாதமும் நடக்க விடாமல் இதன் மேல் தேச பக்தியின் சாயம் ஏற்றப்பட்டிருக்கிறது. அன்னா ஹசாரே நடத்துவது இரண்டாவது சுதந்திரப் போர் என்றால் அந்தப் போரை யாருக்கு எதிராக நடத்து கிறார் என்பதுதான் முக்கியமான கேள்வி. பெரும் பாலான இந்தியர்களின் வாழ்வை நிர்மூலமாக்கிக் கொண்டிருக்கும் கார்ப்பரேட் நிறுவனங்கள், அவர் களுக்குத் துணைபோகும் அரசியல் தலைவர்கள்,

அதிகாரவர்க்கத்தினர்தான் இன்று ஒரு சமூகப் புரட்சியாளர் எதிர்கொள்ள வேண்டிய சவால். இந்த சுதந்திரப் போர் இவர்களுக்கு எதிராக நடக்கும்போதுதான் அது ஊழலுக்கு எதிரான உண்மையான போராக இருக்கும்.

ஆனால் அன்னா ஹசாரே லோக் பால் என்ற ஒரு மாயமானை உருவாக்குகிறார். ஊழலைக் கண்காணிக்கக்கூடிய ஒரு தனி அதிகார முள்ள அமைப்பினைக் கோருகிறார். இது எல்லாவித சட்ட அமைப்பு களுக்கும் நீதி அமைப்புகளுக்கும் மேலான அதிகாரத்தைக் கொண் டிருக்க வேண்டும் என்று வற்புறுத்துகிறார். அந்த அமைப்பை எப்படி நடைமுறைப்படுத்துவது என்றோ அதன் மேலிருந்து கீழ்வரை இருக்கக்கூடிய ஆயிரக்கணக்கான ஊழியர்களின் தகுதி மற்றும் அவர்களது நேர்மை குறித்த பிரச்சினைகளை எப்படி அணுகுவது என்ற கேள்விகளுக்கு அன்னா ஹசாரேயிடம் எந்தப் பதிலும் இல்லை. அன்னா ஹசாரே இன்னும் கேட்காதது, லோக் பால் அமைப்பிற்குத் தனி சிறைச்சாலைகள் கட்டித் தரப்படவேண்டும் என்பதுதான்.

அன்னா ஹசாரேயின் ஜன லோக் பால் ஜனநாயக விரோதத் தன்மை கொண்டது என்பதை அருணா ராய், அருந்ததி ராய் போன்ற சமூகவியலாளர்கள் தெட்டத்தெளிவாகச் சுட்டிக் காட்டுகின்றனர். மக்களால் தேர்ந்தெடுக்கப்படாத இத்தகைய ஒரு அதீத அதிகார அமைப்பை உருவாக்குவது மிகவும் ஆபத்தானது என்பதைச் சுட்டிக் காட்டுகின்றனர். அன்னா ஹசாரேயின் லோக்பால் உண்மையில் ஜனநாயகத்துக்குக் கேடுசெய்யும் என்கிறார் அருணா ராய். "மக்களால் தேர்ந்தெடுக்கப்படாத அதிகாரிகளைக் கொண்ட அமைப்பிடம் உச்சபட்ச அதிகாரத்தை அளிப்பது மிகப்பெரிய கேடாகவே முடியும். அதிகாரம்தான் ஊழலை உண்டாக்குகிறது. உச்சபட்சமான அதிகாரம் என்பது உச்சபட்சமான ஊழலையே உருவாக்கும்" என்கிறார் அவர்.

அருந்ததி ராய் இன்னும் கடுமையான கேள்விகளை எழுப்புகிறார்.

"அன்னா ஹசாரேவின் வீடியோ செய்தி திகார் சிறைக்கு உள்ளே பதிவு செய்யப்பட்டு தொலைக்காட்சிகளில் ஒளிபரப்பாகிறது. வேறு எந்த ஒரு போராட்டத்திலாவது போராடுபவர் சிறைக்கு உள்ளே இருந்து தொலைக்காட்சியில் பேசமுடியுமா? அன்னா ஹசாரேயின் போராட்டத்திற்கான தேவைகளை புதுதில்லி மாநகராட்சி செய்து தருகிறது. போபால் நச்சுவாயுவை எதிர்த்துப் போராட முன்வந்தால் இந்த உதவி கிடைக்குமா? அரசின் அநீதியை எதிர்த்து அன்னா ஹசாரே போராடுகிறார். அதே அரசின் அநீதியை எதிர்த்து மாவோயிச வாதிகளும் போராடுகிறார்கள். ஆனால் மாவோயிசப் போராளிகளை ஊடகங்கள் ஆதரிக்க மறுப்பது ஏன்? அன்னா ஹசாரே போராட்டம் சமூகத்தின் மேல்தட்டு மக்களின் போராட்டம். மாவோயிசப் போராட் டம் என்பது அடித்தட்டு மக்களின் போராட்டம். எனவே, அநீதிக்கு எதிராகப் போராடுவது முக்கியமல்ல, யார் போராடுகிறார் என்பது தான் ஊடகங்களுக்கு முக்கியம். இப்போது அன்னா ஹசாரே

ஆதரவாளர்கள் "நீங்கள் எங்களை ஆதரிக்காவிட்டால், நீங்கள் உண்மை இந்தியர்களே இல்லை" என மிரட்டும் தொனியில் பேசுகிறார்கள். நிலத்தையும் வாழ்வாதாரங்களையும் கார்ப்பரேட் நிறுவனங்களிடம் இழக்கும் மக்கள் வந்தே மாதரம் என்றும் பாரத் மாதாகீ ஜே என்றும் எப்படிப் போராட முடியும்? ஊழல் என்பது கணக்குத் தணிக்கை சிக்கல் அல்ல. அது சமூக ஏற்றத்தாழ்வுகளுடனும் தொடர்புடையது. அதிகாரக்குவிப்பே ஊழலுக்கு அடிப்படை. லோக் பால் விசாரணை வரம்பிற்குள் தனியார் கார்ப்பரேட் நிறுவனங்களை யும் ஊடகங்களையும் கொண்டுவர வேண்டும். நாட்டில் அவசரமாக கவனம் செலுத்தவேண்டிய ஒரு விஷயத்தில் கூட ஹசாரே குரல் எழுப்பவில்லை. தனது மாநிலமான மஹாராஷ்ட்ராவில் விவசாயிகள் தற்கொலை தொடர்பாக ஹசாரே வாயைத் திறக்கவில்லை. ஹசாரே முன்வைக்கும் லோக்பால் மசோதா காந்தியடிகளின் அதிகாரப் பரவலாக்கல் கொள்கைக்கு எதிரான அடக்கியாளும் சட்டமாகும்" என்கிறார் அவர்.

இந்தியாவில் ஏதோ ஊழலைக் கண்காணிக்க சட்டங்களே இல்லாதது போன்றும், அன்னா ஹசாரே லோக் பாலைக் கொண்டு வந்துதான் எல்லாவற்றையும் துவங்க வேண்டும் என்பது போன்றும் பரப்பப்படும் கதையை அரசியல் அறிவோ உணர்வோ அற்ற வெகு சனம் நம்புவதில் ஆச்சரியமில்லை. இன்று பெரும் அரசியல் தலைவர் களும், கார்ப்பரேட் முதலாளிகளும் ஊழல் குற்றச்சாட்டில் கைது செய்யப்பட்டு திகார் சிறையில் வாடிக்கொண்டிருப்பது எந்த லோக் பால் அமைப்பின்கீழ் என்று ஒருகணம் யாரும் யோசிக்கத் தயாராக இல்லை. இவர்களையெல்லாம் இப்போது நடைமுறையில் இருக்கும் சட்ட அமைப்பையும் நீதி அமைப்பையும் பயன்படுத்தித் தானே கைது செய்ய முடிந்தது? கொல்கத்தா உயர்நீதிமன்ற நீதிபதி சவுமித்ரா சென்—ஐ இந்தியப் பாராளுமன்றம் சமீபத்தில் ஊழல் குற்றச்சாட்டு களுக்காக விசாரித்துப் பதவி நீக்கம் செய்யவில்லையா? தேர்தல் கமிஷன் மற்றும் நீதித்துறையினர் கடந்த சில ஆண்டுகளாக சுயேச்சை யாக செயல்பட ஆரம்பித்த பிறகு இந்தியாவில் எத்தகைய அரசியல் அதிர்வுகள் உருவாகியிருக்கின்றன என்பதை ஒவ்வொரு நாளும் பார்த்து வருகிறோம்.

நமக்குத் தேவை புதிய சட்டங்களோ அமைப்புகளோ அல்ல. மாறாக, இருக்கிற சட்டங்களையும் அமைப்புகளையும் திறம்பட கொண்டு செலுத்தக்கூடிய நேர்மையான மனிதர்கள் தேவை. அந்த அமைப்புகளை நேர்மையற்ற மனிதர்கள் கைப்பற்றிக் கொள்ளும்போது அதற்கு எதிரான அரசியல் விழிப்புணர்வு தேவை. ஆனால் அன்னா ஹசாரே ஊழல் என்ற பிரச்சினையை மிகவும் எளிமைப்படுத்துவதன் வாயிலாக இன்று இந்தியர்களின் வாழ்வாதாரங்களை அழித்துக் கொண்டிருக்கும் எண்ணற்ற பிரச்சினைகளிலிருந்து வெகு மக்கள் கவனத்தை திசை திருப்பும் வேலையையே செய்கிறார். விலைவாசி, விவசாயிகள் பிரச்சினை, பழங்குடிகள் பிரச்சினை, காடுகள் அழிக்கப்

படுவது, வேலையில்லா திண்டாட்டம், உலக மயமாதல் என எத்தனை பிரச்சினைகளோடு ஊழல் பின்னிப் பிணைந்திருக்கிறது. ஆனால் இதைப் பற்றிய விவாதங்களிலிருந்து ஊழல் என்பதைத் துண்டித்து அதற்கு எதிராக ஒரு அதிகார மையத்தை உருவாக்குவது என்பது பல்வேறு சந்தேகங்களுக்கு இட்டுச் செல்கிறது.

கடந்த இரண்டாண்டுகளில் மாபெரும் ஊழல்களின் ஆழிப் பேரலைகள் எழுந்து இந்திய ஆட்சியாளர்களைப் புரட்டிப் போட்டது. நமது அரசுகள் மக்கள் மனதில் முற்றாக நம்பிக்கையை இழந்துவிட்டிருக்கும் காலம் இது. ஊழல்களின் பிரமாண்டம் சாமான்ய இந்தியர்களின் கற்பனை வளத்தையும் தாண்டிச் சென்றது. ஏற்கனவே ஊழல் கறை படிந்த எதிர்க்கட்சிகளால் இதை ஒரு அரசியல் ஆதாயமாக மாற்றிக் கொள்ள முடியவில்லை. இந்தியர்கள் அடைந்துள்ள மனக்கசப்பினை ஒன்றுகுவிக்கக்கூடிய ஒரு பொது அடையாளமாக உருவாக்கப்பட்டவர் தான் அன்னா ஹசாரே. அவர் ஒரு சித்தாந்தியோ அரசியல் தலைவரோ அல்ல. ஒரு ஊழல் எதிர்ப்பு சட்ட அமைப்பைக் கொண்டு வரவேண்டும் என்கிற தலையும் வாலும் இல்லாத கோரிக்கைக்கு அப்பால் அவருக்கு இந்தியாவின் பிரச்சினைகள் குறித்த எந்தப் புரிதலும் திட்டமும் இல்லை. இவரைப் போன்ற ஒருவர் இன்று ஒரு தேசிய அடையாளமாக மாற முடியுமா?

ஆம், அப்படித்தான் தோன்றுகிறது. நமது சமூகத்தின் சிக்கலான, ஒன்றுக்கொன்று தொடர்புள்ள பிரச்சினைகளை எதிர்கொள்ளத் தயாராக இல்லாத இந்தியர்களுக்கு இதுபோன்ற ஒரு மேலோட்டமான போலி அற உணர்ச்சிதான் தேவையாக இருக்கிறது. இதில் அவர்கள் இழப்பதற்கு ஒன்றுமில்லை. தங்கள் கலாச்சார வறுமையையும் அரசியல் வறுமையையும் இட்டு நிரப்புவதற்கு அன்னா ஹசாரே ஒரு தற்காலிகமான பொழுதுபோக்கு சாதனம். தங்கள் போலி மனசாட்சியினை சமாதானப்படுத்திக்கொள்வதற்கும், தங்கள் போலி தேச பக்தியினை சரிபார்த்துக்கொள்வதற்கும் அன்னா ஹசாரே ஒரு தற்காலிக ஏற்பாடு.

இன்று அன்னா ஹசாரேவுக்கு ஆதரவாக நாடு முழுக்க உருவாக்கப் படும் போராட்டங்கள் தன்னியல்பானவை அல்ல. ஊடகங்கள் உளவியல்ரீதியாகப் பெரும் தாக்குதலை அன்னா ஹசாரேயை முன்னிட்டு தொடுக்கின்றன. பி.ஜே.பி, ஆர்.எஸ்.எஸ். போன்ற அமைப்பு கள் மக்கள் திரளினை ஒழுங்கு செய்கின்றன. இது மிகவும் திட்டமிட்ட ஒரு ஏற்பாடு. காங்கிரஸ் வீழ்த்தப்படும்வரை அன்னா ஹசாரே தொடர்ந்து தேசிய அரங்கில் வலம் வருவார்.

கடந்த இரண்டு வாரங்களாக காங்கிரஸ் அரசு அன்னா ஹசாரேயைக் கையாண்ட விதம் அதன் தலைமையற்ற, செயல்திட்டம் அற்ற தன்மைக்கு ஒரு எடுத்துக்காட்டு. அன்னா ஹசாரேயின் வெற்றிக்குத் தேவையான அனைத்தையும் காங்கிரஸ் செய்துகொடுத்தது. காங்கிரசும் அன்னா ஹசாரேயும் நடத்திய பேரங்கள் உலகில்

எந்தப் போராட்ட இயக்கத்திலும் நடந்திராதவை. வலுக்கட்டாயமாகச் சிறைக்குள் கொண்டுவரப்பட்ட ஒருவரை சிறையிலிருந்து வெளியேற்ற முடியாமல் தவித்த ஒரே அரசு உலகிலேயே இந்த அரசாங்கம்தான். எத்தனை நாள் போராட்டம் நடத்துவேன் என்று பேரம் பேசி ஒப்பந்தம் போட்ட ஒரே தலைவர் அன்னா ஹசாரேதான்.

ஜன லோக் பால் மசோதாவை மத்திய அரசு ஏற்கும் என்று தெரிகிறது. அன்னா ஹசாரே தனது அபத்த நாடகத்தை மறுபடி ஒரு முறை முடித்துக் கொள்வார். அன்னா ஹசாரேயின் பதாகை ஏந்திய போலி புரட்சியாளர்கள் தங்களது தேசியப் பெருமிதத்தின் ரகசிய இன்பத்துடன் வீடு திரும்புவார்கள்.

இப்படி ஒரு தேசத்தில் வாழ்கிறோம்.

செப்டம்பர், 2011

நான்கு பேருக்கு நன்றி

இந்த தலையங்கத்தில் நான்கு பேரை வெவ்வேறு காரணங்களுக்காகப் பாராட்ட வேண்டும் என்று தோன்றுகிறது.

முதலாமவர் நரேந்திரமோடி. அடுத்த பத்தாண்டு களுக்கான ஒரு மிகச் சிறந்த புகைப்படத்தை உருவாக் கித் தந்தமைக்காக நாம் அவரைப் பாராட்ட கடமைப் பட்டிருக்கிறோம். இமாம் ஒருவர் அளித்த குல்லாவை எந்தத் தயக்கமும் இன்றி மோடி திருப்பிக் கொடுத்த புகைப்படம்தான் அது. கடந்த பத்தாண்டுகளின் புகழ்பெற்ற புகைப்படத்தை உருவாக்கியவரும் அவர் தான். டெய்லர் ஒருவர் உயிர்பிச்சை கேட்டு கையெடுத்துக் கும்பிடும் புகைப்படம் அது. ஆனால் மோடி இப்போது தந்திருக்கும் புகைப்படம் இந்தியா வின் வருங்காலப் பிரதமர் தந்திருக்கும் ஒரு அரசியல் அறிக்கை. மோடி பயமே இல்லாதவர். சட்டத்திற்கோ நீதிமன்றங்களுக்கோ ஊடகங்களுக்கோ அவர் அஞ்சி யதே இல்லை. 2002 கலவரத்திற்காகச் சிறு வருத்தம் கூட தெரிவிக்காத நிலையில் அவரால் சமாதானத் திற்காகவும் மதநல்லிணக்கத்திற்காக வும் 3 நாள் உண்ணாவிரதம் இருக்க முடியும். அவரை பி.ஜே.பி. யில் உள்ள மூத்த தலைவர்கள் யாரும் விரும்ப வில்லை. ஆர்.எஸ்.எஸ். ஸோ சங்பரிவாரரோ கூட அவரை விரும்பவில்லை. அவர் எல்லோரையும் தாண்டிக்கொண்டு செல்லக்கூடிய சாதுரியமும் துணிச்சலும் மிக்கவராக இந்தப் பத்தாண்டுகளில் தன்னை வளர்த்துக்கொண்டிருக்கிறார். அப்படிப் பட்ட ஒருவரை ஒரு சாயுபு ஒரு குல்லாவைக் காட்டி ஒரு கணம் தடுமாறச் செய்துவிட்டார்.

முஸ்லிம்களுக்கு ஆதரவாக மோடி ஆடும் நாடகத்தைப் புரிந்துகொள்ள முடியாமல் குழம்பிப்போன இந்துத்துவவாதிகள் அப்போதுதான் ஒரு கணம் நிம்மதிப் பெருமூச்சுவிட்டார்கள். 12 ஆயிரம் போலீசார், நூற்றுக்கணக்கான காமிராக்கள், 600 பஸ்களில் அழைத்துவரப்பட்ட பொதுமக்கள், நூற்றுக்கும் மேற்பட்ட பள்ளி - கல்லூரிகளின் மாணவர் கள், அரேபிய ஷேக் வேடமணிந்த ஒரு முஸ்லிம் அரசியல்வாதி என ராஜ வைபோகமாக நிகழ்ந்த இந்த நாடகத்திற்கு மோடி எழுதிய ஸ்க்ரிப்டில் எதிர்பாராதவிதமாக வேறொரு பக்கம் சொருகப்பட்டு விட்டது. அந்தக் குல்லாவை வாங்கிக்கொண்டிருந்தால் தனது இந்துத்துவா பிம்பம் அடிபட்டுவிடும் என்ற பயத்தால் மோடி அதை மறுத்திருப்பார் என்று தோன்றவில்லை. அவர் அதற்கெல்லாம் அஞ்சுகிறவரே அல்ல. தனது அரசியல் நாடகத்தையும் மீறி அவரது அசலான உணர்ச்சி வெளிப்பட்ட தருணம் அது. இந்திய அரசியலில் தனது அந்தரங்க உணர்ச்சியைத் தயக்கமின்றி வெளிப்படுத்திக் கொள்ளக்கூடிய ஒரே தலைவராக மோடி மிளிர்கிறார்.

இரண்டாவதாகப் பாராட்டிற்குரியவர் ஆ. ராசா. தன்னைப் பலிகடா ஆக்க முயற்சித்தவர்கள், தனது பங்காளிகள் என அனைவரை யும் ஒவ்வொருவராகச் சிக்க வைத்துக்கொண்டிருக்கிறார். 2 ஜி விவகாரத்தில் ப.சிதம்பரத்தை இழுத்துவிட்டதன் மூலம் காங்கிரசிற்குப் பெரிய நெருக்கடியை ஏற்படுத்தியிருக்கிறார். இவ்வளவு பெரிய கொள்ளையை காங்கிரசின் துணையில்லாமல் செய்திருக்க முடியாது என்று தொடர்ந்து நிலவி வந்த சந்தேகத்தின் திரை இப்போது விலகத் தொடங்கியிருக்கிறது. 2 ஜி ஒதுக்கீடுகள் பழைய விலைக்கு அளிக்கப்பட்டது நிதியமைச்சராக இருந்த ப.சிதம்பரம் அறிந்தே நடந்தது என ஆ.ராசா தூவிய விதையை இப்போது பிரணாப் முகர்ஜி முளைக்க வைத்துவிட்டார். தயாநிதி மாறனுக்குப் பக்கத்தில் அமர்ந்து இப்போது சிதம்பரம் தனது நாட்களை எண்ண ஆரம்பித்து விட்டார். ஆ.ராசா இதோடு விடுவதாக இல்லை. 2 ஜி விவகாரத்தில் குற்றச்சாட்டுகளைப் பதிவு செய்தால் கனிமொழி ஜாமீனில் வந்து விடுவார், தான் கைவிடப்படுவோம் என்பதை உணர்ந்த அவர் டிராய் அறிக்கையை முன்வைத்து வாதத்தை திசை திருப்ப, நீதிபதி குற்றச் சாட்டுக்ளைப் பதிவு செய்வதைத் தள்ளி வைத்துவிட்டார். கனிமொழி யின் ஜாமீன் வாய்ப்புகளும் தள்ளிப் போய்விட்டது. ஆ.ராசாவை சுலபமாகக் கையாளலாம் என நினைத்த கருணாநிதி, மன்மோகன் சிங் அனைவருக்கும் இப்போது தண்ணி காட்டத் தொடங்கியிருக் கிறார். ஒட்டு மொத்தமாக சி.பி.ஐ. இந்த வழக்கைப் பலவீனப்படுத்தா விட்டால் என்ன நேரும் என்பதை ஆ.ராசா இப்போது உணர்த்தி வருகிறார். குற்றவாளிகளைக் கண்டுபிடிக்க உதவுவதில் சி.பி.ஐ.யைவிட வேகமாகச் செயல்படும் ஆ.ராசா நமது பாராட்டிற்குரியவர் என்பதில் எந்த சந்தேகமும் இல்லை.

மூன்றாவதாகப் பாராட்டிற்குரியவர் தமிழக முதல்வர் ஜெயலலிதா. மூன்று பேருக்கான மரண தண்டனையை நிறுத்தக் கோரும் வழக்கில்

தனக்கு அதிகாரமில்லை என்று மறுத்த முதல்வர் பிறகு தனது அதிகாரத்தைப் பயன்படுத்தி தீர்மானம் நிறைவேற்றியதற்கும், கூடங்குளம் அணுமின் நிலையத்திற்கு எதிராக உருவான போராட்டத்தில் முதலில் அணுமின் திட்டத்தை ஆதரித்த அவர் பிறகு அதை நிறுத்தி வைக்கக் கோரி தீர்மானம் நிறைவேற்றியதற்கும் உள்ளாட்சித் தேர்தலுக்கும் தொடர்பில்லை என்றே நாம் புரிந்துகொள்ளலாம். தமிழ் நாட்டிற்கு மக்களின் குரல்களைக் கேட்கும் ஒரு முதல்வர் கிடைத்திருக்கிறார் என்று நாம் நம்புவோம். மக்களின் போராட்டங்களுக்கு, உணர்ச்சிகளுக்கு மதிப்பளிக்கக்கூடிய ஒரு முதல்வர் கிடைத்திருக்கிறார் என்று நாம் நம்புவோம். மரண தண்டனை மற்றும் கூடங்குளம் விவகாரத்தில் ஜெயலலிதா தயக்கத்துடன் எடுத்த முடிவுகளின் மூலம் அவர் பேரளவில் நன்மதிப்பையும் பாராட்டுக்களையும் பெற்றிருக்கிறார்.

ஆனால் ஜெயலலிதாவின் முரண்பட்ட நிலைப்பாடுகள் ஒருவரது அடிப்படை சிந்தாந்தங்களுக்கும் மக்கள் பிரதிநிதித்துவத்துக்கும் இடையில் ஏற்படும் சிக்கல்களாகும். அடிப்படையில் ஜெயலலிதாவின் அரசியல் கண்ணோட்டம் வலதுசாரித் தன்மை கொண்டதாகும். மரண தண்டனைக்கு ஆதரவு, அணுமின் நிலையம் போன்ற பெரிய திட்டங்களுக்கு ஆதரவு, நரேந்திர மோடியை ஆதரிப்பது, அவரது உண்ணாவிரதத்திற்கு இங்கிருந்து ஆள் அனுப்புவது, பரமக்குடியில் நடந்தது ஜாதிக் கலவரமே என சட்ட மன்றத்தில் தலித்துகளுக்கு எதிராகப் பேசுவது எல்லாம் அவரது இயல்பான அரசியல் நடவடிக்கைகள். ஆனால் அவர் இன்று மக்களின் முழு ஆதரவு பெற்ற முதல்வராக வீற்றிருக்கிறார். தமிழ் மக்களின் உணர்வுகளைப் பிரதிநிதித்துவம் செய்ய வேண்டிய ஒரு இடத்தில் அமர்த்தப்பட்டிருக்கிறார். இந்த இரண்டு போராட்டங்களிலும் முதல்வர் தனது நிலைப்பாடுகளை மாற்றிக்கொண்டது தனது பொறுப்பை உணர்ந்த நல்லெண்ண நடவடிக்கை. அதே சமயம் இந்த நிகழ்வுகள் நியாயமான காரணங்களுக்காக மக்கள் மேற்கொள்ளும் எந்த ஒரு தீவிரமான போராட்டத்திற்கும் ஒரு நியாயமான பதில் கிடைக்கும் என்பதை உணர்த்துகிறது. ஒரு தேர்தலில் ஆட்சி மாற்றத்தை ஏற்படுத்தும்போது அல்ல, இது போன்ற சந்தர்ப்பங்களிலேயே மக்கள் சக்தியின் வலிமை அர்த்த பூர்வமாக உணரப்படுகிறது.

நான்காவதாக நமது பாராட்டிற்குரியவராக வைகோ திகழ்கிறார். அரசியல் சார்ந்து அவர் எடுக்கக்கூடிய நிலைப்பாடுகள் எவ்வளவு விமர்சனத்திற்கு உள்ளானாலும் தமிழகத்தின் ஆதாரமான பிரச்சினைகளை விட்டுக் கொடுக்காமல் போராடக்கூடிய ஒருவராக அவரை மட்டுமே இப்போது கருத முடியும். ஈழத் தமிழர் பிரச்சினை, தமிழக மீனவர் பிரச்சினை, ஸ்டெர்லைட் ஆலை விவகாரம், முல்லைப் பெரியாறு விவகாரம், மரண தண்டனைக்கு எதிரான போராட்டம், பரமக்குடி துப்பாக்கிச்சூடு எனத் தொடர்ச்சியாக வைகோ முன்னெடுத்து வரும் பிரச்சினைகள் அதிகார அரசியலில் விலகியிருக்

கும் அல்லது தோல்வியடையும் ஒருவரே மக்கள் பிரச்சினைகளைத் தீவிரமாக முன்னெடுத்துச் செல்ல முடியும் என்பதற்கு ஒரு உதாரணம்.

மக்கள் பிரச்சினைகளுக்காகப் போராடும் தலைவர்களாக உருவாகி வந்த ராமதாஸையும் திருமாவளவனையும் வெவ்வேறு விதங்களில் அழித்த பெருமை கலைஞரையே சேரும். அவர்கள் இடத்தில் பதிலுக்கு சீமான் போன்ற ஒருவரையும் அவர் உருவாக்கினார். ராமதாஸும் திருமாவளவனும் தங்கள் அதிகார நலன்களுக்காக அரசியல் நலன்களை இழந்தனர். எல்லா மக்கள் பிரச்சினையிலும் அவர்களது நிலைப்பாடுகள் நம்பகத் தன்மையற்றதாக மாறிவிட்டன. ஆனால் வைகோ தனது செல்வாக்கினை மீண்டும் வளர்த்துக்கொள்ள இப்போது மறுபடியும் ஒரு சந்தர்ப்பம் உருவாகியிருக்கிறது.

உள்ளாட்சித் தேர்தல்கள்

மக்கள் ஒரு ஜனநாயக அமைப்பில் நெருக்கமாகவும் நேரடியாகவும் ஈடுபடும் அரசியல் நடவடிக்கை என்றால் அது உள்ளாட்சித் தேர்தலாகத்தான் இருக்க முடியும். மக்களும் மக்கள் பிரதிநிதிகளும் ஒருவருக்கொருவர் நேரடியாக சார்ந்திருக்கிற சந்தர்ப்பம் இது. தமிழகத்தில் மொத்தம் 1,18,983 ஊரக உள்ளாட்சி பதவியிடங்கள் மற்றும் 13,418 நகர்ப்புற பதவியிடங்கள் உள்ளன. இதில் 31 மாவட்ட ஊராட்சிகளுக்குள் அடங்கிய 655 மாவட்ட ஊராட்சி வார்டு உறுப்பினர் பதவிகள், 385 ஊராட்சி ஒன்றியங்களில் 6,471 ஒன்றிய வார்டு உறுப்பினர் பதவிகள், 12,524 சிற்றூராட்சி தலைவர் பதவிகள், 99,333 சிற்றூராட்சி வார்டு உறுப்பினர் பதவிகள், 10 மாநகராட்சி மேயர்கள், 755 மாநகராட்சி மன்ற உறுப்பினர் பதவிகள், 125 நகராட்சித் தலைவர் பதவிகள், 3,697 நகராட்சி மன்ற உறுப்பினர் பதவிகள், 529 பேரூராட்சித் தலைவர் பதவிகள், அவற்றைச் சேர்ந்த 8,303 வார்டு உறுப்பினர் பதவிகள் ஆகியவை உள்ளன.

நமது அரசியல் அதிகார அமைப்பின் கட்டுமானம் எவ்வளவு பிரமாண்டமானது என்பதை இந்த எண்ணிக்கையை வைத்துப் பார்த்தாலே தெரியும்.

அரசியல் கட்சிகள் தங்கள் கடந்த கால போலி ஒப்பந்தங்களைக் கைவிடுவதற்கும் எதிர்கால அரசியல் கணக்குகளை உருவாக்குவதற்கும் உள்ளாட்சித் தேர்தல் பெரும் வாய்ப்பாக அமைந்திருக்கிறது. ஜாதி, பணம், தனிநபர் செல்வாக்கு ஆகியவையே நமது அரசியல் அமைப்பின் ஆதாரம் என்பதை நாம் எந்த ஒளிவு மறைவும் இன்றி நேரடியாகப் பார்த்துக்கொள்ள இந்தத் தேர்தல் ஒரு சந்தர்ப்பம்.

சட்டமன்றத் தேர்தல் கூட்டணிகள் ஆறு மாதம்கூட தாங்கவில்லை. சிதறு தேங்காயைப் போல மூலைக்கொன்றாகச் சிதறிவிட்டன.

தி.மு.க., அதி.மு.க. இரண்டின் தேர்தல் கூட்டணிகளுமே போலிக் கூட்டணிகள் என்பதையே இந்த முறிவு தெட்டத் தெளிவாகக் காட்டுகிறது.

தி.மு.க.வைப் பொறுத்தவரை காங்கிரசால் தாங்கள் இழந்தது அதிகம் என்று கருணாநிதி இந்தத் தேர்தலில் காங்கிரசுடன் உறவை முறித்துக் கொண்டார் என்றால் கருணாநிதியால் தாங்கள் இழந்தது போதும் என்று விடுதலைச் சிறுத்தைகளும், பா.ம.க.வும் முறித்துக் கொண்டன.

ஜெயலலிதா அதிகாரம் இல்லாதபோதே மற்றவர்களைத் துச்சமாக நடத்துபவர். இப்போது கேட்க வேண்டுமா? சட்டமன்றத் தேர்தலில் தன்னோடு இணைந்திருந்த யாரையும் அவருக்குச் சிறிதும் பொருட் படுத்த வேண்டிய அவசியம் இல்லை. ஆனால் விஜயகாந்தின் வளர்ச்சி அவருக்கு மிகுந்த எரிச்சலூட்டுகிறது என்பது தெளிவாகத் தெரிகிறது. 29 எம்.எல்.ஏ.க்களுடன் அவர் பிரதான எதிர்கட்சியாக வந்து அமர்வார் என்பது கருணாநிதியைவிட ஜெயலலிதாவையே அதிகம் அதிர்ச்சி அடைய வைத்தது. தனக்கு மாற்றான ஒரு சக்தி வாய்ந்த தலைவராக அவர் உருவெடுப்பார் என்று அவர் நினைப்பதற்குக் காரணம் இருக்கிறது. கருணாநிதிக்குப் பிறகு தி.மு.க.வில் பிரபலமான மக்களைக் கவரக் கூடிய தலைவர்கள் யாரும் இல்லை என்பது ஜெயலலிதாவுக்குத் தெரியும். அந்த வெற்றிடத்தை விஜயகாந்த் சுலபமாக எடுத்துக்கொண்டு விடுவார் என்பதும் அவருக்குத் தெரியும். மீண்டும் தே.மு.தி.க.வுடன் கூட்டணி அமைப்பதன் மூலம் உள்ளாட்சித் தேர்தலில் விஜயகாந்தை வலிமைப்படுத்த அவர் விரும்பவில்லை. அதனால் அவர் இந்தக் கூட்டணியை முறித்துக்கொள்வது தந்திரமான ஒரு அரசியல் நடவடிக்கையே. விஜயகாந்திற்கு இப்போது இருக்கும் ஒரே வாய்ப்பு, சட்டமன்றத்தில் அ.தி.மு.க.விற்கு எதிரான கடுமையான நிலைப்பாடுகளை எடுப்பதே.

இந்த உள்ளாட்சித் தேர்தல் கடந்த உள்ளாட்சித் தேர்தலைப் போல கறை படிந்த தேர்தலாக இருக்கக் கூடாது என்பதுதான் அனைவரின் விருப்பமும். தமிழக அரசின் கட்டுப்பாட்டில் உள்ள தேர்தல் கமிஷன் உள்ளாட்சித் தேர்தலை நடத்துவது பல சமயங்களில் விமர்சனத்திற்கு உரியதாக அமைவதால் நாடாளுமன்ற, சட்டமன்றத் தேர்தலைப்போலவே உள்ளாட்சித் தேர்தலும் மத்திய தேர்தல் ஆணையத்தால் நடத்தப்பட்டால் பாரபட்சமற்ற தேர்தல் முறைமையை முழுமையாக அமல்படுத்த முடியும்.

அக்டோபர், 2011

உள்ளாட்சித் தேர்தல் முடிவுகள்

ஜெயலலிதா பெங்களூர் பரப்பன அக்ரஹாரத்தில் உள்ள சிறப்பு நீதிமன்றத்தில் அங்கே புதிதாக அடிக்கப் பட்டுக்கொண்டிருக்கும் பெயிண்ட் வாசனையின் அலர்ஜியையும் மீறி (இந்தக் காரணத்திற்காக உச்சநீதி மன்றம் வழக்கைத் தள்ளி வைக்க மறுத்துவிட்டது) வருமானத்திற்கு அதிகமான சொத்துக் குவிப்பு வழக்கில் 13 ஆண்டுகளுக்குப் பிறகு மனமிறங்கி, ஆயிரத்துக்கும் மேலான கேள்விகளுக்கு எரிச்சலுடன் பதில் சொல்லிக்கொண்டிருக்கும்போது இந்தத் தலையங்கம் எழுதப்படும் வேளையில் இன்றைய தினம் உள்ளாட்சித் தேர்தலில் அ.தி.மு.க. பெரும் பாலான இடங்களில் முன்னணியில் இருப்பதாகச் செய்திகள் வந்துகொண்டிருக்கின்றன. ஏற்கனவே திருச்சி மேற்கு இடைத்தேர்தலில் அ.தி.மு.க. வெற்றி பெற்றுவிட்டது. வெற்றிச் செய்திகளைக் கேட்பதற்கு சிறைவளாகத்தில் அமைந்த ஒரு விசாரணை நீதிமன் றம் பொருத்தமான இடமல்ல என்றபோதும் அவ ருடைய எரிச்சல் சற்று குறைவதற்கு இது பயன்பட லாம். இந்திய நீதி அமைப்புகள் வேறு எப்போதையும் விட அரசியல்வாதிகளிடம் இவ்வளவு கடுமையாக நடந்துகொள்வது தேசிய அளவில் அனைத்துக் கட்சி களைச் சேர்ந்த தலைவர்களுக்குமே கடும் வெறுப்பை ஏற்படுத்தவே செய்கிறது. நிலபேர ஊழலில் கைது செய்யப்பட்ட எடியூரப்பா சிறைவாழ் அரசியல்வாதி களின் புகழ்பெற்ற நோயான நெஞ்சுவலி காரணமாக மருத்துவமனையில் அனுமதிக்கப்பட்டு, அங்கே அது

பொய் என்று நிரூபணமானதும் மன அழுத்தத்திற்கான சிகிச்சை தனக்கு அளிக்கப்பட வேண்டும் என்று கோரினார். அதுவும் பொய் என்று நிரூபணமானால் ஞாபக மறதிக்கான சிகிச்சை வேண்டும் என்று அவர் கேட்கக்கூடும்.

இந்த உள்ளாட்சித் தேர்தல் முடிவுகளை ஜெயலலிதா தனது இப்போதைய செயல்பாடுகளுக்கு அளிக்கப்பட்டுள்ள அங்கீகாரமாகவும் கருணாநிதி தன்னுடைய இப்போதைய துர்கனவுகளின் தொடர்ச்சியாகவும் எடுத்துக்கொள்வார்கள் என்பதில் சந்தேகமில்லை. கடந்த சட்டமன்றத் தேர்தலில் கிடைத்த மரண அடியின் மூலமாகத் தனது குடும்பத்திற்கும் கட்சிக்கும் நிகழ்ந்த பாதிப்புகளிலிருந்து ஒரு சிறிய ஆசுவாசம் கிடைக்கும் என்று கருணாநிதி நம்பியிருக்கலாம். ஜெயலலிதா அரசு தொடர்ச்சியாகப் போட்டு வரும் வழக்குகளை எதிர்த்துப் போரிட கொஞ்சம் மனஉறுதி கிடைக்கும் என்று எதிர்பார்த்திருக்கலாம். ஆனால் கருணாநிதியின் பிரச்சினைகளோ, தி.மு.க.வின் பிரச்சினைகளோ எந்த விதத்திலும் மக்களின் அக்கறையையும் அனுதாபத்தையும் பெறவில்லை என்பதை இந்தத் தேர்தல் உணர்த்துகிறது.

ஜெயலலிதாவிற்கு கொஞ்ச நஞ்சம் இருந்த மனத்தடைகளும் இப்போது முற்றாக நீங்கிவிட்டன. மரண தண்டனை ஒழிப்பு விவகாரம், கூடங்குளம் பிரச்சினை போன்றவற்றில் அவரது மக்கள் சார்பான செயல்பாடுகள் உள்ளாட்சித் தேர்தலை முன்னிட்டு எழுந்தவை என்ற ஒரு கருத்து அவர்மீது முன்வைக்கப்பட்டது. இன்னும் ஐந்தாண்டுகளுக்கு அவர் எதைப்பற்றியும் கவலைப்பட அவசியமற்று தனது இயல்பான முடிவுகளை எடுக்கலாம். இனிவரும் நாட்களில் ஒவ்வொரு பிரச்சினையிலும் அவர் எடுக்கும் நிலைப்பாடுகளே, அவரது உண்மையான நிலைப்பாடாக இருக்கும். தி.மு.க.வினர் மீதான வழக்குகள் உள்ளாட்சித் தேர்தலில் அவர்களை முடக்குவதற்கே என்று சொல்லப்பட்டது. இப்போது ஜெயலலிதாவின் இந்த வெற்றி திமுகவை முற்றாக அழித்து ஒழிப்பதற்கு அவருக்குப் புதிய உத்வேகத்தை தரும். காங்கிரஸ் வீழ்ச்சி அடைந்து வரும் சூழலில் பி.ஜே.பி.யுடன் இணைந்து கடந்த காலத்தில் தேசிய அரசியலில் தி.மு.க. பெற்ற இடத்தை அ.தி.மு.க. பெறுவதற்காக அடுத்த இரண்டாண்டுகளுக்கு அவர் முழுமூச்சுடன் செயல்படுவார்.

தனித்துப் போட்டியிட்ட கட்சிகள் இந்தத் தேர்தலில் பெரிதாக எதையும் சாதிக்கவில்லை. அவை தமது இயல்பான ஓட்டு வங்கிகளை சரிபார்த்துக்கொண்டு தத்தமது இடங்களுக்குத் திரும்பிவிட்டன. இதில் விஜயகாந்தின் நிலைதான் சிக்கலானது. சட்டமன்றத் தேர்தல் முடிந்து இவ்வளவு சீக்கிரம் ஜெயலலிதாவிற்கு எதிராகச் செயல்பட வேண்டிய காலம் வரும் என்று அவர் நினைத்திருக்க மாட்டார். ஒருவிதத்தில் அவர் ஜெயலலிதாவைப் போன்றே உணர்ச்சிவசப்பட்டு உடனடியாக முடிவுகள் எடுக்கக்கூடியவர். ஜெயலலிதாவின் அவமதிப்பு

களுக்கு அவ்வளவு பழக்கம் இல்லாதவர். அவர் இப்போதைக்கு அவ்வளவு விரும்பாத போதும்கூட இந்த எதிர்அரசியலைச் செய்ய வேண்டிய நிர்ப்பந்தத்திற்கு ஆளாகியிருக்கிறார். இது உண்மையில் அவரது அரசியல் எதிர்காலத்திற்கு உகந்தது என்றாலும்கூட மிகவும் கடினமான பணி. பெரும் பணத்தைச் செலவு செய்து எம்.எல்.ஏ.க் களாகத் தேர்வு செய்யப்பட்டிருக்கும் தே.மு.தி.க.வினர் ஆளும் கட்சிக்கு இணக்கமான அரசியலை சிறிது காலத்திற்காவது நடத்தினால் தான் நல்லது என்று நினைப்பது இயல்பு. ஆனால் ஜெயலலிதாவிற்கு இன்று விஜயகாந்த் தேவையற்ற ஒரு சுமை. அதோடு, தி.மு.க. பலவீனம் அடைந்து வரும் சூழலில் அதற்கு மாற்றாக இன்னொரு கட்சியை வளர்ப்பதற்குத் தான் காரணமாக இருந்துவிடக் கூடாது என்பதில் ஜெயலலிதா தெளிவாக இருக்கிறார். சமீபத்தில் ஜெயலலிதா வின் அதிகாரபூர்வ ஏடுகளாகச் செயல்பட்டுவரும் பத்திரிகைகளில் ஒரு பத்திரிகை, ஜெயலலிதா தே.மு.தி.க.வை உடைத்து அதில் ஒரு பகுதியை அ.தி.மு.க.வுடன் இணைத்து விஜயகாந்தை எதிர்க்கட்சித் தலைவர் அந்தஸ்திலிருந்து வீழ்த்துவார் என்று ஹேஷ்யம் கூறியிருந்தது. இதை அந்தப் பத்திரிகை ஜெயலலிதாவிற்குக் கூறும் ஆலோசனையாக வும் எடுத்துக்கொள்ளலாம். விஜய காந்திற்கு விடுக்கும் எச்சரிக்கை யாகவும் எடுத்துக்கொள்ளலாம். அனேகமாக சட்டமன்றத்தில் தி.மு.க.வும் தே.மு.தி.க.வும் இணைந்து செயல்படும் காலம் விரைவி லேயே வரும்.

நல்லதொரு குடும்பம்

சி.பி.ஐ. அதிகாரிகள் மாறன்களின் ‘போட் கிளப்’ பகுதி இல்லத்தின் கதவுகளைத் திறக்கும்படி ஒரு விடிகாலையில் தட்டிக்கொண்டிருந்த காட்சி மிகவும் சுவாரசியமாக இருந்தது. கடைசியில் வீட்டு வேலைக் காரர் ஒருவருக்காகக் கதவு திறக்கப்பட்டபோது அவர்களோடு சேர்ந்து எப்படியோ சி.பி.ஐ. அதிகாரிகள் உள்ளே நுழைந்துவிட்டார்கள். பொதுவாக ஒரு முன்னாள் தி.மு.க. அமைச்சர் கைது செய்யப்படும் போது தொண்டர்களின், ஆதரவாளர்களின், உறவினர்களின் உணர்ச்சி மயமான எதிர்வினைகளை ‘சன்’ தொலைக்காட்சி ஒளிபரப்பும். மாறாக, வீட்டு வேலைக்காரர்களுடன் சி.பி.ஐ. அதிகாரிகள் சண்டை யிடும் ‘காமெடி’க் காட்சியினை ஜெயா டி.வி. ஒளிபரப்பிக்கொண்டி ருந்தது. மாறன்களின்மீது நடத்தப்பட்ட இந்த சோதனையை கருணாநிதி கண்டுகொள்ளாமல் இருக்கவே விரும்பினார். அவருக்கு மட்டுமல்ல, தி.மு.க.வினர் யாருக்குமே அவர்கள்மீது அனுதாபம் இல்லை. ஆனால் பத்திரிகைகள் இந்த விஷயத்தைப் பெரிதாக்கத் தொடங்கியதும் கருணாநிதி அவசரமாக ஒரு அறிக்கை வெளியிட்டார். ‘தயாநிதி மாறனும், கலாநிதி மாறனும் முரசொலி மாறனால் என் கையில்

ஒப்படைக்கப்பட்ட பிள்ளைகள். அவர்கள் சட்டரீதியாக நடத்தும் போராட்டத்திற்கு என்றும் எனது ஆதரவு உண்டு' என்றார். 'தினகரன்' அலுவலகம் எரிக்கப்பட்டபோதும், அழகிரியின் வற்புறுத்தலால் தயாநிதி மாறனின் அமைச்சர் பதவியைப் பறித்தபோதும் அவர்கள் இருவரும் கருணாநிதியால் கைவிடப்பட்ட குழந்தைகளாக இருந்தார்கள். தி.மு.க.வின் இன்றைய நிலையில் கருணாநிதியால் மாறன்களின் பணபலத்தையோ ஊடக பலத்தையோ இழக்க முடியாது. மாறன்களுக்கோ தங்களை நோக்கி நெருங்கி வந்துகொண்டிருக்கும் 2ஜி கத்தியின் விளைவுகளிலிருந்து தப்புவதற்குக் கட்சியின் பலம் மிகவும் அவசியம். கருணாநிதிக்கும் மாறன்களுக்குமிடையே எப்போதும் பேரம் நடந்துகொண்டிருப்பது நமக்குப் பழக்கமாகிவிட்டது. துரதிருஷ்டம் என்னவென்றால் இந்த பேரத்தின் வெற்றிகள் யாருக்கும் முழுமையாகக் கிடைப்பதேயில்லை. 2ஜி விவகாரத்தில் மாறன்கள் தப்புவது அவ்வளவு எளிதல்ல என்பதையே இந்த நிமிடம் வரை ஊடகங்களில் தொடர்ந்து வெளிவரும் ஆதாரங்கள் உறுதிப்படுத்துகின்றன. ப.சிதம்பரத்திற்கும் பிரணாப் முகர்ஜிக்கும் இடையேயான பிரதமர் பதவிமீதான போட்டியில், பிரணாப் முகர்ஜி சிதம்பரத்தை 2ஜி விவகாரத்தில் சிக்கவைத்த பிறகு காங்கிரஸின் நெருக்கடி கடுமையாகிவிட்டது. மாறன்கள் தங்கள் பணபலத்தாலும், சிதம்பரம் தமது அதிகார பலத்தாலும் இந்த பத்ம வியூகத்திலிருந்து தப்புவதற்குப் போராடிக்கொண்டிருக்கிறார்கள். சி.பி.ஐ. இந்த வழக்கை ஒட்டுமொத்தமாகப் பலவீனப்படுத்த முயற்சிப்பதாகப் பரவலாக குற்றச்சாட்டுகள் எழுந்து வருகின்றன. ஆனால் எதிர்க்கட்சிகள், ஊடகங்கள், நீதிமன்றம் ஆகிய மூன்றின் பிடியிலிருந்து இந்த நூற்றாண்டின் மாபெரும் ஊழலை மறைப்பது அவ்வளவு எளிதல்ல. 'ஆக்டோபஸை'ப்போல ஒவ்வொரு நாளும் அதன் எண்ணற்ற கரங்கள் எல்லா திசைகளிலும் விரிந்துகொண்டிருக்கின்றன. மாறன்கள் சிறைக்குச் செல்வதைப் பார்ப்பதற்காக ஆவலுடன் காத்திருக்கும் கருணாநிதியின் குடும்ப உறுப்பினர்கள் சிலரின் பழிவாங்கும் உணர்ச்சிக்கும், அவர்களது பணபலத்திற்காக அவர்களை ஆதரித்து நிற்கும் வேறு சிலருக்கும் இடையிலான பாசப்போராட்டத்தின் நடுவில் கருணாநிதி நின்று கொண்டிருக்கிறார். அவருடைய கவித்துவமான வாக்கியங்களைத் தாண்டி, பிரச்சினையின் நெருப்பு ஒவ்வொரு நாளும் வளர்ந்து கொண்டே இருக்கிறது.

கருணாநிதிக்கு ஓய்வு கொடுப்பதற்காக அவரைப் பதவியிலிருந்து நீக்க வேண்டும் என்று சொன்னவர்கள் இப்போது அவரது பணிகளைப் பல மடங்கு பெரிதாக்கிவிட்டார்கள்.

அன்னா ஹசாரேயின் குதிரை

அன்னா ஹசாரே ஊடகங்கள் வெளிச்சம் அவ்வளவாக விழாத ஒரு ஆலமரத்தின் அடியில் ஒருவார மௌன விரதத்தில் ஆழ்ந்தபோது அவருடைய மனதில் ஓடும் எண்ணங்களைப் படித்தறிவது அவ்வளவு கடினமானதாக இல்லை. அவர் காங்கிரஸிற்கு இன்னும் புதிய நெருக்கடிகளை எவ்வாறு கொடுக்கலாம் என்று யோசித்திருக்கலாம். தனது தோழர்களுக்கிடையே நிலவும் சச்சரவுகளை எப்படி எதிர் கொள்வது என்று நினைத்திருக்கலாம். ஊடகங்களை எவ்வாறு தன்னைப் பின்தொடரச் செய்வது என்று கவலைப்பட்டிருக்கலாம். தன்பின் திரண்டுள்ள மக்கள் சக்தியை எப்படிக் கையாள்வது என்று கவலை கொண்டிருக்கலாம். தனது இந்த இயக்கத்தினை பி.ஜே.பி. போன்ற ஒரு கட்சி பறித்துக்கொண்டு போய்விடுமோ என்று சஞ்சலம் கொண்டிருக்கலாம். ஒருவேளை அவர் வலிமையான லோக்பால் மசோதா பற்றியும் யோசித்திருக்கலாம்.

பிரசாத் பூஷணுக்குக் கிடைத்த அடி, அர்விந்த் கெஜ்ஜிரிவால் மீது நிகழ்த்தப்பட்ட செருப்பு வீச்சு என்பவை ஊழல் என்ற மையமான ஒரு பிரச்சினைக்கு அப்பால் உள்ள முரண்பாடுகளை இந்தியாவில் கையாள்வது எவ்வளவு கடினம் என்பது அன்னா ஹசாரேவுக்குப் புரிய வைத்திருக்கக்கூடும்.

ஹிஸார் இடைத்தேர்தலில் காங்கிரஸுக்கு எதிராக பி.ஜே.பி.யை ஆதரித்து அன்னா ஹசாரே பிரச்சாரம் செய்ததன் மூலம் தனது அரசியல் கனவுகளைத் தெள்ளத்தெளிவாக முன்வைத்திருக்கிறார். அவருடைய அரசியலுக்கு அப்பாற்பட்ட 'சமூக சேவகர்' முகமூடியை இதற்கு மேல் அவரால் பொறுமையாக மாட்டிக்கொண்டிருக்க முடியாது. ஆனால் அன்னா ஹசாரேயை மறைமுகமாக ஆதரிக்கும் எதிர்க்கட்சிகளும் கார்ப்பரேட்டுகளும் அவருக்குக் கொடுக்கப்பட்டுள்ள 'அசைன்மென்ட்'டிற்கு மேல் வேலை செய்வதை ஒருபோதும் விரும்ப மாட்டார்கள்.

அன்னா ஹசாரே மக்கள் செல்வாக்கு என்ற குதிரையை அவிழ்த்து விட்டார். அதன்மீது ஏறி எங்கே போவது என்பதுதான் இப்போது அவருக்குள்ள ஒரே குழப்பம். அந்தக் குதிரை பயணம் செய்வதற்கு எவ்வளவு நம்பகமானது என்பதையும் அவர் கொஞ்சம் சோதித்துக் கொள்ள வேண்டும்.

நவம்பர், 2011

தேசத்தின் கன்னத்தில் விழுந்த அறை

ஒரு தேசத்தின் மக்கள் அமைதி இழப்பதை ஆட்சியாளர்கள் தெரிந்துகொள்வதற்கு ஒருபோதும் விரும்புவதில்லை. அது ஒரு தொலைவிலிருக்கும் பிரச்சினை என்று அவர்கள் நம்ப விரும்புகிறார்கள். பத்திரிகைகளில் தங்களுக்கு எதிராக எழுதப்படும் கருத்துக்கள் அடுத்த நாள் காலையில் மறக்கப்பட்டுவிடும் என்பதில் உறுதியோடு இருக்கிறார்கள். திடீரென யாரோ ஒருவர் செருப்பை எடுத்துத் தங்கள்மீது வீசும்போது அதிர்ச்சியில் அவர்கள் முகம் ஒருகணம் பேயறைந்தது போல ஆகிவிடுகிறது. மக்களின் அமைதியின்மை தங்கள் பாதுகாப்பு வளையங்கள் தாண்டி இவ்வளவு அருகில் வந்துவிட்டதா என அதிர்ச்சியுடன் நினைக்கத் தொடங்குகிறார்கள். இப்போதும் அவர்கள் பாதுகாப்பு ஏற்பாடுகளை எப்படிப் பலப்படுத்துவது என்பதைப் பற்றி மட்டும்தான் யோசிக்கிறார்கள் அல்லது செருப்புகள் தங்கள் மேல் வந்து விழமுடியாத தூரத்தில் எப்படி நின்றுகொள்வது என்பதைத்தான் திட்டமிடுகிறார்கள். ஹர்வீந்தர் சிங் என்ற இளைஞர், மத்திய அமைச்சரும் தேசியவாத காங்கிரஸ் தலைவருமான சரத்பவாரைக் கன்னத்தில் ஓங்கி அறையும் காட்சியை இந்தத் தேசத்தின் கோடிக்கணக்கான மக்கள் தொலைக்காட்சியில் திரும்பத் திரும்பப் பார்த்தார்கள். அமைச்சர் ஒருவரைப் பொதுஇடத்தில் தாக்குவது சட்ட விரோதச் செயல் என்பதில் சந்தேகமில்லை. ஆனால் இந்தப் பிரச்சினை கொஞ்சம் சிக்கலானது. அது சரத்பவாரின் கன்னத்தில் விழுந்த

அறைதானா? நம்முடைய இயலாமை, சகிப்புத்தன்மை, கோழைத்தனம் ஆகியவற்றின்மீது விழுந்த அறைதான் அது. இன்றைய ஆட்சியாளர் களின் அனைத்து மக்கள் விரோதச் செயல்பாடுகளின் முன்பு நாம் காட்டும் மௌனத்தின் மீதான அறை. ஹர்வீந்தர் சிங் இப்போது மனநிலை பிறழ்ந்தவராகச் சித்தரிக்கப்படுகிறார். அப்படித்தானே இருக்க முடியும். அணு உலைக்கு எதிராகப் போராடுபவர்கள் என்றால், அவர்கள் அமெரிக்காவின் ஏஜெண்டுகளாக இருக்கவேண் டும். ஆதிவாசிகளின் நீதிக்காகப் போராடுபவர்கள் என்றால், அவர் ஒரு மாவோயிஸ்ட்டாக இருக்கவேண்டும். காஷ்மீர் மக்களின் துயரத்தைப் பற்றிப் பேசினால், அவர் ஒரு தேசத் துரோகியாக இருக்கவேண்டும். நமது ஆட்சியாளர்களால் முற்றாக மனமுடைந்து போன ஒரு சாமான்ய மனிதன் ஓர் அமைச் சருக்கு எதிராகக் கையை உயர்த்தினால் அவர் ஒரு மனப்பிறழ்வு கொண்டவராகத்தானே இருக்கமுடியும். மனத்தெளிவு என்பது சகலவற்றின் முன்பும் மண்டியிடுவது. இந்த அநீதியான அமைப்பில் தனக்குரிய பங்கைப் பாதுகாப்பாகப் பொறுக்கித் தின்பது. நம்முன் இருக்கும் ஒரே கேள்வி, நாம் மனத்தெளிவு உள்ளவர்களின் தேசத்தை உருவாக்குவதா அல்லது பைத்தியங்களின் தேசத்தை உருவாக்குவதா என்பதுதான்.

ஹர்வீந்தர் சிங்கின் செயல் கோடிக்கணக்கான இந்தியர்களின் நெஞ்சில் கனன்றுகொண்டிருக்கும் கோபத்தின் ஒரு சிறுதுளி, ஒரு சிறு உருவகம். அவர் ஒரு பயங்கரவாதியல்ல, அரசியல் நோக் கங்கள் கொண்டவரல்ல; யாராலோ கூலிக்கு அமர்த்தப்பட்டவரல்ல. தன்னுடைய எதிர்ப்பைக் காட்டுவதற்கு தனது கைகளைத் தவிர எதுவுமேயில்லாத கோடிக்கணக்கான சாமான்ய இந்தியர்களில் ஒருவர். அவர் கைது செய்யப்பட்டபிறகு கூறினார், 'இன்று குரு தேஜ்பகதூரின் தியாகத் திருநாள். அதனால் மோசமான வன்முறை எதையும் நான் மேற்கொள்ளவில்லை' என்று. இந்தத் தேசத்தின் மகத்தான ஞானிகளும் குருக்களும்தான் ஹர்வீந்தர் சிங் போன்றவர்கள் பெரும் வன்முறையாளர்கள் ஆகிவிடாமல் தடுத்துக் கொண்டிருக் கிறார்கள். காந்தியின் மனதினுடைய நிழல் இந்தத் தேசத்தின் மேல் படர்ந்து இருக்கிறது. அதனால்தான் மக்கள் இன்னும் மெழுகு வர்த்தியுடன் ஊழலுக்கு எதிராக ஊர்வலம் சென்றுகொண்டிருக் கிறார்கள். ஹர்வீந்தர் சிங்கின் செயலை முட்டாள்தனமானது என்று சரத்பவார் வர்ணித்திருக்கிறார். மாண்புமிகு அமைச்சர் அவர்களே, நீங்கள்தான் அந்த முட்டாள் தனத்தை செய்துகொண்டிருக்கிறீர்கள். உங்களைப் போன்றவர்கள் இந்தத் தேசத்தின் மக்களுக்கு வழங்கிய கொடுங்கனவிற்கு எதிராக வளர்ந்து கொண்டிருக்கும் கோபத்தின் நெருப்பை நீங்கள் பார்க்க மறுக்கிறீர்கள். ஒரு தேசத் தின் மக்கள் அனைவரையும் பாதுகாப்பற்றவர்களாக மாற்றிவிட்டு நீங்கள் மட்டும் பாதுகாப்பாக இருப்பது என்பது இனியும் சாத்தியம்தானா?

இரும்புக் கரத்தின் பிடியில்

சென்ற இதழ் தலையங்கத்தில் உள்ளாட்சித் தேர்தல் முடிவுகளின் மகத்தான வெற்றிக்குப்பிறகு இனி எல்லாப் பிரச்சினைகளிலும் ஜெயலலிதா மனத்தடைகளற்ற தனது உண்மையான நிலைப்பாடு களை வெளிப்படுத்துவார் என்று எழுதினேன். எனது தீய தரிசனங்கள் ஒருபோதும் இதுவரை பொய்த்ததேயில்லை. கூடங்குளத்தில் போராட் டத்தில் ஈடுபடுபவர்கள்மீது தமிழகப் போலீஸார் வழக்குகளைப் பதிவு செய்ய ஆரம்பித்துவிட்டனர். அண்ணா நூலகத்தை இடம் மாற்றும்படி உத்தரவிட்டார். இப்போது வரலாறு காணாத விலைவாசி உயர்வுகளை அறிவித்துள்ளார்.

கூடங்குளம் பிரச்சினையில் மத்திய அரசை மிரட்டுவதற்காக மட்டுமே அதில் இரட்டை நிலைப்பாடுகளை எடுப்பது என்பது மக்களின் உணர்வுகளை அவமதிப்பதாகும். இன்று இந்தப் போராட் டத்தை சிதைப்பதற்காக ஊடகங்களின் வழியாக இந்திய அரசு பெரும் தாக்குதலை மேற்கொண்டிருக்கிறது. விரைவில் இந்தத் தாக்குதல் அவர்கள்மீதான வன்முறையாக மாறக்கூடும். முந்தைய தி.மு.க. அரசு இலங்கைப் பிரச்சினையில் எடுத்த நிலைப்பாடுகளை நினைவூட்டுகிறது, இன்றைய தமிழக அரசு இலங்கைப் பிரச்சினையில் எடுத்து வரும் நிலைப்பாடுகள்.

நூலகத்தை இடம் மாற்றுவது என்ற முடிவின் மூலம் ஜெயலலிதா தமிழகத்தின் அறிவுசார் இயக்கத்திற்கு எதிராகத் தனக்குப் பெரும் அவப்பெயரைத் தேடிக்கொண்டிருக்கிறார். கருணாநிதியின் மீதான அவர் வெறுப்பு, தமிழ் அடையாளத்தின் மீதான வெறுப்பாக மாறிவிட்டதோ என்று தோன்றுகிறது. அண்ணா நூற்றாண்டு நூலகம் இந்திய நூலக வரலாற்றில் மாபெரும் சாதனை. அதை அழித்தொழிக்க நினைப்பது நமது வரலாற்றை அழித்தொழிக்கும் செயல் என்பதில் சந்தேகமில்லை. கருணாநிதியின் ஒவ்வொரு செயலுக்கும் கடும் கண்டனங்களை உமிழ்ந்த நமது மதிப்பிற்குரிய அறிவுஜீவிகள் சிலர் இப்போது மௌனமாக இருக்கிறார்கள் அல்லது இந்தச் செயலை ஆதரித்து எழுதவும் செய்கிறார்கள். மாறாக, கருணாநிதிக்கு எதிராகத் தெருவில் இறங்கிப் போராடிய எழுத்தாளர்கள் பலரும் இன்று ஜெயலலிதாவின் முடிவிற்கு எதிராகவும் போராடிக் கொண்டிருக் கிறார்கள். அண்ணா நூற்றாண்டு நூலக விவகாரத்தின் மூலம் தமிழ்ச் சமூகத்தின் அறிவார்ந்த சமூகத்திற்கு ஜெயலலிதா ஒரு சவாலை முன்வைத்திருக்கிறார்.

பேருந்துக் கட்டணம், பால்விலை உயர்வு ஆகியவற்றின் மூலம் தமிழக அரசு தமிழ் மக்களுக்கு ஒரு மரண அடியைக் கொடுத்திருக் கிறது என்பதில் சந்தேமில்லை. கடும் மின்விலையேற்றமும் அறிவிக்கப் பட்டிருக்கிறது. இந்த விலையேற்றம் எல்லா மட்டத்திலும் கடும்

விலைவாசி உயர்வைக் கொண்டுவரப்போகிறது. ஏற்கனவே, தங்கள் செலவுகளைச் சுருக்கிக்கொண்டு போராடிக்கொண்டிருக்கும் மத்திய தர, அடித்தட்டு மக்களின் வாழ்க்கைத்தரம் இந்த விலையேற்றத்தால் பெரும் சீரழிவிற்கு ஆளாகப்போகிறது என்பதுதான் உண்மை.

ஜெயலலிதா இந்த விலையேற்றத்திற்குக் காரணமாக முந்தைய அரசின் பொறுப்பற்ற செயல்பாடுகளையும் மத்திய அரசின் பாரபட்சத்தையும் காரணமாகக் காட்டுகிறார். அரசின் நிதிநிலையைச் சரிசெய்ய, இதைத் தவிர வேறு மார்க்கமில்லை என்கிறார். உண்மையில் முந்தைய தி.மு.க. அரசின் கொள்கைகளைத்தான் அ.தி.மு.க. அரசும் பின்பற்றுகிறது. ஓட்டு வங்கியை இலக்காகக் கொண்ட இலவசத் திட்டங்களை அறிவித்து அதற்காகப் பெருமளவு பணத்தைச் செலவிட்டு வரும் இரண்டு கழக அரசுகளும் நீண்டகால நோக்கில் மக்களின் நலன்களுக்கு எதிரான காரியங்களிலேயே ஈடுபட்டு வந்திருக்கின்றன. நீண்டகால நோக்கிலான வளர்ச்சித் திட்டங்கள் கைவிடப்பட்டு கேளிக்கை அரசியல் மட்டுமே நிகழ்ந்து வரும் சூழலில் மக்கள் திரும்பத் திரும்ப தண்டனைக்குள்ளாக்கப்படுகின்றனர்.

மத்திய அரசு தமிழகத்தின் மீது பாரபட்சம் காட்டுகிறது என்பதில் மறுப்பதற்கில்லை. தி.மு.க. தொடர்ச்சியாகப் பத்தாண்டுகளுக்கும் மேலாக மத்திய அரசில் பங்கேற்றும் அதனால் தமிழகத்திற்கு வளர்ச்சி சார்ந்த பெரிய நன்மைகள் எதுவும் ஏற்படவில்லை என்பதுதான் உண்மை. முக்கியமான வளர்ச்சித் திட்டங்களிலிருந்து தமிழகம் தொடர்ந்து புறக்கணிக்கப்பட்டிருக்கிறது என்ற குற்றச்சாட்டு நீண்டகாலமாக இருந்து வருகிறது. கருணாநிதி தன் குடும்பத்தினருக்குப் பதவிகளைக் கேட்டுப் பெறுவதில் காட்டிய பிடிவாதத்தை தமிழகத்தின் நலன்கள் சார்ந்த விஷயங்களில் காட்ட முடியவில்லை. இப்போது உலகப் புகழ்பெற்ற ஊழலின் கர்த்தாக்களாக அடையாளம் காணப் பட்டிருக்கும் தி.மு.க.வினர் காங்கிரஸின் முன்னால் மௌனமாக மண்டியிடுவதைத் தவிர வேறு வழி ஏதும் இல்லை. இந்தச் சூழலில் தமிழகத்திற்கான நியாயமான ஒதுக்கீட்டை மத்திய அரசு செய்ய வில்லை என்ற ஜெயலலிதாவின் குற்றச்சாட்டில் உண்மை இல்லாமல் இல்லை. ஆனால் இதற்காக அவர் மத்திய அரசுக்குத்தான் நெருக்கடி கொடுக்க வேண்டுமே தவிர, தமிழக மக்களுக்கு அல்ல.

ஜெயலலிதா மிகவும் விநோதமானவர். தனக்கு இவ்வளவு பெரிய வெற்றியை அளித்த மக்களுக்கு அவர் ஏன் இவ்வளவு பெரிய தண்டனையை உடனடியாக வழங்குகிறார் என்பதைப் புரிந்து கொள்வது கடினம். ஒரு ஜனநாயக அமைப்பில் ஓர் அரசாங்கத்திற்கு எவ்வளவு அதிகாரம் இருக்கிறது என்பதைப் பெரும்பாலும் நம்மால் தெளிவாகப் பார்க்க முடியாது. சர்வாதிகார அமைப்புகளைப் போல அது தெளிவானதல்ல. புகைமூட்டமானது. ஆனால் ஜெயலலிதா ஆட்சிக்கு வரும் ஒவ்வொரு முறையும் ஜன நாயகத்திற்கும் சர்வாதி காரத்திற்கும் எந்தவித வித்தியாசமுமில்லை என்பதை நிரூபித்துக்

காட்டுவதின் வழியாக நமது அரசியலமைப்பு எவ்வளவு அதிகாரமிக்கது என்பதை நமக்குப் புரிய வைக்கிறார். நாம் ஓர் உண்மையான சர்வாதிகாரத்தை எதிர்கொள்ளும்போது நமக்கு எந்த அதிர்ச்சியும் இருக்காது என்றே தோன்றுகிறது.

டேம் 999

டேம் 999 படத்தைத் தமிழக அரசு தடை செய்துள்ளது. முல்லைப் பெரியாறு அணை உடைந்து வெள்ளத்தில் தமிழக மக்கள் லட்சக் கணக்கில் சாவதுபோல காட்டப்படுவதாகவும், இது தமிழகத்தில் பீதியை ஏற்படுத்திவிடும் என்றும், அதனால் இரு மாநில மக்களுக் கிடையிலான நல்லுறவுகள் பாதிக்கப்படும் என்றும் சொல்லப்பட்டதன் பெயரில் இந்தத் தடை விதிக்கப்பட்டுள்ளது. பைத்தியக்காரத்தனமான செயலைச் செய்வதில் நாம் முன்னோடிகள் என்பதில் ஒவ்வொரு சந்தர்ப்பத்திலும் நிரூபித்துவருகிறோம். முல்லைப் பெரியாறு பிரச் சினையில் கேரள அரசு தமிழக அரசிற்கு எதிராகச் செயல்படுகிறது என்பதில் சந்தேகம் எதுவுமில்லை. ஆனால் அதற்கு எதிராகப் போராடுவதற்கும் ஒரு சினிமா என்ன சொல்லுகிறது என்பதைப் பார்க்காமலே செவிவழிச் செய்திகளின் வழியாக அதைத் தடுப்பதற்கும் என்ன சம்பந்தமிருக்கிறது. வெற்று உணர்ச்சிகளைக் கோஷங்களாக்கி அவற்றை அரசியல் நிலைப்பாடுகளாகவும் மாற்றும் நமது அரசியல் அறியாமை உண்மையான பிரச்சினைகளிலிருந்து நம்மைத் திசை திருப்பிவிடுகிறது.

இதில் கவனிக்கத்தக்க வேறொரு அம்சமும் இருக்கிறது. இந்தியா விலுள்ள அணைகள் ஆபத்தானவை என்பதைப் பற்றி சுற்றுச்சூழல் வாதிகள் விவாதித்து வருகிறார்கள். முல்லைப் பெரியாறு அணை மட்டுமல்ல, இந்தியாவில் உள்ள அனைத்து அணைகளின் பாதுகாப் பையுமே, இயற்கைப் பேரிடர்களை முன்னிட்டு நாம் பரிசீலிக்க வேண்டிய காலகட்டத்தில் இருக்கிறோம். கேரள அரசு தமிழகத்தின் வளங்களுக்கு எதிராகச் செய்யும் பிரச்சாரத்தையும் தாண்டி இது போன்ற பிரச்சினைகளை நாம் கவனமாகவும் அறிவுணர்ச்சியுடனும் கையாள வேண்டும்.

டிசம்பர், 2011

இது யாருக்கு எதிரான யுத்தம்?

இந்தியர்களை உணர்ச்சிகளால் ஆள்வது சுலபம் என்பதை நமது அரசியல் தலைவர்கள் எப்போதோ கண்டுகொண்டார்கள். அந்த உணர்ச்சிமயம்தான் பிரிட்டிஷ் ஏகாதிபத்தியத்தையே விரட்ட உதவியது. பிறகு நாம் அந்த வாளை நமது சொந்தச் சகோதரர் களுக்கு எதிராகவே உருவத் தயங்கவில்லை. சாதிய வாதம், மதவாதம், இனவாதம் என்ற மூன்று கொடுங் கனவுகள் நவீன இந்தியாவின் வரலாற்றைத் தினம் தினமும் ரத்தக் கறை படிந்ததாக மாற்றிவருகிறது. மக்களின் அடிப்படையான பிரச்சினைகளுக்கு முகம் கொடுக்க முடியாத அரசியல்வாதிகள், அவர்களது நேரடியான கேள்விகளுக்குப் பதிலளிக்கமுடியாத தலைவர்கள் தொடந்து நிழல் எதிரிகளை உருவாக்கி அவற்றோடு மக்களைச் சண்டையிட வைக்கிறார்கள். இந்த யுத்தத்தின் பலன்கள் அவர் களுக்கு உடனடி யாகப் போய்ச் சேர்கிறது. ஆனால் அதன் இழப்புகள் சீர்செய்யவே முடியாதபடி நீண்ட நெடுங்காலத்திற்கு மக்களோடு தங்கிவிடுகிறது. முல்லைப் பெரியாறு அணை தொடர்பாக இரண்டு மாநிலங்களிலும் நடந்து வரும் வன்முறைச் சம்பவங்கள் அரசியல்ரீதி யாக, பண்பாட்டுரீதியாக இந்தத் தேசம் அடைந்திருக் கும் வீழ்ச்சிக்கு இன்னொரு சாட்சியம் என்பதில் எந்த சந்தேகமும் இல்லை. ஒரு பிரச்சினைக்குப் பதில் அதைப்பற்றிய கற்பனைகளின் அடிப்படையில் முடிவுகள் எடுக்கப்படுகின்றன. பயமும் சந்தேகமும் வெறுப்பும் எல்லா தர்க்கத்திற்கும் அப்பால் ஒரு

நெருப்பைப்போல பரப்பப்படுகிறது. கற்பனைகள் உண்மையை வெகுசுலபமாக விழுங்கிவிடும் சக்தி படைத்தவை. முல்லைப் பெரியாறு அணை விவகாரத்தில் கேரள அரசியல்வாதிகளும் ஊடகங்களும் 30 ஆண்டுகளாக உருவாக்கிவளர்த்த இந்தக் கற்பனை பூதம் இன்று தனது கோரப் பற்களுடன் தலை விரித்தாடுகிறது. அதன் மூர்க்கத்தை அதிகரிப்பதற்காக அதிகார வேட்கைகொண்ட சக்திகள் எல்லா திசைகளிலிருந்தும் தங்களது தீமையின் மந்திரத்தை உரத்து ஓதிக்கொண்டிருக்கின்றன.

கேரளத்தில் தமிழக மக்கள் அடிக்கப்படும் காட்சியைப்போலவே தமிழகத்தில் மலையாளிகள் தாக்கப்படும் காட்சியைத் தினமும் பார்த்துக்கொண்டிருக்கிறோம். அங்கு வாழும் தமிழர்களும் சரி, இங்கு வாழும் மலையாளிகளும் சரி இது தங்கள் நாடு என்ற உணர்வைக் கடந்த சில நாட்களில் முற்றாக இழந்துவிட்டார்கள். தங்களது சொந்த பூமியில் தங்களை அன்னியர்களாக உணரும் இந்த அவலத்தைச் சொல்வதற்கு வார்த்தைகள் இல்லை.

முல்லைப் பெரியாறு விவகாரத்தில் நமது உரிமைகளைப் பாதுகாப்பதற்காக நீதிமன்றத்தில் போராடுவது, விவசாயிகள் ஆயிரக்கணக்கில் திரள்வது, கடையடைப்புகள் நடத்துவது போன்ற செயல்கள் எல்லாம் நமது நியாயத்தை வலியுறுத்துவதற்காகச் செய்யப்படும் ஜனநாயக பூர்வமான நடவடிக்கைகள். இன்னும் சொல்லப்போனால் இதுபோன்ற நடவடிக்கைகளை மேலும் தீவிரப்படுத்தவேண்டும். இலட்சக்கணக்கான விவசாயிகளின் வாழ்வாதாரப் பிரச்சினையை எதன் பொருட்டும் நாம் ஒருபோதும் விட்டுக்கொடுக்க முடியாது. ஆனால் அதேசமயம் இங்குள்ள மலையாளிகளின் வர்த்தக நிறுவனங்களைத் தாக்குவது, அவர்களை அச்சுறுத்தலுக்கு ஆளாக்குவது என்ன நியாயம்? தமிழர்கள் அங்கு இனவாத பாசிஸ்டுகளால் தாக்கப்பட்டால் பதிலுக்கு நாமும் இனவாத பாசிஸ்டுகளாக மாறி அவர்களைத் தாக்குவதுதான் இதற்குத் தீர்வா? கேரளத்தில் இனவெறியைத் தூண்டுபவர்களின் செயலை நியாயப்படுத்துவதைத் தவிர இது வேறெந்த விளைவை ஏற்படுத்தும்?

ஒரு மலையாளியின் டீக்கடையை ஆவேசமாக உடைத்து தங்கள் இனப்பற்றை நிறுவிக்கொள்ளும் அன்பர்கள், ராஜபக்ஷே பல்லாயிரக்கணக்கான தமிழர்களைக் கொன்று குவித்தபோது அதற்குத் துணையாக இருந்த காங்கிரஸாரின் வர்த்தக நிறுவனங்களை இதுபோல தாக்கி உடைத்தீர்களா என்ன? காங்கிரசிற்குத் துணையாக இருந்த தி.மு.க.வினரின் வீடுகளின்மீது கல்லெடுத்து எறிந்தீர்களா என்ன? கேரள அரசாங்கமும் அங்குள்ள கட்சிகளும் ஊடகங்களும் நடத்தும் இந்தத் தீய நாடகத்திற்கு நாம் ஏன் எல்லா மலையாளிகளையும் பொறுப்பேற்கச் செய்யவேண்டும்? முல்லைப் பெரியாறு விவகாரத்தில் கேரள அரசின் நிலைப்பாடு நியாயமற்றது என்பது பல்வேறு நிலைகளில் தொடர்ந்து நிரூபணமாகி வருகிறது. அதனுடைய வாதங்கள் எதுவும் நீதிமன்றத்தில் செல்லுபடியாகப் போவதில்லை. இந்த

நிலையில் மலையாளிகளின்மீது வன்முறைத் தாக்குதல்களைத் தமிழகத்தில் மேற்கொள்வது கேரளத்தில் உள்ள இனவாத சக்திகளுக்குப் புதிய நியாயங்களை வழங்கவே உதவும்.

முல்லைப் பெரியாறு விவகாரத்தில் தமிழகத்தின் நலன்களைப் பாதுகாப்பது எவ்வளவு முக்கியமோ அதே அளவு முக்கியம், இங்குள்ள மலையாளிகளின் பாதுகாப்பை உறுதி செய்வதுமாகும். நாம் நியாயமாக நடந்துகொள்ளும்வரையே நமது நியாயங்களுக்காகப் போராடும் தார்மீக சக்தி நம்மிடம் மிஞ்சியிருக்கும்.

நிழல் அரசாங்கத்தின் பிரதிநிதிகள் யார்?

கடந்த சில நாட்களாக தமிழ்ப் பத்திரிகைகள் ஒரு குழப்பமான திகில் கதையின் வெவ்வேறு அத்தியாயங்களை எழுதி வருகின்றன. ஜெய லலிதா ஏன் சசிகலாவையும் அவரது பரிவாரத்தையும் கட்சியிலிருந்து நீக்கினார் என்பதுதான் அந்தக் கதை. அரசதிகாரத்தில் இரண்டு சாதிகளுக்கு இடையே இரண்டு தனிநபர்களை மையமாகக் கொண்டு நிகழும் அதிகாரப் போட்டிதான் அந்தக் கதையின் மர்ம முடிச்சு. படிக்கப் படிக்க எவ்வளவு சுவாரசியமாக இருக்கிறதோ அவ்வளவுக் கவ்வளவு அது திகிலூட்டுவதாகவும் இருக்கிறது. மக்கள் யாரையோ தேர்ந்தெடுத்து அதிகாரத்தை வழங்குகிறார்கள். அந்த அதிகாரம் வேறு யாராலோ கைப்பற்றப்பட்டுக்கொண்டு செலுத்தப்படுகிறது. இந்தியா முழுக்க இதுதான் எதார்த்தமாக இருக்கிறது. அரசியல் குடும்பங்கள் அரசியல் சாசனத்தை விடவும் மேலான அதிகாரத்தைப் பெற்றிருப்பதைக் காண்கிறோம். இன்று அரசியல் அதிகாரமும் கட்சியும் பெரும் மூலதனத்துடனும் லாபத்துடனும் இயங்கும் கார்ப்பரேட் நிறுவனங்களாக மாறிவிட்ட சூழலில் மக்கள் பிரதிநிதித்து வம் இல்லாத தனிநபர்கள் முக்கியப் பொறுப்புகளுக்கு வருவதும் தீர்மானிக்கும் சக்திகளாக மாறுவதும் தவிர்க்க இயலாத ஒன்று.

ஒருவிதத்தில் கருணாநிதிக்கும் ஜெயலலிதாவுக்கும் இதில் எந்த வித்தியாசமும் இல்லை. அவர்கள் தங்களது அதிகாரத்திற்காகத் தமக்கு அந்தரங்கமாக விசுவாசமானவர்களை மட்டுமே சார்ந்திருக் கிறார்களே தவிர, கட்சியையோ மக்களையோ அல்ல. ஆனால் இந்த நிழல் அதிகாரவர்க்கம் விஸ்வரூபம் எடுத்து தங்களது அதிகாரத்திற்கே சவாலாக உருவாகும்போதுதான் அவர்களுக்கு மூச்சுத் திணறல் ஏற்படத் தொடங்குகிறது. ஜெயலலிதா சசிகலாவுக்கும், அவரது பரிவாரத்திற்கும் ஒரு எச்சரிக்கையை விடுத்திருக்கிறார். அதுதான் இந்த நீக்கம். ஒரு நிறுவனத்தில் எடுக்கப்படும் சிறிய ஒழுங்கு நடவடிக்கை இது. ஆனால் சசிகலா ஜெயலலிதாவின் நிழல் போன்றவர். மீண்டும் அவர் ஜெயலலிதாவைத் தொடர்ந்து வரவே செய்வார்.

காரணம், அ.தி.மு.க. என்ற நிறுவனத்தின் ஏராளமான முக்கிய முடிவுகளோடு அவர் சம்பந்தப்பட்டவர். ஓரளவுக்குமேல் ஜெயலலிதா வால் அவரைப் பகைத்துக்கொள்ள முடியும் என்று தோன்றவில்லை. கருணாநிதியால் எப்படி வெளிப்படையாக எந்த அதிகாரத்திலும் இல்லாத தனது குடும்ப உறுப்பினர்கள் பலரைப் பகைத்துக்கொள்ள முடியாதோ அதேபோல.

நிழல் அதிகாரவர்க்கம் என்பது நமது ஜனநாயகத்திற்கு விடுக்கப் படும் மிகப்பெரிய சவால். அது ஒரு மக்களாட்சி முறைமையின் எல்லா அடிப்படைகளையும் எள்ளி நகையாடுகிறது. தனிப்பட்ட உறவுகள் இந்திய அரசியலில் மிகப்பெரிய விளைவுகளை ஏற்படுத்தி வந்திருக்கின்றன. அவை நமது வரலாற்றை மீண்டும் மீண்டும் நிலமானிய காலத்து அரசாட்சியை நோக்கிச் செலுத்துகிறது.

சு.வெங்கடேசனுக்கு சாகித்ய அகாதமி விருது

வருடாவருடம் சாகித்ய அகாதமி விருதை விமர்சித்து எழுதுவது என்பது ஏதோ செத்தவர்களுக்குத் திதி கொடுப்பதுபோல ஆகிவிட்டது. எந்த வருடமும் நாம் அந்தக் கடமையில் இருந்து தவறமுடியாது போலிருக்கிறது. சாகித்ய அகாதமி விருதுகள் தமிழ் எழுத்தாளர்களைக் கிண்டல் செய்வதற்காக உருவாக்கப்பட்ட ஓர் அமைப்பு என்ற சந்தேகம் எனக்கு நீண்டகாலமாக இருக்கிறது. ஒவ்வொரு வருடமும் அது உறுதிப்படுத்திக்கொண்டே வருகிறது. ஒவ்வொரு ஆண்டும் அது செய்யக்கூடிய தவறு முந்தைய ஆண்டு செய்த தவறு எவ்வளவோ பரவாயில்லை என்று நம்மை ஆறுதலடையச் செய்வதாக உள்ளது. சாகித்ய அகாதமி இதுவரை மூன்றுவிதமான விருதுகளை வழங்கி வந்திருக்கிறது. முதலாவதாக, ஒரு மோசமான எழுத்தாளரின் மோசமான புத்தகத்திற்கு விருது வழங்குவது; இரண்டாவதாக, ஒரு நல்ல எழுத்தாளரின் மோசமான புத்தகத்திற்கு விருது வழங்குவது; மூன்றாவதாக, அப்படி ஒரு எழுத்தாளர் இருந்தார் என நமக்கு நினைவூட்டும் விதமாக ஒரு எழுத்தாளரைக் கண்டுபிடித்து அவருக்கு விருது வழங்குவது. இப்போது நான்காவதாக ஒரு வகைமாதிரியை அது உருவாக்கியிருக்கிறது. தமிழில் எந்த முக்கியத்துவமும் பெறாத ஓர் இளம் எழுத்தாளரின் புத்தகத்தைக் கண்டுபிடித்து அதற்கு விருது வழங்குவது என்பதுதான் அது. தமிழக அரசு ஓடாத சினிமா படங்களுக்கு நிதி உதவி வழங்குவதைத்தான் இந்த விருது நினைவுபடுத்துகிறது. அடுத்ததாக, இன்னொரு வகையாக இந்த விருதை வழங்கலாம். எதிர்காலத்தில் இவர் எழுத்தாளராக மாறி ஏதாவது புத்தகம் எழுதுவார் என்ற அடிப்படையில் யாருக்காவது இந்த விருதை

வழங்கலாம். இந்தியாவில் பிறந்த அனைவருக்கும் ஜனாதிபதியாகும் உரிமை இருப்பதுபோலவே சாகித்ய அகாதமி விருதுகளைப் பெறும் உரிமையும் உண்டு.

தமிழுக்கான சாகித்ய அகாதமி விருதுகளைக் கடந்த சில ஆண்டு களில் பெரும் அவமானச் சின்னமாக மாற்றியதில் பெரும் பங்காற்றிய சிற்பி போன்றவர்களிடமும், இந்த ஆண்டு விருதுக்குழுவில் செயல் பட்டவர்களிடமும் நான் கேட்க விரும்பும் கேள்வி ஒன்றே ஒன்றுதான். உங்களுக்கு ஏதாவது அறிவு நாணயம் இருக்கிறதா? எப்போதாவது உங்கள் மனசாட்சியை நீங்கள் விழித்தெழ அனுமதிப்பீர்களா? தமிழில் இன்று மிக தீவிரமாகச் செயல்பட்டுக் கொண்டிருக்கும் பல படைப்பாளிகளைத் தாண்டி இந்த விருதை வெங்கடேசனுக்கு வழங்கக் காரணமாக இருந்த உங்களது நிர்ப்பந்தம் என்ன? வெளிப் படையாக இந்த விருதுக்கு ஒரு விலையை நிர்ணயுங்கள். இந்த விலையை செலுத்துபவர்களுக்கு சாகித்ய அகாதமி என்று அறிவியுங் கள். தமிழின் தலைசிறந்த படைப்பாளிகளைத் தொடர்ந்து அவமதிக் கும் சாகித்ய அகாதமியின் விருதிற்கு எதிராக நாம் செய்யவேண்டிய இரண்டு வேலைகள் இருக்கின்றன.

முதலாவதாக, ஒவ்வொரு ஆண்டும் கள்ளத்தனமாக எடுக்கப்படும் இந்த விருது முடிவிற்கு எதிராக நீதிமன்றத்திற்குச் செல்லவேண்டும். இரண்டாவதாக, சாகித்ய அகாதமி விருது ஒரு லட்சம் ரூபாய் என்றால் இரண்டு லட்ச ரூபாய் செலவில் நாம் ஒரு தமிழ் சாகித்ய அகாதமி விருதை நிறுவ வேண்டும். ஒவ்வொரு ஆண்டும் சாகித்ய அகாதமி ஒரு தவறான முடிவை அறிவிக்கும். அடுத்த நாள் நாம் யாருக்கு நியாயமாக அந்த ஆண்டு அந்த விருதை வழங்கவேண்டுமோ அவருக்கு வழங்குவோம்.

சு.வெங்கடேசன் இந்த விருதைப் பெற்றுக்கொள்வதன் வாயிலாக தனது முக்கியமான சக படைப்பாளிகளையும் மூத்த படைப்பாளி களையும் இழிவுபடுத்தும் சாகித்ய அகாதமியின் செயலில் பங்கெடுத் திருக்கிறார்.

உழைப்புக்கேற்ற ஊதியம் என்பதை மார்க்ஸ் இதுபோன்ற விஷயங்களில் கற்றுக் கொடுக்கவில்லையா என்ன?

ஜனவரி, 2012

ஒரு வரலாற்றுக் களங்கம்

சல்மான் ருஷ்டி ஜெய்ப்பூர் இலக்கிய விழாவிற்கு வர அனுமதிக்கப்பட்டிருந்தால் அங்கு கூடியிருந்த ஏராளமான எழுத்தாளர்களில் ஒருவராக வந்து விட்டுப் போயிருப்பார். ஆனால் அவரது வருகை மறுக்கப்பட்டதன் வாயிலாக அவர் வாழ்நாளெல்லாம் விரும்பி வந்திருக்கும் பரபரப்பின் புகழை இன்னொரு முறை வெற்றிகரமாக அடைந்துவிட்டார். இந்தப் புகழ் உலகெங்கும் தங்கள் கருத்துகளுக்காகத் தடை செய்யப்பட்ட, சிறைச்சாலைகளில் வாடுகிற எண்ணற்ற எழுத்தாளர்களுக்குக் கிடைக்காத ஒன்று. மேற்கு நாடுகளின் அரசவை கருத்துப் போராளியான ருஷ்டியும் இஸ்லாமிய மத அடிப்படைவாதிகளும் தமது வெவ்வேறு நோக்கங்களுக்காக நடத்தி வரும் நாடகத்தின் இன்னொரு காட்சிதான் ஜெய்ப்பூரில் நடந்தேறியிருக்கிறது. இந்த நாடகத்தின் புதிய கூட்டாளியாக இந்த முறை இந்திய அரசாங்கமும் சேர்ந்துகொண்டுவிட்டது. இதில் எல்லோருமே தங்கள் பங்கினை வெகுசிறப்பாக நடித்தார்கள் என்றுதான் சொல்ல வேண்டும். ருஷ்டிக்குத் தேவையான புகழ் கிடைத்துவிட்டது. அடிப்படைவாதிகள் தங்கள் அரசியலை இன்னொருமுறை மைய நீரோட்டத்திற்குள் கொண்டு வந்துவிட்டார்கள். காங்கிரஸ் வர இருக்கும் உத்தரப்பிரதேசத் தேர்தலை முன்னிட்டு சிறுபான்மையினர் ஆதரவு முகமூடி ஒன்றை அணிந்து கொண்டுவிட்டது. யாராலும் கவனிக்கப்படாத இலக்கியச் சுற்றுலாவின் ஒரு பகுதியான ஜெய்ப்பூர் இலக்கியத் திருவிழா ஒரு தேசிய நிகழ்வாக மாற்றப்பட்டுவிட்டது.

இந்த விவகாரத்தை ஒட்டி நடந்த சம்பவங்கள் ஒவ்வொன்றுமே நமது ஜனநாயக அமைப்பின் கேலிக்கூத்தான பக்கங்களையே திறந்து காட்டுகிறது. தியோபந்த் தாருல் இஸ்லாம் என்ற அமைப்பு ஜெய்ப்பூர் இலக்கிய விழாவிற்கு ருஷ்டி வருவதற்குத் தடைவிதிக்க வேண்டும் என்று இந்திய அரசாங்கத்தைக் கோருகிறது. இதில் சட்டபூர்வமான ஒரு அரசாங்கம் செய்யக்கூடியது இரண்டே இரண்டுதான். ஒன்று, ருஷ்டிக்கான விசாவை மறுக்கவேண்டும்; அவர் இந்தியாவிற்குள் நுழைவதற்குத் தடைவிதிக்கவேண்டும். அப்படிச் செய்தால் உலக நாடுகளிடம் இந்தியா அணிந்திருக்கும் ஜனநாயக முகமூடி கிழிந்து விடுமே. அல்லது ருஷ்டியை வர அனுமதித்துவிட்டு அவருக்கு முழு பாதுகாப்பு வழங்கியிருக்கவேண்டும். அப்படிச் செய்தால் முஸ்லிம்களின் பகையைச் சம்பாதித்துக் கொள்ள வேண்டி யிருக்குமே என்ற பயம். உடனே ஒரு உளவுத்துறை அறிக்கை தயாரிக்கப்படுகிறது. 'மும்பை நிழல் உலகத்திலிருந்து ருஷ்டியைக் கொல்வதற்கு ஆட்கள் அனுப்பப்பட்டு இருக்கிறார்கள். அவர் வந்தால் அவர் உயிருக்கு மட்டுமல்ல, விழாவிற்கு வந்திருக்கும் பலரது உயிருக்கும் ஆபத்து' என்று சொல்லி ருஷ்டி வரவேண்டாம் என அறிவுறுத்தப்படுகிறார். இந்தியாவில் நடந்த பயங்கரமான குண்டுவெடிப்புகள் தொடர்பாக இதுவரை ஒருமுறைகூட தகவல் அளிக்காத உளவுத்துறை, பாபர் மசூதி இடிக்கப்பட்டபோது அதைப்பற்றி எந்தத் தகவலும் அறியாத உளவுத்துறை இதை மட்டும் எப்படிக் கண்டுபிடித்தது என்று தெரிய வில்லை. ருஷ்டியும் தனது குடும்பத்தினருக்கும் விழாவிற்கு வந்திருக்கும் எழுத்தாளர்களின் பாதுகாப்பிற்கும் தான் பொறுப்பாக இருக்க வேண்டும் என்று சொல்லித் தனது பயணத்தை ரத்து செய்கிறார். அடுத்த நாளே அந்தக் கொலை மிரட்டல் ராஜஸ்தான் போலீஸாரால் உருவாக்கப்பட்ட கட்டுக்கதை என்று தெரிய வருகிறது. ருஷ்டி தனக்கு எதிராக ராஜஸ்தான் அரசாங்கம் செய்த சதி குறித்து ஆவேசமாக அறிக்கை விடுகிறார். விழாக் குழுவினர் மாநாட்டில் வீடியோ கான்ஃபரன்சிங் மூலம் ருஷ்டி உரையாற்றுவார் என அறிவிக்கின்றனர். அடிப்படைவாத அமைப்புகள் அதையும் எதிர்க் கின்றன. உடனே ராஜஸ்தான் அரசாங்கம் அதையும் தடுக்க நிர்ப்பந்தம் கொடுக்கிறது. ருஷ்டி தனது எதிர்ப்பு உரையை உலகம் முழுக்கத் தொலைக்காட்சி சேனல்களில் ஆற்றுகிறார். உண்மையில் இன்று உலகம் முழுக்க நீதிக்கான பல எழுத்தாளர்களும் பத்திரிகையாளர் களும் தங்கள் உயிருக்கு ஆபத்தான சூழ்நிலையிலேயே பணிபுரிகிறார் கள். அடிப்படைவாதிகளும் அரசாங்கங்களும் ஏற்படுத்தும் அபாயங் களின் ஊடாகத்தான் தங்கள் பயணத்தை மேற்கொண்டிருக்கிறார்கள். அமெரிக்க அதிபருக்கு இந்திய அரசாங்கத்தால் பாதுகாப்பளிக்க முடியும் எனில் ஏன் ஒரு எழுத்தாளனுக்கு அதனால் பாதுகாப்பளிக்க முடியாது என்ற சவாலை அவர் ஏற்படுத்தியிருக்க வேண்டும். அல்லது இந்திய அரசாங்கம் தன்னை அதிகாரபூர்வமாகத் தடைசெய்யும் சூழலை ஏற்படுத்தியிருக்க வேண்டும். அவர் இதன் வழியாகக்

கிடைக்கும் பரபரப்பிலேயே பெரிதும் ஆர்வம் கொண்டிருந்தார். மேற்கு நாடுகள் இந்தியாவைக் குறித்து உருவாக்கும் கேலிச் சித்திரங்களுக்கே இது பயன்பட்டிருக்கிறது.

ஒரு சட்டபூர்வமான இறையாண்மையுள்ள அரசாங்கம் எடுக்கக் கூடிய எந்தக் கொள்கை பூர்வமான முடிவையும் இந்திய அரசாங்கம் இந்த விவகாரத்தில் எடுக்கவில்லை. மாறாக, அது ஒரு மூன்றாந்தர அரசியல் விளையாட்டை இதில் ஆடியுள்ளது. இதன் வழியாக மிக மோசமான, தவறான முன்னுதாரணத்தை அரசு ஏற்படுத்தியுள்ளது. எந்த அடிப்படைவாத அமைப்பும் எந்த ஒரு நிகழ்விற்கும் அல்லது ஊடகத்திற்கும் எதிராக அரசாங்கத்தை எந்தக் காரணத்திற்காகவும் நிர்ப்பந்திக்கமுடியும் என்பதையே இந்த சம்பவம் உணர்த்துகிறது. கருத்துக்களை கருத்துக்களுக்கு வெளியே எதிர்கொள்ள விரும்புகிறவர்களின் நிர்ப்பந்தங்களுக்கு ஒரு முறை அடிபணிந்தால் அதன் மூலமாக நமது அரசியல் சாசனம் வழங்கக்கூடிய அடிப்படை உரிமைகளை நிரந்தரமாக இழக்கிறோம் என்பதே உண்மை. ஒரு வீடியோ கான்ஃபரன் சிங் உரைகூட இந்தியாவின் சட்ட ஒழுங்கிற்கு ஆபத்தானது என்பதை நாம் ஏற்றுக் கொண்டதன் வாயிலாக எந்த ஜனநாயகப் பண்பும் அற்ற, நாகரீகமடையாத சமூகத்தின் பிரஜைகளாக உலகத்தின் பார்வையில் நிறுத்தப்பட்டிருக்கிறோம். எண்ணற்ற மாறுபட்ட நம்பிக்கைகளும் கருத்துக்களும் கொண்ட மக்கள் கூடிவாழும் ஒரு நாட்டின் நீண்ட பண்பாட்டு மரபு இதன் மூலமாகப் பேரளவிற்கு சிறுமைப் படுத்தப்பட்டுவிட்டது. இந்த அவமானம் நீண்ட காலத்திற்கு நம்மேல் படிந்திருக்கும். அத்வானியின் ரதயாத்திரையால் பொது அமைதிக்கு ஏற்பட்ட சீர்குலைவை விட அதிகமான சீர்குலைவு ருஷ்டியின் வருகையால் எற்பட்டுவிடாது.

இந்த விவகாரம் தொடங்கியதுமே இது இஸ்லாமியர்களின் மீது சுமத்தப்பட்டு வரும் பல்வேறு களங்கங்களுக்கு வலு சேர்ப்பதாக அமையும் என்று ஒரு தொலைக்காட்சி உடையாடலில் குறிப்பிட்டேன். இஸ்லாமியர்கள் அனைவருமே பயங்கரவாதிகள், கருத்துச் சுதந்திரத்தில் நம்பிக்கையற்றவர்கள் என்று உலகம் முழுக்க பரப்பப்பட்டு வரும் கட்டுக் கதைகளை இஸ்லாமியர்கள் எதிர்த்துப் போராட வேண்டிய காலகட்டமிது. இஸ்லாம் வலியுறுத்தும் சமாதானத்தையும் அமைதியையும் இந்த உலகத்திற்குக் கொண்டுவரவேண்டிய ஒரு நேரத்தில் அதற்கு எதிராக இஸ்லாமியர்களைப் பழமைவாதிகளாகவும் பயங்கரவாதிகளாகவும் சித்தரிக்கச் செய்யும் இதுபோன்ற முயற்சிகள் குறித்து இஸ்லாமியர்கள் எச்சரிக்கையாக இருக்க வேண்டும் என்று அதில் குறிப்பிட்டேன். 'அவநம்பிக்கையாளர்கள் உங்கள் பாதுகாப்பை வேண்டினால் அவர்களுக்குப் பாதுகாப்பளியுங்கள். அவர்களை இறைவனின் வார்த்தைகளைக் கேட்கச் செய்யுங்கள். அவர்கள் இணங்காதபோது அவர்களுக்காகப் பிரார்த்தனை செய்யுங்கள்' என்பதே இஸ்லாமின் போதனையாக இருந்திருக்கிறது. அயதுல்லா

கொமேனி ருஷ்டிக்கு விதித்த ஃபத்வா இஸ்லாத்துக்கு விரோதமானது என்பதை உலகெங்கிலும் உள்ள பல இஸ்லாமிய அறிஞர்கள் வலியுறுத்தி வந்திருக்கின்றனர். எந்த இஸ்லாமிய நாடும் இதை ஆதரிக்கவில்லை. பல இஸ்லாமிய அமைப்புகள் இதை எதிர்த்தன. ஆனால் பொதுபுத்தியில் இஸ்லாமியர்கள் ருஷ்டியைக் கொலை செய்ய அலைகிறார்கள் என்கிற பிம்பம் திரும்பத் திரும்ப உருவாக்கப் படுகிறது. முஸ்லிம்கள் உலகம் முழுக்க அரசியல்ரீதியாக கடுமையாக ஒடுக்கப்பட்டு வரும் ஒரு காலகட்டத்தில், அவர்கள் உலக பொது மைய நீரோட்டத்திலிருந்து திட்டமிட்டு அகற்றப்பட்டு வரும் ஒரு வரலாற்று சந்தர்ப்பத்தில் அவர்களை வன்முறையாளர்கள் என்று மறுபடியும் முத்திரை குத்தும் இதுபோன்ற செயல்கள் முஸ்லிம்களைப் பெரிதும் ஆபத்திற்குள்ளாக்கக்கூடியது. இஸ்லாமியர்கள் தங்களுக்கு எதிரான பிம்ப அரசியலைக் கடுமையாக எதிர்த்துப் போராடுவதுடன் நீதியின்மீதும் சமாதானத்தின்மீதும் ஜனநாயகத்தின்மீதும் தாங்கள் கொண்டுள்ள நம்பிக்கையை இந்த உலகிற்கு உரத்துச் சொல்ல நிர்ப்பந்திக்கப்பட்டிருக்கிறார்கள்.

இன்றைய மின் அணு யுகத்தில் தடை என்பது ஒரு கற்பனையான அரசியல் செயல்பாடு மட்டுமே. எந்த மனிதரின் குரலையும் யாரும் தடுத்து நிறுத்த முடியாது என்பதே உண்மை. எது ஒன்று தடுக்கப்படு கிறதோ அதுவே மிக வேகமாகப் பரவுகிறது. இன்று உலகில் பல்வேறு பகுதிகளில் தடை செய்யப்பட்ட எல்லா பிரதிகளுமே இணையத்தில் எளிதாக வாசிக்கக் கிடைக்கின்றன. 'சாத்தானின் கவிதைகள்' புத்த கத்தை இறக்குமதி செய்வதைத் தடுக்க முடியுமே தவிர, ஒருவர் அதை வாசிப்பதைத் தடுக்க எந்த வழியுமே இந்த உலகில் இல்லை. மேலும் தடை என்பது ஒரு படைப்பிற்கா அல்லது படைப்பாளிக்கா என்பதில் நமக்குக் கொஞ்சம் தெளிவு இருப்பது அவசியம். சாத்தானின் கவிதைகளை இந்தியாவில் தடை செய்தது போல சல்மான் ருஷ்டி யையே தடை செய்யவேண்டும் என்று சொன்னால் அயதுல்லா கொமேனி விதித்த ஃபத்வாவிற்கும் இதற்கும் என்ன வித்தியாசம் இருக்க முடியும்?

சுதந்திரத்திற்கும் பொறுப்புணர்ச்சிக்கும் இடையிலான தொடர்பை விவாதிக்காமல் நாம் இந்தப் பிரச்சினையைக் கடந்து செல்ல முடியாது. இந்த உலகில் எங்காவது எப்போதாவது வரையறைகளுக்கு அப்பாற்பட்ட சுதந்திரம் என்ற ஒன்று இருந்திருக்கிறதா? எந்த சமூக மாவது அரசாங்கமாவது அதைத் தனது குடிமக்களுக்கு எப்போதாவது வழங்கியிருக்கிறதா? சுதந்திரம் அரசாங்கத்திற்கோ அமைப்பிற்கோ கட்டுப்பட்டு இராத சமயத்தில்கூட அது சில தார்மீக நியதிகளுக்கும் அறத்திற்கும் கட்டுப்பட்டதாகவே இருந்திருக்கிறது. மக்கள் சமூகத்தின் பொது உணர்வுகளுக்கு ஒரு அரசாங்கத்தைவிடவும் அரசியல் அமைப்பைவிடவும் ஓர் எழுத்தாளனே அதிக பொறுப்பு உள்ளவன். அவனே ஒரு மக்கள் சமூகத்தின் ஆன்மாவை நெருங்கிச் சென்று தொடக்கூடியவனாக இருக்கிறான். அந்த வகையில் மக்களின்

அடிப்படைக் கலாச்சார உணர்வுகளின்மீது தனக்கு இருக்கும் பொறுப்பை ஓர் எழுத்தாளன் எந்த சந்தர்ப்பத்திலும் இழக்க முடியாது என்றே தோன்றுகிறது. சல்மான் ருஷ்டி ஆகட்டும், எம்.எஃப். ஹுசைன் ஆகட்டும், அவர்கள் இந்தத் தார்மீகப் பொறுப்பினைப் புறக்கணித்தார்கள் என்றே சொல்ல வேண்டும். அவர்கள் தங்கள் புகழுக்காகவும் பரபரப்பிற்காகவும் மேற்கொண்ட செயல்பாடுகளின் வழியே மீள முடியாத ஒரு பொறியில் சிக்கிக்கொண்டார்கள். அவர்கள் எந்த அதிகார அமைப்புக்கும் அரசியல் அமைப்புக்கும் எதிராகத் தங்கள் செயல்பாடுகளை முன்னெடுத்தவர்கள் அல்ல. அப்படி முன்னெடுத்து அதற்காகத் தங்கள் வாழ்வையும் கலையையும் அர்ப்பணித்த கலைஞர்களோடும் எழுத்தாளர்களோடும் அவர்களை வைத்துப் பேச இயலாது. பெரும்பான்மை மக்கள் ஒரு குறிப்பிட்ட செயல்பாட்டின் வழியாகப் புண்படுகிறார்கள் எனில், எழுத்தாளர்களும் கலைஞர்களும் அந்தப் புண்படும் மக்களுக்காகவும் சேர்த்துதான் செயல்படவேண்டுமே ஒழிய, ஊடகங்களின் தீனிக்காக மட்டும் தங்களைத் தகவமைத்துக் கொள்ளக் கூடாது. நாம் அடிப்படைவாதிகளுக்கு அடிபணிய வேண்டியதில்லை. அவர்களது நிர்ப்பந்தங்களுக்குப் பயப்பட வேண்டியதில்லை. ஆனால் மக்களின் கலாச்சார உணர்வுகளுக்கு ஒரு கலைஞன் பொறுப்பேற்றுக் கொள்ளவில்லை எனில் அந்த இடத்தை அரசாங்கமும் மதமுமே திரும்பத் திரும்பக் கைப்பற்றிக் கொள்ளும். அதன் துயர விளைவுகளையே நாம் திரும்பத் திரும்பப் பார்க்கிறோம்.

ஜெய்ப்பூர் இலக்கியத் திருவிழாவில் இந்தியர்கள்மீதும் இந்திய முஸ்லிம்களின்மீதும் சுமத்தப்பட்டிருப்பது மாபெரும் வரலாற்றுக் களங்கம். நாம் சுதந்திரத்திற்கான பொறுப்புணர்ச்சியுடன் இந்தக் களங்கத்தைத் துடைக்க வேண்டும்.

பிப்ரவரி, 2012

பெரிய பஞ்சம் வந்திருக்கு

சென்னைக்கு வெளியே மின்வெட்டு எட்டுமணி நேரமாக அதிகரிப்பதைத் தொடர்ந்து சென்னையின் புறநகர் பகுதிகளுக்கு அதிக அளவில் மக்கள் குடி பெயர்வதாக சமீபத்தில் ஒரு செய்தி வந்திருந்தது. உண்மையில் இது பஞ்சம் பிழைக்க இடம்பெயரும் மக்களையே நினைவூட்டுகிறது. வரலாற்றில் கொடிய பஞ்சங்களைப் படித்தறிந்த இன்றைய தலைமுறை யினருக்கு ஒரு பஞ்சம் ஏற்படுத்தக்கூடிய வாழ்க்கைச் சீர்குலைவையும் மன அழுத்தத்தையும் இந்த மின் சாரப் பஞ்சம் நேரடி அனுபவமாக மாற்றிக் காட்டிக் கொண்டிருக்கிறது. அத்யாவசியத் தேவைகளான உணவு, உடை, இருப்பிடம் ஆகியவற்றோடு மின்சார மும் சேர்ந்து எவ்வளவோ காலமாகிவிட்டது. மனித குல வரலாற்றில் இதுவரை நடந்த புரட்சிகளிலேயே மிகப்பெரிய இணையற்ற புரட்சி, மின்சாரம் கண்டு பிடிக்கப்பட்டதும் அது பரவலாக்கப்பட்டதும்தான். மின்சாரம் மனிதனின் சாரத்தையே மாற்றியமைத்தது. மனிதனையும் இந்த உலகத்தையும் பிணைக்கும் அத்தனை கண்ணிகளிலும் மின்சாரம் செலுத்தப் பட்டு இயங்கச் செய்துகொண்டிருக்கிறது. வேறு வார்த்தையில் சொன்னால் அது மனித உடலில் ஓடும் ரத்தத்திற்கு இணையான பாத்திரத்தை இன்றைய உலகில் வகிக்கிறது. மின்சாரம் கிடைக்க வில்லை என்பதன் அர்த்தம் ஒருவருக்கு அவருடைய மூச்சுக் காற்று கிடைக்கவில்லை என்பதுதான். அது ஒட்டுமொத்த வாழ்வியக்கத்தையும் ஸ்தம்பிக்கச்

செய்வது மட்டுமல்ல, மனிதர்களின் வாழ்க்கைத் தரத்தை வெகுதூரம் கீழிறக்கச் செய்யும் ஒரு செயல். கடவுள் இந்த உலகத்தை அழிக்க விரும்பினால் அவர் ஊழித் தீயினையோ பிரளயத்தையோ ஏற்படுத்த வேண்டுமென்பதில்லை. ஒட்டுமொத்தமாக மின்சாரத்தை நிறுத்தினாலே போதுமானது. அதிகரித்துவரும் இந்த மின்வெட்டு மக்கள் மீது மேற்கொள்ளப்பட்டிருக்கும் தாக்குதல் அல்லது போர் என்றுதான் அழைக்கப்பட வேண்டும். ஆம், இந்திய மக்களும் குறிப்பாக தமிழக மக்களும் அவ்வளவு சீக்கிரம் மீள முடியாத ஒரு இருண்ட காலத்தை நோக்கிச் சென்றுகொண்டிருக்கிறார்கள்

தமிழ்நாட்டில் சிறு தொழில்கள் பெரும்பாலானவை இந்த மின்வெட்டால் கிட்டத்தட்ட அழிவின் விளிம்பிற்குச் சென்றுவிட்டன. ஒரு நாளைக்கு மின்வெட்டால் ஏற்படும் நாட்டின் பொருளாதார இழப்பு கணக்கிட முடியாத அளவு அதிகரித்துவிட்டது. தொழிற்சாலைகள் தொடர்ந்து மூடப்படுகின்றன. வேலை இழப்பும் சமூக அமைதியின்மையும் வேகமாக அதிகரித்து வருகிறது.

கடந்த பத்தாண்டுகளில் நிகழ்ந்த மின்னணுப் புரட்சியும் உலகமயமாதலும் மின் நுகர்வைப் பல மடங்கு உயர்த்திவிட்டன. நாம் வாழ்வில் கற்பனைகூட செய்திராத பல மின் அணு சாதனங்கள் இன்று அத்யாவசியத் தேவைகளாக மாறிவிட்டன. செல்போன்களும், தொலைக்காட்சிப் பெட்டிகளும், கம்ப்யூட்டர்களும் இன்னபிற மின்சார சாதனங்களும் பெரும் பிரளயம்போல நம் வாழ்க்கைக்குள் நுழைந்தன. பத்தாண்டுகளுக்கு முன்பு மிக்ஸி, கிரைண்டர், வாஷிங் மெஷின் போன்ற வீட்டு உபயோகப் பொருள்கள் நகர்ப்புற உயர்தட்டு, மத்தியதர வர்க்கத்தின் உபயோகத்தில் மட்டுமே இருந்தன. வளைகுடா நாடுகளில் வேலை செய்பவர்கள் எங்கள் கிராமத்திற்குக் கொண்டு வரும் எலெக்ட்ரிக் குக்கர் ஒரு அதிசய சாதனமாக இருந்ததும் பத்துப் பதினைந்து ஆண்டுகளுக்கு முந்தைய கதைதான். தொழில்நுட்பம் மலிவானதும், பரவலான சந்தைமயப்படுத்தலும் காரணமாக பரவலாக மக்கள் நவீன சாதனங்கள் தரும் வசதிகளை ஏற்கத் தலைப்பட்டனர். ஆனால் இந்த அபரிமிதமான மின் அணு சாதனங்களின் நுகர்வு ஏற்படுத்தப்போகும் மின் தேவையைப்பற்றி நமது அரசுகள் எந்த தொலைநோக்குப் பார்வையும் கொண்டிருக்கவில்லை. எவ்வாறு பொதுப் போக்குவரத்து வசதிகளை மேம்படுத்தாமல், சாலை வசதிகளை மேம்படுத்தாமல் சகட்டு மேனிக்குத் தனியார் நிறுவனங்களின் நலன்களுக்கு உகந்த வகையில் வாகனக் கடன்களை வழங்கி, பெரும் வாழ்வியல் நெருக்கடியும் சுற்றுச்சூழல் நெருக்கடியும் ஏற்படுத்தப்பட்டனவோ அதேதான் மின் உற்பத்தி சார்ந்த விஷயங்களில் நடந்தது. மக்களுக்குப் பல்லாயிரம் கோடி ரூபாய் ஊழல் செய்தாவது மலிவு விலையில் செல்போன் வழங்க முன்வந்த நமது தலைவர்கள் அந்த செல்போனை சார்ஜ் செய்வதற்கான மின்சாரத்தை எப்படி உற்பத்தி செய்வது என்று அக்கறைகொள்ளவேயில்லை. ஏனென்றால் அலைக்கற்றைகளை ஏலம் விடுவதுபோல சுலபமான வேலை இல்லை,

புதிய மின் உற்பத்தி நிலையங்களை உருவாக்கி செயல்படச் செய்வது. இப்போது முடியும் தறுவாயில் இருக்கும் சில மின் உற்பத்தி திட்டங் கள் பத்தாண்டுகளுக்கு முன் முடிக்கப்பட்டிருந்தால் இப்போதைய நெருக்கடியை இந்த அளவு சந்தித்திருக்கமாட்டோம். ஆனால் நாளையைப் பற்றி யாருக்குக் கவலை?

9500 மெகாவாட் மின்சாரம் தேவைப்படும் இடத்தில் 7000 மெகாவாட்டை வைத்துக்கொண்டு குரங்கு அப்பத்தைப் பங்கு வைத்த கதையாக அல்லாடிக் கொண்டிருக்கிறோம். கிராமத்தில் குழந்தைகள் படிக்க மின்சாரம் இல்லாமல் தவிக்கும்போது பெரு நகரங்களின் வணிக வளாகங்கள், திரையரங்குகள், கனரகத் தொழிற் சாலைகள், ஐடி நிறுவனங்கள் பெருமளவு மின்சாரத்தைப் பயன்படுத்தி வருகின்றன. இது இன்று நகர மக்களுக்கும் கிராம மக்களுக்கும் இடையே வாழ்க்கைத் தரத்தில் கடும் ஏற்றத் தாழ்வுகளை உருவாக்கி யிருக்கின்றன.

புதிய அனல் மின் நிலையங்களைத் தொடர்ந்து உருவாக்குவது சாத்தியமற்றது என்கிறார்கள் தொழிநுட்ப வல்லுனர்கள். இதே நுகர்வுவிகிதத்தில் போனால் இப்போதைய நிலக்கரி வளம் 100 வருடத்திற்குள் காலியாகிவிடும் என்று சொல்கிறார்கள். அடுத்த தலைமுறைக்கு எதுவும் மிச்சமில்லாமல் இந்தப் பூமியைச் சூறையாடி வருகிறோம். சாத்தியமான இடங்களில் எல்லாம் அணைகளை ஏற்படுத்தி நீர்மின் நிலையங்கள் ஏற்கனவே ஏற்படுத்தப்பட்டுவிட்டன. அணுமின் நிலையங்கள்தான் ஒரே தீர்வு என்று அரசாங்கம் பூச்சாண்டி காட்டி வருகிறது. இந்தியாவின் இரண்டு சதவீத மின் தேவைகளைத் தானே அணுமின் நிலையங்கள் பூர்த்தி செய்கின்றன என்று சொல் வதைக் கேட்டு காதில் விழாததுபோல நடிக்கிறார்கள். அணுமின் நிலையங்களை அமைப்பதற்கான செலவு, அதன் அபாயம் ஆகியவை அணுமின் நிலையங்களுக்குக் கடும் எதிர்ப்பைத் தோற்றுவித்திருக்கிறது. தீர்வுக்குப் பதில் புதிய சிக்கல்களை அரசு கொண்டு வருகிறது.

நமது எதிர்காலத்தையும் நிகழ்காலத்தையும் இருளச் செய்யும் இந்தப் பிரச்சினைக்கு என்னதான் தீர்வு? தொழில்நுட்பரீதியாகவும், கொள்கைரீதியாகவும், நிர்வாகரீதியாகவும், பொருளாதாரரீதியாகவும் அரசியல்ரீதியாகவும் ஒருங்கிணைந்த கடும் முடிவுகளை எடுக்க வேண்டிய காலம் இது.

இந்தியா போன்ற வெயில் நிறைந்த நாட்டில் சூரிய ஒளி ஒன்றே எதிர்கால மின்தேவைகளுக்கான மாற்று. துரதிருஷ்டவசமாக நாம் அந்தத் தொழில் நுட்பத்தை வளர்த்தெடுக்கவே இல்லை. அதனால் இன்று அது அதிக செலவு பிடிக்கக்கூடிய ஒன்றாக உள்ளது. ஆனால் அறிவியல்ரீதியாக இந்தத் தடையை நாம் வென்றெடுக்க முடியும். அரசு, வீடுகளில் சூரிய ஒளிமூலம் மின் உற்பத்தி செய்வதற்கான சாதனங்களைப் பெருமளவு மானிய விலையில் அளிக்க முன்வர வேண்டும். அதேபோல காற்று, கடல் நீர், கழிவுகள் போன்றவற்றிலிருந்து

மின் உற்பத்தி செய்வதற்கான வழிவகைகளை அரசு பெரிய அளவில் மேற்கொள்ள வேண்டும். இதைவிட பல மடங்கு மின்நுகர்வை மேற்கொள்ளும் நாடுகள் எவ்வாறு தங்கள் மின்தேவைகளைத் தொலை நோக்குத் திட்டத்துடன் நிறைவேற்றி வருகின்றன என்பதிலிருந்து நமக்குத் தேவையான பாடங்களைப் படிப்பதை நாம் இனியும் ஒத்திவைக்க முடியாது.

மின்சாரத்தை உற்பத்தி செய்வதைப்போலவே அது விரயமாவதைத் தடுப்பதும் நமது தலையாய பிரச்சினை. இது தொழில்நுட்பரீதியாகவும் பொறுப்புணர்வுடனும் கையாள வேண்டிய பிரச்சினை. மின்சாரத்தை ட்ரான்ஸ்மிஷன் செய்வதில் நமது மோசமான தொழில்நுட்ப முறையால் 25 சதவீதம் வீணாவதாகச் சொல்கிறார்கள். மேற்கு நாடுகளில் இது நான்கு சதவீதம் மட்டுமே. இதை மாற்றியமைத்தாலே பெருமளவு மின்சாரத்தைச் சேமிக்க முடியும். அதேபோல வீடுகளில் குறைவான மின்சாரப் பயன்பாடுள்ள விளக்குகளைப் பயன்படுத்துதல், தேவையற்ற மின் விரயத்தைத் தடுத்தல் போன்ற விஷயங்களில் கடும் விழிப்புணர்வை மக்களிடம் ஏற்படுத்தவேண்டும்.

இதுபோல இன்னும் பல காரியங்கள் உடனடியாக செய்யப்பட வேண்டியிருக்கின்றன. மின்சாரத் தட்டுப்பாடு நமது பொருளாதாரத்தை சுனாமியைப்போல வேகமாக அழித்து வருகிறது. இதைத் தடுத்து நிறுத்தாவிட்டால் மீளமுடியாத பெரும் அபாயத்தில் சிக்கிக் கொள்வோம்.

போலீஸ் கொலைகள்

வங்கிக் கொள்ளையில் ஈடுபட்டவர்கள் எனச் சொல்லப்படும் ஐந்து பேரைத் தமிழகப் போலீசார் அவர்கள் தங்கியிருந்த அறையில் நள்ளிரவில் என்கவுண்ட்டர் செய்து தங்கள் வீரத்தை உலகிற்குக் காட்டியுள்ளனர். 'மிடில் க்ளாஸ் காமன் மேன்' சிலர் இதை சாக்லேட் கொடுத்துக் கொண்டாடியதாகக் கூட டி.வி.யில் காட்டினார்கள். இந்தியாவில் சட்டத்தின் ஆட்சி செத்து எவ்வளவோ காலமாகிறது. அதிலும் இந்த விஷயத்தில் தமிழகத்தை இந்தியாவில் முதன்மையான மாநிலமாக எந்தத் தயக்கமும் இன்றி அறிவிக்கலாம். ஒவ்வொரு முறையும் இப்படிக் கைது செய்யப்பட்டவர்களை அழைத்துப் போய் போலி என்கவுண்ட்டர்களில் சுட்டுத் தள்ளும் போதும் அது ஒரு நீதி அமைப்பின் மேல்விழும் குண்டடி என்பது எத்தனை பேருக்கு உறைக்கிறது என்று தெரியவில்லை.

கோவையில் பள்ளிக் குழந்தைகள் இருவரைக் கொலை செய்த குற்றவாளியை அன்று கருணாநிதியின் போலீஸ் சிறையிலிருந்து அழைத்துச் சென்று அதிகாலையில் சுட்டுக் கொன்றது. காரணம்,

அந்த விவகாரத்தை ஜெயலலிதா தனது அரசியல் ஆதாயத்திற்குப் பயன்படுத்திக் கொள்ளக்கூடாது என்ற கருணாநிதியின் பயம். இப்போது ஜெயலலிதாவின் போலீஸ் தொடர் வங்கிக்கொள்ளையை எதிர்க்கட்சிகள் தங்கள் அரசியல் ஆதாயத்திற்காகப் பயன்படுத்திக் கொள்ளக்கூடாது என்பதற்காக இந்த 5 பேரையும் எந்த அவசியமும் இல்லாமல் போட்டுத் தள்ளியிருக்கிறது. இவ்வாறு தங்கள் அரசியல் நலன்களுக்காகப் போலி என்கவுண்ட்டர்களை நிகழ்த்துவது புதிதல்ல. தமிழகத்தில் கடந்த பத்தாண்டுகளில் 70க்கும் மேற்பட்ட ரவுடிகள் போலி என்கவுண்ட்டர்களில் கொல்லப்பட்டுள்ளனர். இந்த ரவுடி களுக்கும் அரசியல்வாதிகளுக்கும் இடையிலான தொடர்புகளும் பகைகளுமே இந்தக் கொலைகளுக்குப் பின்புலமாக இருந்திருக்கின்றன. மிடில் க்ளாஸ் காமன் மேன்கள் இதெல்லாம் 'சட்டம் & ஒழுங்கைக் காப்பாற்ற' என்று நம்பிக்கொண்டிருக்கலாம். ஆனால் சட்டம் & ஒழுங்கைக் காப்பாற்றுவதற்கும் சட்டமும் நீதியும் தேவை என அவர்களுக்கு யாருமே சொல்லித் தரவில்லை. ஒரு ஊரில் நாலு ரவுடி இருந்தால் ஒரு ரவுடியை மட்டும் ஏன் சுடுகிறார்கள் என்ற கேள்வியை ஒருபோதும் அவர்கள் எழுப்பிக் கொள்வதுமில்லை. மேலும் குற்றவாளிகளை மிரட்டுவதற்காகத்தான் இந்த என்கவுண்ட்டர் களைச் செய்கிறார்கள் என்றால் வீரப்பனைத் தேடப் போய் கொஞ்சம் இளைப்பாறும் முகமாக வாச்சாத்தியில் கற்பழிப்பிலும் சித்ரவதையி லும் ஈடுபட்டவர்கள், லாக்-அப் கற்பழிப்புகள், கொலைகளில் ஈடுபடுபவர்கள்மீதும் ஒன்றிரண்டு என்கவுண்ட்டர்களைச் செய்து பார்க்கலாமே. வங்கியில் சில லட்சங்களைக் கொள்ளையடித்தவர்களை எந்த விசாரணையும் இன்றி சுட்டுத் தள்ளலாம் என்றால் பல ஆயிரம் கோடி ரூபாயைக் கொள்ளையடித்து இந்தத் தேசத்தையே திவாலாக்கிக்கொண்டிருப்பவர்களை என்ன செய்வது?

இப்படிக் குற்றவாளிகளைக் கைது செய்து போலீசே மரண தண்டனை வழங்கலாம் என்றால் எதற்கு இவ்வளவு நீதிபதிகளும் வக்கீல்களும்? அவர்களை வேறு ஏதாவது வேலைக்கு அனுப்பலாமே? இதுவரை போலி என்கவுண்ட்டரில் ஈடுபட்ட ஒரு காவல்துறை அதிகாரிகூட தமிழகத்தில் கைது செய்யப்பட்டதாகத் தகவல் இல்லை. இதைவிட வட மாநிலங்கள் எவ்வளவோ பரவாயில்லை.

காவல்துறைக்கு ஒரு முக்கியமான பரிந்துரை: நீங்கள் என் கவுண்ட்டர் ஸ்பெஷலிஸ்டுகளை நியமிப்பதுபோல நல்ல ஸ்கிரிப்ட் எழுத்தாளர்களையும் நியமியுங்கள். என்கவுண்ட்டருக்குப் பின் நீங்கள் சொல்லும் கதைகளைக்கேட்டுக் குழந்தைகள் எல்லாம் சிரிக்கிறார்கள்.

இரண்டு கேள்விகள்

1. கையை நீட்டிப் பேசுவது ஒரு குற்றமா என்று விஜயகாந்த் கேள்வி கேட்டிருக்கிறார். கையை நீட்டுவது, நாக்கை மடிப்பது தொடர்பாக நமது அரசியல் சாசனத்தில் புதிய விதிகளைச் சேர்க்க வாய்ப்புள்ளதா?

2. ஜெயலலிதா பெங்களூர் கோர்ட் விசாரணையிலிருந்து வெளியே வராதவரை நடராஜன் ஜெயிலிலிருந்து வெளியே வரமுடியாது என்கிறார்களே? அது உண்மையா?

மார்ச், 2012

இருண்ட காலக் குறிப்புகள்

'இப்போது ஜெயலலிதா நிறைய மாறிவிட்டார்' என்று தேர்தலுக்கு முன்பாக, கருணாநிதிக்கு எதிராக அவரைத் தீவிரமாக ஆதரித்த நமது அறிவுஜீவிகள் எழுதினார்கள். அ.தி.மு.க. ஆட்சிக்கு வந்து இன்னும் ஓராண்டுகூட நிறைவடையாத சூழலில் அவர்களே இப்போது 'இல்லை... இல்லை... அவர் மாறவே இல்லை...' என்று மறுபடி எழுதத் துவங்கிவிட்டனர். ஜெயலலிதாவின் இயல்புகளை நீண்ட காலமாகக் கூர்ந்து கவனித்துவரும் ஒரு எழுத்தாளன் என்ற முறையில் அவரது இயல்புகள் மிக முக்கியமான மாறுதல்களை அடைந்துவிட்டன என்றுதான் தோன்றுகிறது. பழைய ஜெயலலிதா உணர்ச்சிகளை உடனுக்குடன் காட்டுபவர். விளவுகளைப் பற்றிக் கவலைப்படாமல் முடிவுகளை எடுக்கக்கூடியவர். யாருக்கும் தன்னைப் பற்றிய பொய்யான பிம்பங்களை ஏற்படுத்தாதவர். ஆனால் இப்போதைய புரட்சித் தலைவி அப்படியல்ல. அவர் முகத்தின் புன்னகை விஜயகாந்த்தைப் பார்த்தால் ஒழிய மாறுவதே இல்லை. அவர் எதைப்பற்றியும் என்ன நினைக்கிறார் என்பதைக் கடைசி நிமிடம் வரை யாரும் கண்டு பிடிக்க முடிவதில்லை.

அணுஉலை ஆதரவு அறிஞர்களை முதல் நாள் சந்திக்கும்போதும் அதற்கு அடுத்த நாளே அணுஉலை எதிர்ப்பாளர்களைச் சந்திக்கும்போதும் அவரது முகத்தில் எந்த வித்தியாசமும் இல்லை. தனது நண்பர்களைக் கட்டுப்படுத்த முடியாமல் தடுமாறியது

பழைய ஜெயலலிதா. யாருக்கும் தெரியாத காரணங்களுக்காக அவர்களை அமைதி தவழும் முகத்தோடு கூண்டோடு ஜெயிலுக்கு அனுப்புவது புதிய ஜெயலலிதா. தனது செயல்பாடுகளுக்கு எதிராக வரும் நீதிமன்றத் தீர்ப்புகளைக் கண்டு பதற்றமடைபவர் பழைய ஜெயலலிதா. எத்தனை கண்டனங்கள் வந்தாலும் தீர்ப்புகள் வந்தாலும் அதைப்பற்றிக் கவலைப்படாமல் தினம் தினம் புதுப்புது தாக்குதல்களைத் தயக்கமின்றித் தொடுப்பவர் புதிய ஜெயலலிதா. தனக்கு எரிச்சலூட்டும் பத்திரிகையாளர்களைத் தெருவில் ஓட ஓட விரட்டியவர் பழைய ஜெயலலிதா. இன்று ஊடகங்களை எப்படித் தன் முன் மண்டியிட்டு தவழ்ந்து வரச் செய்யமுடியும் என்பதை நன்கறிந்தவர் புதிய ஜெயலலிதா..

ஆம், புரட்சித் தலைவி எவ்வளவோ மாறிவிட்டார். இல்லாவிட்டால் கூடங்குளம் அணுஉலையின் பாதுகாப்பு பற்றி ஆராய தமிழக அரசு அணுஉலை ஆதரவாளர்களை மட்டுமே கொண்ட ஒரு குழுவை அமைத்தபிறகும் உதயகுமார் போன்றவர்கள் 'முதல்வர் ஏதாவது செய்வார்' என்று நம்பிக் காத்திருந்திருப்பார்களா? இவ்வளவு ஏன், கூடங்குளத்தைத் தமிழக போலீசார் முற்றுகையிட்ட அன்றுகூட தமிழக முதல்வரின் நோக்கத்தையும் உறுதியையும் தெளிவாக அறிந்த நானே, நேரலை தொலைக்காட்சி விவாதம் ஒன்றின் இறுதியில் 'மக்களால் தேர்ந்தெடுக்கப்பட்ட நீங்கள் கூடங்குளம் மக்களின் உணர்ச்சிகளுக்கு மதிப்பளிக்க வேண்டும்' என்று பகிரங்கமாக மறுபடி கோரிக்கை வைத்தேன். எனக்கும் தெரியும், அதைப் பார்த்துக் கொண்டிருந்தவர்களுக்கும் தெரியும், அந்தக் கோரிக்கையின் அபத்தம். ஆனாலும் ஜெயலலிதா அவரைக் கடுமையாக விமர்சிப்பவர்களும் அவரிடம் சிறிய பொய்யான நம்பிக்கைகள் கொள்ளும்படியாக தன்னைத் தகவமைத்துக்கொண்டிருக்கிறார். காலம் நமது அரசியல் தலைவர்களுக்கு ஜனநாயகப் பண்புகளை ஒருபோதும் கற்றுத் தருவதில்லை. ஆனால் கூர்மையான, தந்திரமான எதேச்சாதிகாரப் பண்புகளைக் கற்றுத் தருகிறது. அவர்கள் நம்மைக் கொலை செய்யும் போதுகூட, நமது நன்மைக்காகத்தான் அதைச் செய்கிறார்கள் என்று நம்மை நம்ப வைக்கிறார்கள்.

ஜெயலலிதா ஏன் கூடங்குளம் போராட்டக்காரர்களை ஏழு மாதங்கள் அனுமதித்தார்? அணுஉலை போன்ற ஒரு சிக்கலான பிரச்சினையைப் படித்துப் புரிந்துகொண்டு முடிவெடுப்பதற்காக படித்த முதல்வரான ஜெயலலிதாவிற்கு 7 மாதங்கள் தேவைப்பட்டதா? போராட்டத்தைத் தொடர அனுமதிப்பதன் மூலம் மக்கள் சார்பான ஒரு முதல்வர் என்ற பிம்பத்தை சிறிது நேரம் அணிய விரும்பினாரா? போராட்டக்காரர்களின் அழுத்தம் மத்திய அரசின் மீது அதிகரிக்க அதிகரிக்க காங்கிரஸ் தன்னிடம் மண்டியிடும் என எதிர்பார்த்துக் காத்திருந்தாரா? கருணாநிதி அணுஉலைக்கு ஆதரவாக அறிக்கை விட்டதும் அவர் மத்திய அரசுடன் மீண்டும் நெருக்கமாக இதைப் பயன்படுத்துவார் என்று நினைத்து உடனடியாக அணுஉலையைத்

டினோசர்கள் வெளியேறிக்கொண்டிருக்கின்றன ❧ 133

திறக்க முடிவு செய்தாரா? கூடங்குளம் அணுமின் நிலையம் முழு வீச்சில் செயல்பட்டால்கூட தமிழகத்தின் மின் பஞ்சத்தைப் போக்க அது பயன்படாது என்பதை அணுஉலை ஆதரவாளர்களே ஒப்புக் கொள்ளும் சூழலில் தமிழக மக்களின் கடும் அதிருப்தியை சற்றே திசை திருப்ப இந்த முடிவை எடுத்தாரா? எல்லாவற்றையும் விட 'உங்கள் சகோதரி... உங்களுடன் இருப்பேன்... உங்கள் அச்சத்தைப் போக்குவேன்' என்றாரே..அவர் இப்படிச் சொன்னது நாராயணசாமி யிடமும் அணுமின் நிலைய ஊழியர்களிடமும் என்று தெரியாமல் கூடங்குளம் மக்கள் ஏமாந்துபோனார்களா? அச்சத்தைப் போக்குவது என்பது ஆயிரக்கணக்கான ஆயுதம் தாங்கிய படையினரால் நிராயுத பாணியான மக்களைச் சூழ்ந்துகொள்வது என்று அர்த்தமா? எல்லா வற்றையும் விட, கருணாநிதி ஸ்பெக்ட்ரம் ஊழலுக்கு விலையாக பல்லாயிரக்கணக்கான ஈழத் தமிழர்களின் உயிரையும் ஈழப்போராட் டத்தையும் மத்திய அரசிடம் விற்றார் என்றால், எதற்குப் பதிலாக இப்போது கூடங்குளம் மக்களின் போராட்டத்தை ஜெயலலிதா மத்திய அரசாங்கத்திடம் விற்றிருக்கிறார்?

நாம் இந்தக் கேள்விகளை யாரைப் பார்த்துக் கேட்கிறோம்? ஜெயலலிதாவை நோக்கியா? அது பயனற்றது. அவர் இதுவரை தன்னிடம் எழுப்பப்பட்ட எந்தக் கேள்விக்கும் பதில் சொன்னதில்லை. அவர் செயல்படும் முதல்வர். விவாதங்களுக்கு அவரிடம் நேரமில்லை. அறிவார்ந்த சமூகம் எழுப்பும் கேள்விகள் அவருடைய வெற்றிப் பயணத்தில் எங்கும் குறுக்கே வருவதில்லை.

ஊடகங்களிடம் இந்தக் கேள்விகளைக் கேட்கிறோமா? பெரும் பாலான ஊடகங்கள் இன்று தமது கார்ப்பரேட் வர்த்தக நலன்களுக் காகத் தமது நீதியுணர்ச்சியை முற்றாக விற்றுவிட்டன. இன்று அரசாங்கத்தால் எந்த ஒரு ஊடகத்தையும் தமது பிரச்சார நோக்கங் களுக்காக குறிப்பிட்ட காலத்திற்கு குத்தகைக்கு எடுத்துக்கொள்ள முடியும் என்பதுதான் கடந்த பத்தாண்டுகளில் நாம் ஊடகத்துறை சார்ந்து அடைந்த மாபெரும் வீழ்ச்சி. ஊடக அதிபர்கள் ஒரு கட்சிக்கோ ஒரு அரசாங்கத்திற்கோ ஊழியம் செய்வது மட்டுமல்ல... மனசாட்சியுள்ள, அறிவுணர்ச்சியுள்ள பத்திரிகையாளர்களையும் அந்த ஊழியத்தின் ஒரு பகுதியாக, கொத்தடிமைகளாக மாற்று கிறார்கள். உண்மைக்கான எல்லாக் கதவுகளும் ஒவ்வொன்றாக அடைக்கப்படுகின்றன.

அரசியல் கட்சிகளிடம் இந்தக் கேள்விகளைக் கேட்கிறோமா? அவை பழக்கப்படுத்தப்பட்ட வேட்டை விலங்குகளைப் போலத்தான் ஒவ்வொரு பிரச்சினையிலும் நடந்துகொள்கின்றன. அவற்றுக்குத் தெரியும் எவ்வளவுதூரம் ஓட வேண்டும், எப்போது திரும்பி வரவேண் டும் என்று. இன்றைய அரசியல் கட்சிகள் நடத்தும் ஒவ்வொரு போராட்டமும் கடைசியில் ஒரு ரகசிய உடன்படிக்கையின் நிழலில் சென்று பதுங்குகின்றன அல்லது ஆதாயமற்ற போராட்டங்களில்

அவை வெகுசீக்கிரமே ஆர்வமிழந்துவிடுகின்றன.

பொதுமக்களிடம் நாம் இந்தக் கேள்விகளைக் கேட்கிறோமா? அவர்கள் இன்று அரசியல்வாதிகளாலும் ஊடகங்களாலும் குழப்பப் பட்டிருக்கிறார்கள். அவர்களது மனசாட்சியைக் கொலை செய்யும் பொய்களால் சூழப்பட்டிருக்கிறார்கள். அதனால்தான் என்கவுண்டட்டர் கள் செய்யும் போலீஸ் கொலைகாரர்களை அவர்கள் நாயகர்களாக்கு கிறார்கள். அணுஉலைக்கு எதிராகப் போராடுபவர்கள்தான் தங்கள் வீட்டிற்கு மின்சாரம் வராததற்குக் காரணம் என்று நம்புகிறார்கள். வட இந்தியர்கள்தான் தமிழ்நாட்டில் நடக்கும் எல்லா குற்றங்களுக்கும் காரணம் என்று நம்புகிறார்கள். ஒரு அரசாங்கம் சட்ட விரோதமாக நடந்துகொள்வதுதான் பாசிச சூழல் என்றால் அந்தச் சூழலை முழுமைப்படுத்துபவர்கள் பொதுமக்கள்தான்.

நாம் இந்தக் கேள்விகளை சுவர்களை நோக்கிக் கேட்கிறோம். அல்லது எதிரொலிகள் கேட்காத யாருமற்ற ஒரு வெட்டவெளியை நோக்கிக் கேட்கிறோம்.

இந்தத் தலையங்கம் எழுதப்படும் நேரம் கூடங்குளம் போராட்டம் அதன் வீழ்ச்சியின் விளிம்பிற்கு வந்துவிட்டது. இந்த இதழ் வெளிவரும் போது உதயகுமார் கைது செய்யப்பட்டு, மக்கள் பலவந்தமாக அப்புறப்படுத்தப்பட்டிருக்கலாம். போராட்டக்காரர்கள் மீது சி.ஐ.ஏ. ஏஜெண்டுகள், நக்சலைட்டுகள் என ஒன்றுக்கொன்று சம்பந்தமில்லாத கட்டுக்கதைகளை உருவாக்கியதுபோல இன்னும் சில கட்டுக் கதைகளை உருவாக்கலாம். தங்கள் உயிராபத்து கருதி உண்ணாவிரதம் இருந்த எளிய மக்களின்மீது எந்த வழக்கில் கஸாப்பைக் கைது செய்தார்களோ அதுபோன்ற வழக்குகளில் கைது செய்து ‘தேசத்தின் மீது போர் தொடுத்தவர்கள்’ என தண்டனை வாங்கிக் கொடுக்க முயற்சிக்கலாம். இடிந்தகரை மக்களுக்குத் தண்ணீர், பால் போன்றவற்றின் விநியோ கத்தை தடை செய்தது, போக்குவரத்தை துண்டித்துப் போராடும் மக்களைத் தனித் தீவாக்கியது, இடிந்தகரையைச் சுற்றியுள்ள கிராமங் களில் மக்களுக்கான நலத்திட்டங்கள் என்ற பெயரில் லஞ்சம் கொடுப்பது, போராட்ட ஆதரவாளர்களைத் தொடர்ந்து கைது செய்வது என பல சட்டவிரோத, ஜனநாயக விரோத திட்டங்களை அரசு இன்றைய தேதிவரை நிறைவேற்றிவருகிறது. சங்கரன்கோவில் இடைத்தேர்தல் வெற்றி தனது அத்தனை மக்கள்விரோத நடவடிக்கை களுக்கும் மக்கள் தந்த அங்கீகாரம் என ஜெயலலிதா நம்பலாம். கருணாநிதியும் ஐந்தாண்டு காலம் அப்படித்தான் நம்பிக்கொண்டிருந் தார். அதிருப்தி என்பது படிப்படியாக அதிகரிக்கும் ஒரு அழுத்தம். ஒரு நாள் அது முழுமையாக வெடிக்கும்வரை அப்படி ஒன்று இருந்ததை ஆட்சியாளர்கள் ஒருபோதும் நம்ப விரும்புவதில்லை.

கூடங்குளம் அணுமின் நிலையம் மூன்று மாதங்களில் செயல்படத் துவங்கி தமிழகம் ஒளிமயமாகப்போகிறது என்கிறார்கள். அதற்கு முன் நிறைவேற்ற வேண்டிய பல சடங்குகள் இருக்கின்றன. அதில்

முக்கியமான ஒன்று, சட்டப்படி மின் உற்பத்தியைத் துவங்குவதற்காக யுரேனியத்தை ஏற்றும் முன்பு பாதுகாப்பு ஒத்திகை(மாக் ட்ரில்) மற்றும் மக்களுக்குக் கொடுக்கவேண்டிய பேரிடர் மேலாண்மை பயிற்சி ஆகியவற்றைச் செய்தாக வேண்டும். அரசாங்கம், காங்கிரஸ், அ.தி.மு.க., தி.மு.க. தொண்டர்கள், அணுசக்தி ஆதரவு பத்திரிகையாளர்கள் மற்றும் காவல்துறையினரை கூடங்குளத்தில் குவித்து இந்தப் பாதுகாப்பு ஒத்திகைகளை நடத்தலாம் அல்லது இந்திய அணுசக்தி கழகத்தின் கட்டுப்பாட்டில் இருக்கும் அணுசக்தி ஒழுங்குமுறை ஆணையத்திடம் 'சூழலைக் கணக்கில் கொண்டு' பாதுகாப்பு ஒத்திகையின்றியே கூடங்குளம் உலையை இயக்க அனுமதி பெறலாம். அணுசக்தி தொடர்பான பிரச்சினைகளைக் கண்காணிப்பதற்காக உலகெங்கும் அணுசக்தி ஒழுங்குமுறை ஆணையங்கள் தன்னாட்சி பெற்ற அமைப்புகளாகச் செயல்படும்போது இந்தியாவில் அந்தத் துறையை அணுசக்தி கழகத்தின் கட்டுப்பாட்டிலேயே வைத்திருக்கும் ஒரு வினோதமான அரசாங்கத்திற்கு இதெல்லாம் ஒரு பிரச்சினையே அல்ல. ராஜபக்சே அரசாங்கம் போர்க்குற்றத்தைப் பற்றி விசாரணை நடத்துவதற்கு ஒப்பானதுதான் இந்திய அணுசக்தி ஒழுங்குமுறை ஆணையம் அணுஉலைகளின் பாதுகாப்பை உறுதி செய்வதும்.

துரோகத்தாலும் சூழ்ச்சியாலும் இன்று கூடங்குளம் மக்கள் வீழ்த்தப்பட்டிருக்கிறார்கள். ஆனால் நாடு முழுக்க அணு உலைகள் சம்பந்தமான விவாதத்தை தொடங்கி வைத்ததில் கூடங்குளம் மக்களின் மகத்தான போராட்டம் பெரும் பங்கு வகிக்கிறது. இந்தப் பூமியை எதிர்கால சந்ததியினருக்காகப் பாதுகாக்கப் போராடும் அனைவரும் கூடங்குளம் மக்களோடு இணைந்து நிற்கிறார்கள்.

இந்த துக்கத்திலும்
என் நம்பிக்கை
நாளை நமதே
- ஆத்மா நாம்

ஏப்ரல், 2012

தேசபக்த பயங்கரவாதம்

சத்தீஸ்கரில் தமிழகத்தைச் சேர்ந்த ஐ.ஏ.எஸ். அதிகாரி அலெக்ஸ் பால் மேனன் நக்சலைட்டுகளால் கடத்தப்பட்ட விவகாரம் இந்த தலையங்கத்தை எழுதும் நாளில் முதன்மை செய்தியாக விவாதிக்கப் பட்டு வருகிறது. அலெக்ஸ் ஒரு நேர்மையான, அடித்தட்டு மக்களின் மீது அக்கறைகொண்ட அதிகாரி என்றே அவரைப் பற்றி வரும் எல்லா செய்திகளும் தெரிவிக்கின்றன. பொதுவாக அதிகாரி களோ அல்லது அப்பாவி பொதுமக்களோ இவ்வாறு அரசியல் கோரிக்கைகளுக்காக கடத்தப்படுவதையோ அல்லது கொல்லப்படுவதையோ நாம் ஆதரிக்க இயலாது. சட்ட பூர்வ அமைப்பில் நம்பிக்கைகொண்ட எல்லோரும் இதைக் கண்டிக்கவே செய்கின்றனர்.

ஆனால் இதுபோன்ற விவகாரங்கள் நடைபெறும் போது ஊடகங்களிலும் நமது பொதுப் புத்தியிலும் ஒரு ஆபத்தான அரசியல் கட்டமைக்கப்படுகிறது. நக்சலைட்டுகள் கொடூரமானவர்கள், ஈவிரக்கமின்றி சுட்டுத் தள்ளப்பட வேண்டியவர்கள், மனித உரிமை களுக்காகக் குரல் கொடுப்பவர்கள் எல்லாம் பயங்கர வாதிகளின் நண்பர்கள் அல்லது ஆதரவாளர்கள் என்ற பிம்பத்தை அந்த அரசியல் பேசுகிறது. ஆனால் இந்த அரசியலைப் பரப்புகிறவர்கள் அல்லது நம்புகிற வர்கள் ஒரு விஷயத்தை வசதியாக மறந்துவிட விரும்புகிறார்கள். தீவிரவாதிகளைவிட பல நூறு மடங்கு சட்டவிரோத பயங்கரவாதச் செயல்களில் நமது அரசாங்கங்கள் ஈடுபடுகின்றன என்பதுதான் அது. உண்மையில் அரசாங்கத்திற்கும் தீவிரவாதிகளுக் கும் நடக்கும் சண்டை என்பது இரண்டு சட்ட

விரோத அமைப்புகளுக்கு இடையே நடக்கும் யுத்தம் என்பதையே இன்று குடிமக்கள் உரிமைக்காக இந்தியாவில் நடக்கும் எல்லா போராட்டங்களும் சுட்டிக் காட்டுகின்றன.

நக்சலைட்டுகள் இரக்கமின்றி சில போலீஸ்காரர்களைக் கொல்லும் போது நாம் கொதித்தெழுகிறோம். ஒரு எம்.எல்.ஏ.வையோ அரசு அதிகாரியையோ அவர்கள் கடத்திச் செல்லும்போது நாடே அதைக் கண்டிக்கிறது. அலெக்ஸ் பால் மேனன் போன்ற ஒரு சிறந்த அதிகாரிக்கு நக்சலைட்டுகள் எந்தத் தீங்கும் இழைக்கக் கூடாது என்று நான் ஊடகங்களில் பேசிவருகிறேன். ஆனால் இதில் நாம் பேச மறுக்கிற நீதி ஒன்று இருக்கிறது. வடகிழக்கு மாநிலங்களில் எல்லையோரக் காவல் படைகளும் காவல்துறையினரும் ஆதிவாசிகளுக்கும் பழங்குடி களுக்கும் இழைத்துவரும் சித்ரவதைகள் பற்றி நமக்கு ஏதேனும் தெரியுமா? நக்சலைட்டுகளை வேட்டையாடுகிறோம் என்ற பெயரில் அவர்கள் மேற்கொண்டிருக்கும் கொலைகள், கடத்தல்கள், பாலியல் வன்முறைகள் பற்றி நாம் எப்போதாவது தேசிய அளவிலான விவாதங்களை நடத்தியிருக்கிறோமா?

நக்சலைட்டுகளின் வன்முறையைப் பற்றி உக்கிரமாக எதிர்வினை யாற்றும் தேசபக்த ஊடகங்களும் அரசியல்வாதிகளும் இந்திய நடுத்தரவர்க்கமும் வடகிழக்கு மாநிலங்களில் நூற்றாண்டுகளாக ஆதிவாசிகளும் பழங்குடியினரும் எத்தகைய வாழ்க்கை முறைக்குள் வைக்கப்பட்டிருக்கின்றனர் என்பதை அறிவார்களா? நமது நவீன சட்டங்களாலும் வளர்ச்சித் திட்டங்களாலும் ஆதிவாசிகள் தொடர்ந்து காடுகளிலும் பூர்வீக வாழ்விடங்களிலும் உரிமைகள் பறிக்கப்பட்டவர் களானார்கள். பன்னாட்டு நிறுவனங்கள் காடுகளை அழிக்கவும் கனிம வளங்களைத் திருடவும் கதவு திறந்து விடப்பட்டன. இதை எதிர்த்த ஆதிவாசிகள் கடுமையாக வேட்டையாடப்பட்டு ஒடுக்கப் பட்டார்கள்.

பிரிட்டிஷ் ஆட்சிக் காலத்திலும் சரி, சுதந்திர இந்தியாவிலும் சரி... ஆதிவாசிகள் எப்போதும் நாகரிக உலகிலிருந்து துண்டிக்கப்பட்டே இருந்திருக்கிறார்கள். அவர்களுக்குக் கல்வி, மருத்துவம், வாழ்விடம் சார்ந்த அடிப்படைத் தேவைகளை வழங்க எந்த அரசாங்கமும் அக்கறை காட்டவில்லை. பல ஆதிவாசிக் கிராமங்களில் அரசாங்கம் என்ற ஒன்றே இருந்ததில்லை. எந்த நலத் திட்டங்களும் அவர்களுக் காகச் செயல்படுத்தப்பட்டதில்லை. இன்று அவர்களை வேட்டையாடு வதற்காக ராணுவம் நுழைவதற்கு முன்பு அவர்களை மேம்படுத்த எந்த அதிகாரிகளும் அரசியல்வாதிகளும் அங்கு சென்றதில்லை. உண்மையில் ஆதிவாசிகள் வன விலங்குகளோடு வன விலங்குகளாக வாழ நிர்ப்பந்திக்கப்பட்டனர். காடுகளில் அவர்களது பூர்வீக உரிமைகள் பறிக்கப்பட்டது மட்டுமல்ல, அவர்கள் விவசாயம் செய்ய நிலமோ வேறு பொருளாதார உதவிகளோ வழங்கப்படவில்லை. ஏழ்மை, அறியாமை, புறக்கணிப்பு, ஒடுக்குமுறை என எல்லா துயரங்களுக்கும்

ஆட்பட்ட இந்த மக்களில் ஒரு பிரிவினர் வன்முறையை நோக்கி தூண்டப்பட்டால் அதற்கான பொறுப்பு நாம் யாருக்குமே இல்லையா?

நாம் பொறுப்பேற்க மறுப்பது மட்டுமல்ல, அவர்களுக்காகப் பேசுகிற மனித உரிமையாளர்களை தேச விரோதிகளாகவும் பயங்கர வாத ஆதரவாளர்களாகவும் சித்தரிக்க முயல்கிறோம். நமது போலி தேசபக்தி இதுபோன்ற சந்தர்ப்பங்களில் பீறிடத் துவங்கிவிடுகிறது. தீவிரவாதிகளை ஒடுக்குவதற்காகக் கூக்குரலிடுகிற நாம் என்றாவது இந்த அரசாங்கத்தைப் பார்த்து உங்கள் குடிமக்களை நியாயமாக நடத்துங்கள் என்று கூக்குரலிட்டிருக்கிறோமா? ஆயுதம் தாங்கிய அரசாங்க அமைப்புகள் அப்பாவி பொதுமக்கள் மீது நிகழ்த்துகிற வன்முறைகளுக்கும் கொடுமைகளுக்கும் எதிராக எப்போதாவது குரல் கொடுத்திருக்கிறோமா?

நமது தேசபக்தியும் தார்மீக கோபங்களும் ஊடகங்களால் உருவாக்கப்படும் போலி உணர்ச்சிகள் என்பதையே திரும்பத் திரும்ப நிரூபித்து வருகிறோம். அவை அரசியல் பார்வையோ சமூகப் பார்வையோ அற்ற வெறும் பாசாங்குகள். இந்தப் போலி உணர்ச்சிகளை ஊக்குவிப்பதன் வாயிலாக அரசாங்கம் தனது குற்றங்களுக்கு நியாயம் தேட முயற்சிக்கிறது. தீவிரவாதிகளின் சில செயல்களுக்கு எதிராகப் பொதுமக்களின் உணர்ச்சிகளை ஒன்று குவிப்பதன் வழியாக அது தனது சொந்த மக்களுக்கு எதிராக நாடு முழுக்க நடத்தும் பல்வேறு யுத்தங்களின் ரத்தக் கறையைக் கழுவ முயற்சிக்கிறது.

அலெக்ஸ் பால் மேனன் கடத்தப்பட்டது மிகவும் வருந்தத்தக்க ஒரு செயல். அவர் பத்திரமாக விடுவிக்கப்படவேண்டும் என்பதே நமது கோரிக்கை. அதனூடே அலெக்ஸ் பால் மேனனைப் போலவே மக்கள் நல்வாழ்வில் அக்கறைகொண்ட பல்வேறு அரசியல் இயக்கங் களைச் சேர்ந்த அரசியல் செயல்பாட்டாளர்கள் நாடு முழுக்க தீவிரவாத முத்திரை குத்தப்பட்டு, பல்வேறு பொய் வழக்குகளில் கைது செய்யப்பட்டு இந்திய அரசாங்கத்தாலும் அதன் மாநில அரசுகளாலும் நீண்ட காலமாக சிறைச்சாலைகளில் வாடி வருகின்ற னர். அவர்கள் விடுவிக்கப்படவேண்டும். அந்தப் பொய் வழக்குகள் திரும்பப் பெறப்பட வேண்டும்.

நமக்கென்று ஒரு அரசு இருக்கிறது என்ற நம்பிக்கையை வடகிழக்கு மாநிலங்களில் உள்ள ஆதிவாசிகள், பழங்குடிகளிடம் ஏற்படுத்தாதவரை அவர்களை இந்த வன்முறைப் பாதையிலிருந்து ஒருபோதும் திசைமாற்ற முடியாது. தேசபக்த இந்தியர்கள் அரசின் பயங்கரவாதச் செயல்களை ஆதரித்து நிற்பதன் வழியாக, தங்களைப் பயங்கரவாதத்தின் பகுதியாக மாற்றிக் கொள்கிறார்கள்.

மனித உரிமைகள், சிவில் உரிமைகள் பற்றிய அடிப்படை உணர்வு கூட இல்லாத இந்தச் சூழல் மிகவும் அச்சமூட்டுவதாக உள்ளது.

கல்வி முறைகேடுகள்

நமக்குப் பழக்கமான, அன்றாடம் ஈடுபடுகிற ஒரு காரியத்தை அதிர்ச்சியுடன் ஒரு நாள் விவாதிப்பது என்பது நமது வழக்கமாகி விட்டது. உதாரணமாக, நாம் வாழ்வில் எண்ணற்ற முறை லஞ்சம் கொடுப்பவர்களாகவோ வாங்குபவர்களாகவோ இருந்த போதிலும் திடீரென ஒரு நாள் ஏதோ ஒரு அலுவலகத்தில் யாரோ ஒரு கடை நிலை ஊழியர் ஆயிரம் ரூபாய் லஞ்சம் வாங்கும்போது லஞ்ச ஒழிப்புத்துறை அதிகாரிகள் அதைக் கையும் களவுமாக பிடிப்பதை நாம் ஊடகங்களில் சுவாரசியமாகப் படித்துக்கொண்டோ பார்த்துக் கொண்டோ இருப்போம். நாம் பார்த்துக்கொண்டிருப்பது ஒரு காமெடிக் காட்சி என்பதோ, அதில் எந்த செய்தி மதிப்பும் இல்லை என்பதோ நமது சொரணையில் ஒருபோதும் எட்டாது. சமீபத்தில் திருவண்ணாமலையில் ஒரு தனியார் பள்ளியில் ஆசிரியர்களின் உடந்தையோடு மாணவர்கள் 'பிட்' அடித்த செய்தியும் அப்படித்தான்.

கேள்வித்தாள்களை அவுட் ஆக்குவது, பிட் அடிப்பது, பேப்பர் சேஸிங் செய்பவர்களுக்கு உதவுவது என நமது கல்வி அமைப்பில் முறைகேடுகள் என்பது ஒரு முறையான அமைப்பாகச் செயல்பட்டு வருகிறது. இதற்கென்றே ஏகப்பட்ட புரோக்கர்கள் இருக்கிறார்கள். கேள்வித்தாளை அவுட் ஆக்கவோ, மார்க்கை திருத்தவோ நீங்கள் ஒரு ஏஜெண்டிடம் பணம் கொடுக்கிறீர்கள் என்று வைத்துக் கொள்ளுங் கள். பெரும்பாலும் அந்தக் காரியம் நடந்துவிடும். ஏதோ ஒரு காரணத் தால் காரியம் நடக்காமல் போனால் நீங்கள் கவலைப்பட வேண்டிய தில்லை. ஒரு பைசா பாக்கியில்லாமல் ஏஜெண்ட் பணத்தை உங்களிடம் திரும்பத் தந்துவிடுவார். இப்படி ஒரு சுத்தமான தொழிலை நீங்கள் வேறு எங்குமே காணமுடியாது.

மாணவர்கள் சம்பந்தப்பட்ட ஊழல் ஒரு பக்கம் என்றால் கல்வித்துறை அதிகாரிகள், அரசியல்வாதிகள் சம்பந்தப்பட்ட ஊழல் இன்னொருபுறம். ஐந்தாயிரம் ரூபாய் சம்பளம் உள்ள ஒரு பகுதி நேர ஆசிரியர் பணிக்கு ஒன்றரை லட்சம் ரூபாய்வரை லஞ்சம் கேட்கப் படுவதாகச் சொல்லப்படுகிறது. மற்ற வேலைகளைப் பற்றி நினைத்துப் பாருங்கள். எனக்குத் தெரிந்த ஒரு பெண் 5 லட்சம் ரூபாய் லஞ்சம் கொடுத்து ஆசிரியர் பணிக்குப் போனார். நான் அவரிடம் 'இது உங்களுக்கு நஷ்டமில்லையா?' என்று கேட்டேன். அவர் சொன்னார்: 'எனது சம்பளம் இருபதாயிரம் ரூபாய். ரெண்டரை வருஷத்தில் போட்ட பணத்தை எடுத்துவிடலாம். அதுக்கப்புறம் வர்றது எல்லாம் வருமானம்தானே! வேலையும் பெரிசா ஒன்னும் கிடையாது.'

பணி நியமனம், பணிமாற்றம், பதவி உயர்வு, நிர்வாகம், அடிப் படை கட்டுமானம் என கல்வித்துறையின் எல்லா அங்கங்களிலும் இன்று ஊழல் புரையோடிப் போயிருக்கிறது. அரசுப் பள்ளி ஆசிரியர் கள், கல்வித் துறை அதிகாரிகள் மட்டுமல்ல, சட்டத்தை ஏமாற்ற

முற்படும் பல தனியார் கல்வி அமைப்புகள் பெருமளவு லஞ்ச ஊழல்களில் ஈடுபட்டுள்ளன.

மதிப்பெண்ணை மட்டுமே அடிப்படையாகக் கொண்ட ஒரு கல்வி அமைப்பில் தரமான கல்வியைப்பற்றி பேசுவது மிகவும் அபத்தமானது. தனியார் பள்ளி மாணவர்கள் அதிகப்படியாக மதிப்பெண் வாங்கினாலும் சரி, அரசுப் பள்ளி மாணவர்கள் குறைவாக மதிப்பெண் வாங்கினாலும் சரி... இரண்டுமே ஒரு தரமற்ற கல்வியில் யார் முந்துவது என்கிற போட்டி மட்டுமே. ஆனால் இன்றைய அரசுப் பள்ளிகளின்மீது அரசு காட்டும் அலட்சியம், ஆசிரியர்களின் அக்கறையின்மை ஆகியவை தனியார் பள்ளிகள் உருவாக்கும் மாயத் தோற்றங்களை நோக்கி பெற்றோர்களைத் தள்ளுகின்றன. ஒப்பீட்டளவில் போட்டி நிறைந்த உலகில் தனியார் பள்ளிகளே தங்கள் குழந்தைகளைப் போட்டிக்குத் தயார்படுத்தும் என்று நம்புகின்றனர். இந்த நம்பிக்கையைத் தகர்த்து அரசுப் பள்ளிகளின் தரத்தையும் அரசுப் பள்ளி ஆசிரியர்களின் தரத்தையும் உயர்த்தும்போது தனியார் பள்ளிகள் தானே உலர்ந்து உதிர்ந்துவிடும்.

கல்வி அமைப்புக்குள் நிகழும் முறைகேடுகளில் அரசு, தனியார் என்ற வித்தியாசங்கள் இல்லை. நம்முடைய அடிப்படையான கல்விப் பிரச்சினைகள் இந்த முறைகேடுகளை விடவும் ஆழமானது. எனது நண்பர் ஒருவர் ஒரு முறை கேட்டார். "சார், ஒரு பையன் ஒரு மெக்கானிக்கல் ஷாப்பில் போய் அஞ்சு வருஷம் வேலை செஞ்சா ஒரு காரை முழுசா கழற்றி மாட்ட கற்றுக்கொண்டு விடுகிறான். ஆனா ஒரு குழந்தைக்கு நம்ம ஸ்கூல்ல ஒண்ணாம் வகுப்புல இருந்து ப்ளஸ் டூ வரை எழுதவும் படிக்கவும் மட்டுமே சொல்லித் தருகிறோம். ஆனா ப்ளஸ் டூ முடிச்சுட்டு வர்ற எத்தனை பேருக்குத் தப்பில்லாம ஒரு வாக்கியம் முழுசா எழுதத் தெரியும்? ஒரு வாக்கியம் முழுசா எழுதத் தெரியாத மாணவர்களை உருவாக்க இந்த ஆசிரியர்களுக்கு எத்தனை ஆயிரம் கோடி ரூபாயை நாம் செலவிட்டு இருப்போம்.'

முட்டாள்தனமான பாடத் திட்டங்கள், தார்மீக ஒழுக்கமற்ற ஆசிரியர்கள், ஊழல் அதிகாரிகள் அடங்கிய நமது கல்வி அமைப்பில் பிட் அடிப்பது என்பது ஒரு சின்னஞ்சிறு பிரச்சினை.

மே, 2012

அம்பேத்கர் அடையாளமற்றவர்களின் அடையாளம்

சி.பி.எஸ்.ஈ. அரசியல் பாட நூலில் இடம்பெற்று சர்ச்சைக்குள்ளாகியிருக்கும் ஒரு கார்ட்டூன் இன்று அடையாள அரசியல் பற்றிய பெரும் விவாதங்களை உருவாக்கியிருப்பது மட்டுமல்ல, அம்பேத்கரின் வரலாற்றுப் பாத்திரம் பற்றிய விவாதங்களையும் எழுப்பியிருக்கிறது. 1949ல் புகழ்பெற்ற கார்ட்டூனிஸ்ட் சங்கர் பிள்ளையால் வரையப்பட்ட இந்தக் கார்ட்டூன் அரசியல் சாசனத்தை இயற்றுவதில் ஏற்பட்ட தாமதத்தை விமர்சிக்கிறது. இந்திய அரசியல் சாசனத்தின் தந்தை அம்பேத்கர் ஒரு ஆமை மேல் அமர்ந்து பயணம் செய்கிறார். இந்தியப் பிரதமர் நேரு சவுக்கை ஓங்கி அந்தப் பயணத்தை விரைவுபடுத்த முயற்சிக்கிறார். தலித் அமைப்புகள் நாடாளுமன்றத்தில் இந்தக் கார்ட்டூன் குறித்து பிரச்சினை எழுப்பியபின் அரசு குறிப்பிட்ட கார்ட்டூனை மட்டுமல்ல, எல்லா அரசியல் கருத்துப் படங்களையும் பாடத்திட்டத்திலிருந்து நீக்க முடிவு செய்துள்ளது. இந்த விவகாரத்தை ஒட்டிக் கேட்கப்படும் கேள்விகள் ஆழமான அரசியல் விவாதங்களுக்கு நம்மை இட்டுச் செல்லக்கூடியவை. அந்தக் கார்ட்டூனில் அம்பேத்கரை இழிவுபடுத்தும் அம்சம் எதுவுமே இல்லை. இது மிகைப்படுத்தப்பட்ட ஒரு பிரச்சினை இல்லையா?

கார்ட்டூன் என்ற கலை வடிவம் முழுக்க முழுக்க

ஒரு காலகட்டத்தோடு சம்பந்தப்பட்டது. அந்தக் காலகட்டம் பற்றிய பல்வேறு மறைமுகக் குறிப்புகள் கொண்டது.

பத்தாண்டுகளுக்கு முன்பு செய்தித்தாள்களில் வெளிவந்த கார்ட்டூன்களை இன்றைக்கு ஒரு வாசகர் பார்த்தால் பெரும்பான்மை யான கார்ட்டூன்கள் என்ன சொல்ல வருகின்றன என்றே புரியாது. செய்திகள் நினைவிலிருந்து மறையும்போது அவை தொடர்பான கார்ட்டூன்கள் அர்த்தமற்றதாகிவிடுகின்றன. மேலும் கார்ட்டூன் என்ற வடிவம் மிகைப்படுத்தலையும் தீவிரமான எதிர்மறைகளையும் உள்ளடக்கியது. அதை நாம் எதிர்வினைகள் என்று கருதலாமே தவிர, நேரடியான அரசியல் ஆவணங்களாகக் கருத இயலாது. அது எந்த அளவிற்கு வலிமையானதோ அந்த அளவிற்கு தற்காலிக தன்மைகொண்டது. சங்கர் பிள்ளையின் கார்ட்டூன் அது வரையப்பட்ட காலத்தில் அம்பேத்கருக்கு எதிரானதல்ல, அதன் அரசியல் உள்ளடக் கம் மிகவும் எளிமையானது. ஆனால் இன்று அம்பேத்கரின் வரலாற்றுப் பாத்திரம் என்பது அவர் ஒரு சட்ட மேதை என்பதல்ல, தலித்துகளின் பல்லாயிரம் ஆண்டு வரலாற்றில் அவரே மீட்பராகவும் அடையாளமா கவும் இருக்கிறார். காலம் காலமாக சாட்டையால் அடிக்கப்பட்டவர் களின் அடையாளம் அவர். அவரை ஒருவர் சாட்டையால் அடிப்பது போன்ற சித்திரம் ஏற்படுத்தக்கூடிய உளவியல் காயத்தை நாம் புரிந்துகொள்ளாததுபோல் எவ்வளவு காலம் நடிக்கப்போகிறோம்? அந்தக் கார்ட்டூன் அது வரையப்பட்ட காலத்தின் அரசியல் உள்ளடக் கத்தை இழந்து இன்று புதிய அரசியல் உள்ளடக்கத்தால் நிரப்பப்படு கிறது. எண்ணற்ற பழைய பிரதிகள் இன்று அவ்வாறுதான் வாசிக்கப் படுகின்றன. அந்தக் கார்ட்டூன் எதைச் சொல்ல வந்தது என்பதல்ல, இன்று அது எத்தகைய மனப்பதிவை உடனடியாக ஏற்படுத்துகிறது என்பதுதான் முக்கியமானது. தலித்துகள் குறித்த வரலாற்று பிம்பத்தை, கலாச்சார பிம்பத்தை அந்தப் படம் மீள் உருவாக்கம் செய்கிறது.

அம்பேத்கரை ஒரு தலித் தலைவராக மட்டும் சுருக்குவது சரியா? அவர் ஒரு தேசியத் தலைவர் இல்லையா?

இதைச் சொல்பவர்கள் தலித்துகளிடம் பெருந்தன்மையாக நடந்து கொள்ள விரும்புகிறார்கள் அல்லது இன்றைய அம்பேத்கரின் அரசியல் சாராம்சத்தை நீர்த்துப் போகச் செய்ய முயற்சிக்கிறார்கள். சென்னை யில் சட்டக்கல்லூரியின் பெயரில் அம்பேத்கர் பெயரை ஏற்க மறுத்ததை ஒட்டி நடந்த மோதல்கள் இன்னும் மறக்கவில்லை. இன்றளவும் இந்தியா முழுக்க சாதி வெறியர்களால் அம்பேத்கர் சிலைகள் தாக்கப்பட்டு சாதிய மோதல்கள் தூண்டப்படுகின்றன. நேரு, காந்தி, சுபாஷ் சந்திரபோஸ் போன்ற தேசியத் தலைவர்கள் யாருடைய அடையாளமாவது இவ்வாறு அவமதிப்பிற்கும் சமூக மோதல்களுக்கும் காரணமாக அமைந்திருக்கின்றனவா? இன்னும் இதை எளிமையாக யோசிப்போம். நேருவை அம்பேத்கர் சவுக்கால் அடிப்பது போன்ற ஒரு கார்ட்டூன் ஒரு பாடத்திட்டத்தில் இடம்

பெறுமா? இடம்பெறாது. நேருவின் அடையாளம் இன்றளவும் அரசியல் அதிகாரம் உள்ளது. தலித்துகளுக்கு எப்போதும் அந்த அதிகாரம் இல்லை.

இந்தக் கார்ட்டூனை அகற்றச் சொல்வது சகிப்புத்தன்மை இன்மையின் வெளிப்பாடு மட்டுமல்ல, கருத்துச் சுதந்திரத்தின் மீதான தாக்குதல் இல்லையா?

தலித்துகளுக்கு அரசியல் சகிப்புத் தன்மையைக் கற்றுக் கொடுப்பது போன்ற குரூரம் வேறு எதுவும் இருக்க முடியாது. ஒரு தலித்தினுடைய வாழ்க்கையில் இருக்கும் சகிப்புத்தன்மை இந்த உலகில் எந்த அஹிம் சைத் தத்துவமும் உறைபோடக் காணாது. இது கருத்துச் சுதந்திரம் சம்பந்தமான பிரச்சினையே இல்லை. மாறாக, வரலாற்றை எழுதுபவர் களுக்கும் வரலாற்றில் இடம் கேட்பவர்களுக்குமான பிரச்சினை இது. பாடத் திட்டங்கள் அதிகாரபூர்வமான வரலாறுகளாகக் கருதப்படுகின்றன. தலித்துகள் அதில் தங்களுடைய நியாயமான வரலாற்று உரிமையைக் கோருகிறார்கள். தங்கள் மேல் சுமத்தப்பட்ட இழிவுகள் அதில் எந்தக் கோணத்திலும் நினைவுபடுத்தப்படக்கூடாது என்று விரும்புகிறார்கள்.

ஏ.கே.ராமானுஜத்தின் 'முன்னூறு ராமாயணங்கள்' கட்டுரை தில்லி பல்கலைக்கழகப் பாடத்திட்டத்திலிருந்து நீக்கப்பட்டபோதோ, எம்.எஃப். ஹுசைன் நாட்டைவிட்டே துரத்தப்பட்டபோதோ, மாட்டுக் கறி திருவிழா நடத்திய உஸ்மானியா பல்கலைக்கழக தலித் மாணவர் கள் தாக்கப்பட்டபோதோ யாரும் வகுப்புவாதிகளுக்கு சகிப்புத் தன்மையைப் போதிக்க முன்வரவில்லை.

தலித்துகள் இந்தியாவில் அரசியல் அதிகாரத்திற்கு வரும்போது, அவர்களுடைய சாதிய அவமானங்கள் துடைக்கப்படும்போது இந்தக் கார்ட்டூன் பாடத்திட்டத்தில் இடம்பெறுவதில் யாருக்கும் எந்த ஆட்சேபணையும் இல்லை.

இது அம்பேத்கரை விமர்சனங்களுக்கு அப்பாற்பட்ட ஒரு புனிதராக்கும் முயற்சி இல்லையா?

இந்தியா எண்ணற்ற புனிதக் கடவுள்களும் புனித தூதர்களும் நிறைந்த நாடு. இந்தப் புனிதங்களின்மீது களங்கம் ஏற்படுத்த முயன்ற சந்தேகத்தின் பேரில் இந்த நாட்டில் எவ்வளவோ பேர் கொல்லப்பட்டி ருக்கிறார்கள். சித்திரவதை செய்யப்பட்டிருக்கிறார்கள். நம்மால் இன்று தேசியக் கொடியை அவமதிக்க முடியுமா? ஒரு உள்ளூர் மதத் தலைவரையோ, ஜாதித் தலைவரையோ, கட்சித் தலைவரையோ கூட கடுமையாக விமர்சிக்க முடியுமா? மம்தா பானர்ஜியை கேலிச்சித்திரம் வரைந்து தனிச் சுற்றுக்கு அனுப்பிய கார்ட்டூனிஸ்ட் சிறைக்கு அனுப்பப்பட்டிருக்கிறார். பசும்பொன் முத்துராமலிங்க தேவரைப் பற்றி ஒரு சிறுவன் எழுதிய சுவரெழுத்து வாசகம் பரமக்குடி துப்பாக்கிச் சூட்டில் முடிந்தது.

இவ்வளவு கடவுள்கள் இருக்கும் நாட்டில் தலித்துகளுக்கென்று ஒரு புனிதர் இருந்தால்தான் என்ன? கறுப்பர்களின் விடுதலையினுடைய இலக்கணம் மார்ட்டின் லூதர் கிங் என்றால் தலித்துகளினுடைய விடுதலையின் அடையாளம் அம்பேத்கர். இவர்களின் இடம் அரசியல் ரீதியானது மட்டுமல்ல, அதைத் தாண்டிய ஒரு புனித அடையாளமாக நவீன வரலாற்றில் உருவெடுத்திருக்கிறது. அவர்கள் கடவுளற்றவர்களின் கடவுள்கள். அவர்கள் அடையாள மற்றவர்களின் அடையாளங்கள்.

காஞ்சா இலையா போன்ற வரலாற்று அறிஞர்கள் கிறிஸ்து, முகமது நபி போன்றவர்கள் ஆற்றிய வரலாற்றுப் பாத்திரத்திற்கு நிகராக அம்பேத்கரின் இடத்தை வரையறுக்கின்றனர். அவர் தலித்துகளை அவர்களது வரலாற்று அவமானத்திலிருந்தும் பண்பாட்டு இழிவிலிருந்தும் மீட்டார். புத்த மதத்தின் மூலம் புதிய கலாசார, ஆன்மீகத் தளத்தை அவர்களுக்கு உருவாக்கினார். சட்ட ரீதியாக அவர்களது உரிமைகளை வென்றெடுத்தார். அவர்களை ஒரு அரசியல் சக்தியாக ஒருங்கிணைத்தார். ஒரு மீட்பர் ஒரு காலகட்டத்தில் மக்கள் சமூகத்திற்கு ஆற்றக் கூடிய அத்தனை பணிகளையும் அம்பேத்கர் ஆற்றியிருக்கிறார். அவருடைய அரசியல் கருத்துக்கள் இன்று கோடிக்கணக்கான தலித்துகளிடம் செல்வாக்கு செலுத்துகின்றன. அந்த வகையில் அவர் இன்றைய காலகட்டத்தில் காந்தியைவிடவும் நேருவைவிடவும் வலிமையான தலைவராகக் கருதப்படுகிறார். காந்தியும் நேருவும் இன்று அதிகாரபூர்வமான அடையாளங்களாக மாற்றப்பட்டுவிட்டனர். ஆனால் அம்பேத்கரின் அடையாளம் இன்று ஒரு புரட்சிகர அரசியல் சக்தியாக செல்வாக்கு செலுத்தி வருகிறது. அம்பேத்கரின் உருவம் என்பது ஒரு அரசியல் தலைவரின் உருவம் என்ற இடத்தைக் கடந்து எவ்வளவோ காலமாகிவிட்டது. அது தலித்துகளினுடைய புனித வரலாற்று பிம்பம்.

அம்பேத்கர் ஒரு சுதந்திர சிந்தனையாளர். இதுபோன்ற சென்சார்ஷிப் நடவடிக்கைகள் அம்பேத்கருக்கு எதிரானது. அவர் உருவாக்கிய அரசியல் சாசனம் கருத்து சுதந்திரத்தை உறுதி செய்திருக்கிறது என்பதுதானே உண்மை?

நாம் புத்திசாலிகள். நம்மால் தலித்துகளை அம்பேத்கருக்கு எதிரானவர்களாக மட்டுமல்ல, அம்பேத்கரையே அம்பேத்கருக்கு எதிரானவராக நிறுத்த முடியும். நம்முடைய தேசத் தந்தை என்று காந்தியை அழைக்கிறோம். ஆனால் காந்தி கனவுகண்ட சமூக, பொருளாதார அமைப்பிற்கு நேர் எதிரான ஒரு அமைப்பை நேரு உருவாக்கினார்.

இன்று காந்தி முன்வைத்த அத்தனை கருத்தாக்கங்களையும் இலட்சியவாதங்களையும் நாம் குரூரமாகத் தோற்கடித்துவிட்டு அவரைத் தொடர்ந்து தேசப்பிதா என்று கூச்சமில்லாமல் அழைக்கவில்லையா?

வெளிப்பாட்டு சுதந்திரம் என்பதை ஏதோ ஒரு புனிதக்

கருத்தாக்கமாக நாம் நம்ப விரும்புகிறோம். ஆனால் நமது ஊடகங்களும் சரி, நமது கருத்தியல் போராளிகளும் சரி எத்தனை சந்தர்ப்பங்களில் பயத்தின் காரணமாகவோ வேறு ஆதாயங்களின் காரணமாகவோ தங்கள் குரல்களை மௌனமாக்கிக்கொள்கின்றனர்? மேலும் இந்தப் பிரச்சினைக்காக குரல் கொடுக்கும் தலித் பிரதி நிதிகள் அனைவரும் இந்தக் கார்ட்டூன் பாடத்திட்டத்தில் இடம் பெறுவதை மட்டுமே எதிர்க்கின்றனர். பாடத் திட்டங்கள் எல்லோரையும் சுதந்திரமாக பாகுபாடு இல்லாமல் விமர்சிக்கக்கூடியவையாக இருக்கும் ஒரு காலத்தில் இந்த விவாதங்களுக்கான தேவை இல்லாமல் போய்விடும்.

இந்த விவகாரம் வெறும் அரசியல் மட்டுமே. இதில் வேறு எந்தக் கருத்தியல் உள்ளடக்கமும் இருப்பதாகத் தெரிய வில்லையே?

உண்மைதான். ஆனால் இப்படி இரு அரசியல் ஏன் இருக்கிறது என்பதை நாம் புரிந்துகொள்ளத்தான் வேண்டும். 80களுக்குப் பிறகு வலிமைபெற்ற அடையாள அரசியல் என்பது இரண்டு தளங்களில் உருவானது. முதலாவதாக, இந்து வகுப்புவாதிகள் பிற சமூகங்களுக்கு எதிராக உருவாக்கிய மதவாத அரசியல். அது இந்தியாவை, பிரிவினை யின்போது இருந்ததைவிடவும் ஆழமான கசப்புகளுக்கும் காயங்களுக் கும் இட்டுச் சென்றது. இரண்டாவதாக, ஒடுக்கப்பட்டோரால் முன்வைக்கப்பட்ட எதிர் அரசியல். இதை நாடு முழுக்க தலித்துகள் முன்னெடுத்தனர். தங்களுடைய மறுக்கப்பட்ட, இழிவுபடுத்தப்பட்ட அடையாளங்களுக்காக அவர்கள் அரசியல் தளத்திலும் பண்பாட்டுத் தளத்திலும் தொடர்ந்து போராடி வருகின்றனர். இந்தப் போராட்டத் தின் ஒரு தொடர்ச்சியே இந்தக் கார்ட்டூன் விவகாரம். இது அரசியலா என்றால் அது அரசியல்தான். அரசியல் அற்றவர்களாக இருந்தவர் களின் அரசியல். நம்முடைய பொத்தாம் பொதுவான ஜனநாயக கருத்துக்களால் இந்த அரசியலைப் புரிந்துகொள்ள முடியாது.

இந்தக் கார்ட்டூன் விவகாரம் நாம் தலித் அரசியலோடு ஒரு நியாயமான விவாதத்தைத் தொடங்கவேண்டும் என்ற நிர்ப்பந்தத்தை உருவாக்கியிருக்கிறது. இந்தக் கார்ட்டூனைப் பாடத்திட்டத்தில் இடம்பெறச் செய்தவர்களுக்கு உள்நோக்கம் இல்லாமல் இருக்கலாம். ஆனால் இன்றைய சமகால அரசியல் உணர்வுகளை அவர்கள் கணக்கில் எடுத்துக்கொள்ளத் தவறிவிட்டனர் என்பதுதான் உண்மை. பிரதிநிதித்துவ அடையாள அரசியல் என்பதுதான் இன்றைய இந்திய அரசியலின் முகமாக இருக்கிறது.

ஜூன், 2012

இந்திய குடியரசுத் தலைவர் பதவியும் மதுரை ஆதீன மடத்தலைவர் பதவியும்

மன்னிக்கவும். இந்த தலைப்பில் உள்ள இரண்டு செய்திகளுக்கும் நடுவே நேரடி சம்பந்தம் எதுவும் இல்லை. புனிதமானதாகக் கருதப்படும் இரண்டு அதிகாரங்களுக்கு அடுத்து வரப்போகிறவர்கள் யார் என்ற சர்ச்சையே கடந்த மாதம் முழுக்க செய்திகளை ஆக்ரமித்துக்கொண்டிருந்ததால் அப்படி ஒரு தலைப்பு வந்துவிட்டது.

குடியரசுத் தலைவர் தேர்தல் என்பது இந்திய ஜனநாயகத்தில் உப்புச் சப்பில்லாத ஒரு தேர்தல். கட்சிகளுக்கு அதில் இதுவரை அரசியல் ரீதியாக பெரிய ஆர்வங்கள் ஏதும் இருந்ததில்லை. யார் ஜெயிப்பார்களோ அவர்களுக்கு மற்றவர்கள் வழி விட்டு ஒதுங்கிவிடுவார்கள். ஆனால் இந்த முறை ஜனாதிபதி தேர்தல் பெரும் அரசியல் கெடுபிடிகள் நிறைந்த ஒன்றாக மாறிவிட்டது. அப்படியானால் அப்பதவிக்கு அரசியல் முக்கியத்துவம் எதுவும் உருவாகிவிட்டதா? அப்படியில்லை. இந்திய அரசியலில் வேறு பல சக்திகள் அரசியல் முக்கியத்துவம் பெறுவ தன் ஒரு அடையாளமே இந்தத் தேர்தல்.

காங்கிரசிற்கு பிரதீபா பாட்டீல் போன்ற ஒரு வெற்று ரப்பர் ஸ்டாம்பை மறுபடி நிறுத்தும் சூழல்

இல்லை. 2014ஆம் ஆண்டு மக்களவைத் தேர்தலில் காங்கிரஸ் கடும் வீழ்ச்சியைச் சந்திக்கும் என்றே பரவலான பொதுக் கருத்து நிலவுகிறது. தொங்கு பாராளுமன்றம் அமைந்தாலோ அல்லது எதிர்க் கட்சிகளின் கூட்டணிகளின் ஆட்சி அமைந்தாலோ தனக்குச் சாதகமாக செயல்படக்கூடிய அரசியல் உறுதி படைத்த ஒருவர் குடியரசுத் தலைவர் மாளிகையில் இருக்கவேண்டும் என்று காங்கிரஸ் விரும்புகிறது. அதற்கு பிரணாப் முகர்ஜியைவிட தகுதி வாய்ந்த ஒரு நபர் காங்கிரசிற்கு கிடைக்க மாட்டார். பிரணாப் முகர்ஜிக்கும் இனி தன் வாழ்நாளில் இந்திய பிரதமர் பதவி எனும் கனவை அடையமுடியாது என்று தெரியும். அவருக்கு இந்தியாவின் உயர்பதவி ஒன்றை அடைய இதுதான் கடைசி சந்தர்ப்பம்.

இந்தியாவின் நிதி அமைச்சராக இருந்து இந்திய பொருளாதா ரத்தைச் சீரழித்தவரும் வெளிநாட்டு கறுப்புப் பண விவகாரத்தில் குற்றவாளிகளை பிடிவாதமாக பாதுகாத்தவரும் ஊழலின் நிழல் படிந்தவரும் நேரடி அரசியலில் தீவிரமாக செயல்பட்டு வருபவருமான பிரணாப் முகர்ஜியை வேட்பாளராகத் தேர்வு செய்ததன் மூலம் குடியரசுத் தலைவரின் பாத்திரத்தை காங்கிரஸ் மாற்றியமைக்க முயற்சிகிறது. பிரணாப் முகர்ஜி காங்கிரஸ் வட்டத்தையும் தாண்டி அரசியல் நண்பர்களைக் கொண்டவர் என்பதால் அவரது வெற்றி கிட்டத்தட்ட உறுதிப்படுத்தப்பட்டுவிட்டது என்றே சொல்லவேண்டும்.

குடியரசுத் தலைவர் தேர்தலில் காங்கிரசிற்கு நெருக்கடி தர வேண்டும் என்று ஆசைப்பட்ட எதிர்க் கட்சிகள் தங்களுக்குத் தாங்களே நெருக்கடி கொடுத்துக்கொண்டு எவ்வாறு மண்ணைக் கவ்வின என்பதை கடந்த ஒரு மாதகால அரசியல் நாடகங்கள் நிரூபிக்கின்றன.

ஜெயலலிதாவும் பிஜு பட்நாயக்கும் சேர்ந்துகொண்டு தேசியவாத காங்கிரசைச் சேர்ந்த சங்மாவை வேட்பாளராக அறிவித்தனர். தேசியவாத காங்கிரசோ காங்கிரஸ் வேட்பாளரை ஆதரித்தது. மம்தாவும் முலாயம்சிங் யாதவும் அப்துல் கலாமை வேட்பாளராக்கி காங்கிரசிற்கு நெருக்கடி கொடுக்கலாம் என சதித்திட்டம் தீட்டினர். கடைசியில் முலாயம்சிங் காங்கிரசுடன் ரகசிய பேரங்களுக்குக் கட்டுப்பட்டு மம்தாவைவிட்டு கழன்றுகொண்டார். பி.ஜே.பியின் நிலை பரிதாபத்திலும் பரிதாபம். அதற்கு தனக்கென அறிவிக்க எந்த வேட்பாளரும் இல்லை. நரேந்திரமோடியின் பிரதம மந்திரி கனவுக்கு சிக்கல் இல்லாமல் அத்வானியை ஜனாதிபதி வேட்பாளராக்கி விடலாமா என்று ஒரு சின்ன முயற்சி நடந்தது. ஆனால் அதுவும் நடக்கவில்லை. மம்தாவின் வேட்பாளரான அப்துல்கலாமை ஆதரிக்க லாமா என்று பார்த்தால் கலாம் வெற்றிவாய்ப்பிலாத பந்தயத்தில் இறங்கத் தயாராக இல்லை. கடைசியில் ஜெயலலிதா முன் மொழிந்த சங்கமாவை வேறு வேறு வழியில்லாமல் ஆதரிக்க பி.ஜே.பி முடிவு செய்தது. சி.பி.எம். பிரணாப் முகர்ஜியை ஆதரிக்கிறது. சி.பி.ஐ

விஜயகாந்தோடு சேர்ந்து தேர்தலை புறக்கணிக்கிறது. தி.மு.க காங்கிர சால் எவ்வளவோ அவமானப்படுத்தபட்ட பிறகும் கலைஞர் 'கலாம்' என்றால் 'கலகம்' என்று தனது தமிழ் அறிவை பயன்படுத்தி காங்கிரசிற்கு சலாம் வைத்தார். இந்த சந்தர்ப்பத்தை பயன்படுத்தி காங்கிரசிற்கு ஒரு சின்ன நெருக்கடியை கொடுக்கக்கூட தி.மு.க தயாராக இல்லை.

எதிர்க்கட்சிகள் குறித்த மேற்படி சித்திரம் வெறும் செய்தித் தொகுப்பு அல்ல. அரசியல் ரீதியாக பெரும் வீழ்ச்சியடைந்து வரும் காங்கிரசிற்கு எதிராக எந்த ஒரு வேலைத் திட்டமும் இல்லாத கட்சிகளின் பரிதாப நிலையையே இது முற்றிலும் வெளிப்படுத்துகிறது. தன் முனைப்பு, தன்னகங்காரம், அரசியல் தொலைநோக்கற்ற சுயநலம், கள்ள ஒப்பந்தங்கள்... இவைதான் இன்றைய எதிர்க் கட்சிகளின் நிலை.

பிராந்தியக் கட்சிகள் ஒன்று மத்திய அரசை மிரட்டுகின்றன. அல்லது மத்திய அரசு பிராந்தியக் கட்சிகளை மிரட்டுகிறது. இவை ஒவ்வொரு சந்தர்ப்பத்திலும் கள்ள ஒப்பந்தங்களுக்கு இட்டுச் செல்கின்றன. குடியரசுத் தலைவர் தேர்தலில் எதிர்க்கட்சிகளால் ஒரு பொது வேட்பாளரை நிறுத்த எந்தவிதமான முன் முயற்சியும் எடுக்கப்படவில்லை. பிராந்தியக் கட்சிகளான திரிணாமூல் காங்கிரசும் அதிமுகவும் குடியரசுத் தலைவர் தேர்தலுக்கு தம் போக்கில் வேட்பாளர்களை அறிவித்தபோது தேசிய கட்சிகளான பா.ஜ.கவும் கம்யூனிஸ்டுகளும் பார்வையாளர்களாக பணி புரிந்தனர்.

இந்தச் சூழல் 2014 மக்களவைத் தேர்தலை காங்கிரஸ் நம்பிக்கை யுடன் எதிர்கொள்ளத் தூண்டுகிறது. இன்னும் இரண்டு வருடத்தில் இப்போது எதிர்க்கட்சிகளாக இருக்கும் கட்சிகள்கூட கள்ள ஒப்பந்தங்கள் வழியே காங்கிரசின் பக்கம் போனால்கூட ஆச்சரியப்படு வதற்கில்லை. 2014 மக்களவைத் தேர்தலில் ஜெயலலிதாவும் மம்தா பானர்ஜியும் இதைவிட பெரிய குழப்பங்களை ஏற்படுத்துவார்கள் என்பதற்கு இந்தத் தேர்தல் ஒரு வெள்ளோட்டம். எதிர்காலத்தில் மத்தியில் அதிகாரத்தை கைப்பற்றும் பிராந்தியக் கட்சிகளின் இந்த சூதாட்டத்தில் ஒவ்வொருவருமே தாங்கள்தான் நிர்ணய சக்திகள் என்ற தோற்றத்தை ஏற்படுத்த விரும்பினர். குறிப்பாக மம்தாவும் ஜெயலலிதாவும் இந்த ஆட்டத்தை மும்முரமாக ஆடினர். அவர்களுக்கு யார் குடியரசுத் தலைவர் என்பது முக்கியமல்ல. அதில் தங்களுடைய பாத்திரம் என்ன என்பதுதான் முக்கியம். இந்த ஆட்டத்தின் முதல் ரவுண்டில் ஜெயலலிதா வெற்றி பெற்றுவிட்டார். கடந்த பத்தாண்டு களில் மத்தியில் ஆட்சியதிகாரத்தில் தி.மு.க வகித்த இடத்தை அ.தி.மு.க பெறப்போவதன் முதல்படியாகக்கூட இது இருக்கலாம். ஆனால் ஜெயலலிதா அதையெல்லாம் நடக்கவிடமாட்டார் என்று கலைஞர் முழு நம்பிக்கையுடன் இருக்கிறார்.

மீண்டும் நித்யானந்தா

இந்தியர்களிடம் குறிப்பாக தமிழர்களிடம் ஒரு நல்ல பழகக்கம் இருக்கிறது. அவர்கள் அவ்வளவு சீக்கிரம் யாரையும் வீட்டுக்கு அனுப்பிவிடமாட்டார்கள். எவ்வளவு பெரிய தவறுகள் செய்தவர்களுக்கும் மறுபடியும் ஒரு சந்தர்ப்பம் கொடுத்து அதைவிட பெரிய தவறுகள் செய்யத் தூண்டுவார்கள். இதுவரை அரசியல்வாதிகளுக்கு மட்டுமே கிடைத்துவந்த இந்தச் சலுகை இப்போது சாமியார்களுக்கும் கிடைத்து வருகிறது. நித்யானந்தாவின் மறுவருகை பெரும் கோலாகலமாக இருக்கிறது. அவர் மதுரை ஆதீனத்தின் இளைய ஆதீனமாக நியமிக்கப்பட்ட பிறகு ஏற்பட்ட எதிர்ப்புகள், ஆர்த்தி ராவ் என்ற பக்தையின் பாலியல் புகார்கள், சங்கராச்சாரியார் ரஞ்சிதாவை பற்றி அடித்த கமெண்டிற்காக அவர்மீது வழக்கு என நித்யானந்தாவின் மீட்சி அபாரமாக இருந்து வருகிறது. கைதாகி போலீஸ் கஸ்டடியில் இருக்கும்போதே கர்நாடக முதலவர் மீது பத்துகோடி ரூபாய் கேட்டு நித்யானந்தா ஒரு வழக்கைத் தொடுத்தபோது கொஞ்சம் அரண்டுதான் போனார் சதானந்த கவுடா.

நித்யானந்தா மீதான வழக்குகள் அனைத்தும் கேலிக்கூத்தாக இருக்கின்றன. ஆதீன மடத்தில் நடனமாடினார், பொது அமைதிக்கு பங்கம் விளைவித்தார், புலித்தோலின் மீது அமர்ந்திருந்தார் என சிறுபிள்ளைத்தனமாக பல வழக்குகள் தினமும் போடப்படுகின்றன. நித்யானந்தா இதிலிருந்து எல்லாம் வெகு சுலபமாக வெளியே வந்துவிடுவார். அதுமட்டுல்ல தனது எதிரிகளுக்கு சட்டரீதியான பல சிக்கல்களை ஏற்படுத்துவதிலும் அவர் மும்முரமாக இருக்கிறார். அவர் போலீசையோ சட்டத்தையோ கண்டு பயப்படுகிறவர் அல்ல. மேலும் அவர் நடைமுறையில் சிக்கல்களைச் சமாளிப்பதில் நிபுணத்துவம் கொண்டவராக இருக்கிறார்.

நித்யானந்தா மதுரை ஆதீன மட விவகாரத்தில் பழைய மத அமைப்புகளுக்கும் நவீன கார்ப்பரேட் ஆன்மீக கலாச்சாரத்திற்கும் இடையிலான மோதலை வெளிச்சத்திற்கு கொண்டுவந்துவிட்டார். சங்கராச்சாரியார், மரபான ஆதீன மடங்கள், ஜாதிய அமைப்புகள் ஒருபுறமும் நித்யானந்தா மறு புறமும் நிற்கிறார்கள். அடையாளமற்ற, சிதறுண்று போன, வேர்களற்ற அன்னியப்பட்ட மனிதர்களின் ஆன்மீகத் தேவையை பயன்படுத்தும் நித்யானந்தா போன்றவர்களை ஒருபோதும் சமூக வெளியில் இருந்து வெளியேற்ற முடியாது.

நித்யானந்தாவின் சடங்குகள், நடனங்கள், அவரைப் பற்றிய பாலியல் செய்திகள் அனைத்தும் அவரை வேறொரு காலகட்டத்தின் தேவையை நிறைவேற்றும் சாமியாராகத்தான் முன்னிறுத்துகிறதே தவிர அவரை ஒருபோதும் பலவீனப்படுத்துவதில்லை. ஊடகங்கள் உண்மையில் அவருக்காக இலவசமாக விளம்பரம் செய்கின்றன.

நித்யானந்தா போன்றவர்கள் அபரிமிதமான செல்வத்தையும்

மிக முக்கியமான அரசியல் சமூகத் தொடர்புகளையும் கொண்டிருக் கிறார்கள். அவர் மதுரை ஆதீனத்தின்மீது நடத்தியது ஒரு கலாச்சாரப் படையெடுப்பு. ஒரு புதிய மதத்தை அவர் அங்கே நடைமுறைப்படுத்த முயன்றபோது ஏற்பட்ட கலாச்சார மோதல் அது. சாதிய அமைப்பு களின் வலுவை அவர் குறைத்து மதிப்பிட்டு விட்டார் என்றுகூட தோன்றுகிறது.

இன்று ஒரு சாமியார் பணம் கொடுத்து ஒரு மடத்தை வாங்க முயற்சிக்கிறார். நாளை அவர் ஒரு கோயிலுக்கு விலை கொடுத்து வாங்கமுடியுமா என்று யோசிப்பார். நமது சாதிய பண்பாட்டின் கோரமுகம் மரபான நம்பிக்கைகளுக்குள் இருக்கும் ஆன்மீகத் தளத்தை முற்றிலுமாக சிதைத்துவிட்டது. நித்யானந்தா போன்றவர்கள் அந்த தளத்தை கைப்பற்றிக்கொள்ள விழைகிறார்கள்.

ராம்தேவ் பாபா இன்று அன்னா ஹசாரேயின் ஊழல் எதிர்ப்பு இயக்கத்தை கைப்பற்றி அதை பி.ஜே.பியிடம் ஒப்படைப்பதற்கான நேரடி களச்செயல்பாட்டில் இறங்கிவிட்டார். ரவிஷங்கர் போன்றவர் கள் அரசியல் தரகர்களாக வெளிப்படையாக செயல்படுகின்றனர். நித்யானந்தா அத்தகைய ஒரு செல்வாக்கைத்தான் விரும்புகிறார். அவர் பாலியல் விவகாரங்களை இன்னும் கொஞ்சம் எச்சரிக்கையாக கையாண்டால் அந்த இடத்தை நோக்கிப் போகும் காலம் வெகு தூரத்தில் இல்லை.

ஒருவிதத்தில் நித்யானந்தா நாம் அடைந்திருக்கும் ஆன்மீகச் சீரழிவின் மொத்த அடையாளம். நமது நுகர்வுக் கலாச்சாரத்தின் ஒரு குறியீடு. தத்துவவாதிகளின் இடத்தை ஒரு கபட செப்பிடி வித்தைக்காரன் பெறுவதுதான் நமது காலத்தின் உண்மை. பல சமயங்களில் கடவுள்களைவிடவும் சாத்தான்கள் மனிதர்கள் உடனடி யாக அணுகக் கூடியவையாக இருக்கின்றன.

ஜூலை, 2012

டெசோ:
ஒரு கைதியின் டைரி

கலைஞரை நோக்கி இன்னல்கள் தேடி வருவது ஒரு பக்கம் என்றால் அவர் தனக்குத் தானே உண்டாக்கிக்கொள்ளும் கேடுகள் அதைவிடவும் அதிகம். ஒரு துறையில் ஒருவருடைய திறமைதான் அவருக்கு எதிரியாகவும் அமையும் என்பதற்கு கலைஞரை விட சிறந்த உதாரணம் இருக்க முடியாது. அரசியல் சாதுர்யம் சார்ந்த தனது உத்திகள் காலாவதியாகி விட்ட ஒரு காலத்தில் அதே பழைய துருப்பிடித்த கத்திகளை எடுத்து காற்றில் வாள் சுழற்றுவதன் வாயிலாகத் தனது தூங்கும் எதிரிகளைக்கூட தட்டி எழுப்புவதில் அவர் கைதேர்ந்தவராகிவிட்டார். ஆகஸ்டில் அவர் நடத்தும் தமிழீழ ஆதரவாளர்கள் அமைப்பு (டெசோ) மாநாட்டை ஒட்டி எவ்வளவு நிந்தனைகளையும் இழிசொற்களையும் கேட்கமுடியுமோ கேட்டுக்கொண்டிருக்கிறார். ஈழம் தொடர்பான அரசியலில் அவர் தொடர்ந்து செய்துவரும் பிழைகளின் நீட்சியே இந்த டெசோ மாநாடும். அரசியல் யதார்த்தம் என்பது அவரது கண்ணை விட்டு வெகுதூரம் சென்றுவிட்டது. தன் கையை விட்டு எப்போதோ கை நழுவிச் சென்றுவிட்ட ஈழ அரசியலின் கடிவாளத்தைக் கைப்பற்ற அவர் எடுக்கும் முயற்சிகள் யாவும் அவரை மேலும் மேலும் சிக்கலான ஒரு இடத்திற்கே தள்ளுகின்றன. சமீபத்தில் புதிய குடியரசுத் தலைவர் பிரணாப் முகர்ஜிக்கு அவர் வாழ்த்துச் சொன்ன சந்தர்ப்பத்தில்கூட ராஜீவ் கொலை வழக்கில் தூக்குத் தண்டனை விதிக்கப்பட்ட

மூவரின் கருணை மனு தொடர்பாக ஜனாதிபதியிடம் கோரிக்கை வைப்பீர்களா என்று பத்திரிகையாளர்கள் கேட்டபோது ‘ தி.மு.க. மரணதண்டனையைத் தொடர்ந்து எதிர்க்கிறது’ என்றுதான் அவரால் சொல்ல முடிந்தது. சமீபத்தில் என்னுடன் ஒரு தொலைக்காட்சி விவாதத்தில் பங்கேற்ற காங்கிரஸ் அரசியல்வாதியான திருச்சி வேலுச்சாமி, புதிய குடியரசுத் தலைவர் மூவரின் தூக்குத் தண்டனையை ரத்து செய்ய வேண்டும் என்று வெளிப்படையாக கோரிக்கை வைத்தார். ஒரு காங்கிரஸ் தலைவருக்கு இந்த விஷயத்தில் இருக்கும் மனத்துணிவுகூட கலைஞருக்கு இல்லாத நிலையில் அவர் முன்னெடுக்கும் இந்த டெசோ மாநாடு அவரைப் பற்றிய கேலிச்சித்திரங்களை உருவாக்கவே பயன்பட்டு வருகிறது.

ஈழம் என்ற கனவு முள்ளிவாய்க்காலில் இனப்படுகொலையின் ரத்தவெள்ளத்தில் மூழ்கடிக்கப்பட்டதன் காயம் உலகெங்கும் உள்ள தமிழர்களின் இதயங்களில் புரையோடிப்போயிருக்கிறது. ஈழ அரசியல் இன்று ஈழத்திற்கு வெளியேதான் உயிரோடு இருக்கிறது. இந்தச் சூழலில் தமிழ் ஈழம் தொடர்பாகச் சொல்லப்படும் ஒவ்வொரு சொல்லும் உடனடியாக உணர்வுபூர்வமான எதிர்வினைகளை ஏற்படுத்துவதை தவிர்க்க இயலாது.

நீண்ட காலமாகத் தமிழகத்திற்கு வெளியே உள்ள தமிழர்கள் தங்கள் தமிழுணர்வின் அடையாளமாக கலைஞரைக் கருதி வந்திருக்கிறார்கள். புலிகள் எம்.ஜி.ஆருடன் இணக்கமும் நெருக்கமும் பாராட்டிய காலத்தில்கூட உலகத் தமிழினத் தலைவர் என்ற செல்வாக்கினை கலைஞர் தொடர்ந்து தக்கவைத்துக்கொண்டிருந்தார். ஆனால் ஈழப் பிரச்சினை உச்சக்கட்டத்தை அடைந்தபோது காங்கிரசுடனான மறைமுக பேரங்களால் அவர் தனது அந்த செல்வாக்கினை படிப்படியாக இழந்தார். ஈழப் பிரச்சினையில் அவர் ஒரு நம்பகத் தன்மையற்ற தலைவர் என்ற அவப்பெயரையும் பெற்றார்.

கிட்டத்தட்ட காங்கிரஸ் இந்த விவகாரத்தில் அவரைப் பிணைக் கைதியினைப்போல நடத்தியது. ஒருபுறம் ஊழல் குற்றச்சாட்டுகள் மற்றும் பதவி ஆசையினைப் பயன்படுத்தி கலைஞர் ஈழ விவகாரத்தை தமிழகத்தில் ஒரு வெகுசன இயக்கமாக நடத்தவிடாமல் தடுத்தது. இன்னொருபுறம் தமிழகத்தில் தி.மு.க. ஆட்சியின்போது ஈழ ஆதரவு இயக்கங்களின்மீது பல்வேறு நெருக்கடிகளைக் கொடுத்ததன் மூலம் அவரை காங்கிரஸ் தனது கையாளாக மாற்றியது. அரசியல் சூழ்நிலைகள் மாறும்போது காங்கிரசின் பிடியிலிருந்து தான் விடுபட்டுவிடலாம் என்று கலைஞர் தனது அரசியல் சூதாட்டத்தை தொடர்ந்து நடத்திக்கொண்டிருந்தார். ஆனால் அதற்குள் முள்ளிவாய்க்கால் படுகொலையும் 2 ஜி கைதுகளும் அவரது எல்லா அரசியல் கணக்குகளையும் நிர்மூலமாக்கிவிட்டது.

ஈழப்போராட்டத்திற்கு எதிரான மனநிலையையே கொண்டிருந்த ஜெயலலிதா இதைச் சாதுர்யமாகப் பயன்படுத்திக்கொண்டார்.

திடீர் ஈழ ஆதரவு நிலைப்பாட்டினை எடுத்தார். தமிழர்கள் யாரும் அதை சீரியஸாக எடுத்துக்கொள்ளாவிட்டாலும் கலைஞர் மேல் உள்ள கசப்பினால் மௌனமாக அதற்கு இணங்கிப் போனார்கள். கலைஞர் அதிகாரத்தை இழந்தாலும் தமிழினத் தலைவர் என்ற அடையாளத்தை இழப்பதை அவரால் தாங்கிக்கொள்ள முடியவில்லை. ஆனால் அவரால் ஒரு சந்தர்ப்பத்தில்கூட சுதந்திரமாகச் செயல்பட முடியவில்லை. இலங்கைக்கு எதிரான ஐநா. போர்க்குற்ற தீர்மானத்தை ஆதரிக்கும்படி இந்திய அரசை வலியுறுத்தும் விவகாரத்தில் தி.மு.க. எப்படி குழப்பத்துடனும் பதட்டத்துடனும் பயத்துடனும் நடந்து கொண்டதோ அதேபோலத்தான் இப்போதும் டெசோ மாநாடு விவகாரத்திலும் நடந்துகொள்கிறது. ப. சிதம்பரம் 'மரியாதை நிமித்தம்' கலைஞரை வந்து பார்த்த அடுத்த நாள் டெசோ மாநாடு தமிழீழத்திற்கு ஆதரவாகத் தீர்மானம் நிறைவேற்றாது என்று அறிக்கை விடுகிறார். காங்கிரசின் ஈழக் கொள்கையை ராஜபக்ஷேவும் கலைஞரின் ஈழக் கொள்கையை சோனியா காந்தியும் தீர்மானிக்கும் சூழலில் எதற்கு இந்த மாநாடு? ஜெயலலிதா, வைகோ, சீமான் போன்றவர்கள் ஏற்படுத்தும் மனநெருக்கடிதான் காரணம் என்று தோன்றுகிறது.

இந்தத் தலையங்கத்தை எழுதும் நேரம் 23 இந்திய மீனவர்களை இலங்கை ராணுவம் கைது செய்து வைத்திருக்கிறது. ஒரு வாரமாக இந்திய அரசாங்கம் அவர்களை விடுதலை செய்யும்படி இலங்கை அரசாங்கத்தை செல்லமாகக் கொஞ்சிக்கொண்டிருக்கிறது. இதற்கு எதிராக ஒரு நாடு தழுவிய போராட்டத்தை தி.மு.க. நடத்த முடியுமா? தமிழக மீனவர்கள் தாக்கப்படுவது, படுகொலை செய்யப் படுவது என்பது சிங்கள ராணுவத்தின் அன்றாட பொழுதுபோக்கு களில் ஒன்றாக மாறிவிட்டது. ஈழப் பிரச்சினை ஆரம்பமானதிலிருந்து இன்றுவரை 500க்கும் மேற்பட்ட தமிழக மீனவர்கள் இலங்கை ராணுவத்தால் கடலில் வைத்துக் கொல்லப்பட்டிருக்கின்றனர். ஒரு முறைகூட இந்திய அரசு தனது குடிமக்கள் தொடர்ந்து தாக்கப்படுவது தொடர்பான ஒரு கடும் எச்சரிக்கையை இலங்கை அரசுக்கு அனுப்பிய தில்லை. தமிழகக் குடிமக்களையே காப்பாற்றுவதற்கு கலைஞரால் மத்திய அரசுக்கு எந்த நெருக்கடியும் தர முடியவில்லை. இதில் ஈழத் தமிழர்களை எங்கிருந்து காப்பாற்றுவது?

விடுதலைப் புலிகள் முற்றாக அழிக்கப்பட்ட நிலையிலும் கூட புலிகளின் மீதான தடையை இந்திய அரசு மறுபடி நீட்டித்திருக் கிறது. டெசோ மாநாட்டில் தமிழீழத்திற்கு ஆதரவாக கலைஞர் ஒரு தீர்மானம் கொண்டுவந்தால் அதற்கு தமிழகத்தில்கூட எந்த அரசியல் முக்கியத்துவமும் இல்லை என்ற சூழலில், ஒரு காகித தீர்மானத்தைக் கூட சகித்துக்கொள்ள காங்கிரஸ் தயாராக இல்லை. கலைஞரின் முதுகில் கத்தி வைத்து அந்த தீர்மானத்தை தூக்கச் சொல்கிறது.

ஈழத் தமிழர்கள் விவகாரத்தில் கலைஞர் இழைத்த தவறுகள், சமரசங்கள் வரலாற்றில் மன்னிக்கப்படக்கூடியதாய் இல்லை.

பேரழிவின் விளிம்பில் நின்று அதற்கு அவர் கழுவாய் தேட முயற்சிப்பது வீண் செயல்.

தமிழீழக் கோரிக்கை என்பது உணர்ச்சி வயப்பட்ட ஒரு நிலைப்பாடு அல்ல. இலங்கையில் சிங்கள தேசிய இனவாத அரசுகள் தமிழர்களுக்கு சமமான வாழ்வுரிமையை வழங்க ஒருபோதும் ஒப்புக்கொள்ளப் போவதில்லை என்பதுதான் வரலாறு. ஏதாவது ஒரு கட்சியோ அல்லது தலைவரோ அப்படி வழங்க முன்வந்தால்கூட முழுக்க முழுக்க இனவாத அடிப்படையிலான இலங்கை ராணுவமும் பிற கட்சிகளும் அதை வெகு எளிதில் துடைத்து எறிந்துவிடும் என்பதில் சந்தேகமில்லை. இன்றும் மறுவாழ்வு நடவடிக்கைகள் என்ற பெயரில் நடத்தப்படும் கண்துடைப்பு வேலைகளை உலகமே பார்த்துக்கொண்டிருக்கிறது. ராஜபக்ஷே தன்மீது தொங்கிக்கொண்டிருக்கும் போர்க் குற்ற வாள் இல்லை என்றால் இதையும் செய்ய மாட்டார். இவ்வளவு பெரிய இனப்படுகொலையின் காயத்திற்குப் பின் தமிழர்கள் சிங்களர் களோடு அரசியல்ரீதியாக சேர்ந்து வாழ்வது ஒருபோதும் சாத்தியமே இல்லை. இந்த நிலையில் ஈழத்தை ஆதரிப்பதா இல்லையா என்று முடிவு செய்ய தமிழகத்திலுள்ள யாருக்கும் எந்த அதிகாரமும் இல்லை.

தமிழகத்தின் அரசியல் ஆதரவை நம்பியே ஈழத் தமிழர்கள் தங்கள் மகத்தான போராட்டத்தை இழந்தார்கள். இந்த நிலையில் எந்த அரசியல் உறுதிப்பாடும் இல்லாத டெசோ போன்ற கேளிக்கை களை நாம் நடத்துவது நியாயம்தானா? டெசோ மாநாடு ஈழத் தமிழர்களுக்கு எதிராக யாருடைய பொதுக் கருத்தை திரட்டப் போகிறது? தமிழக மக்களினுடைய கருத்தையா? அப்படியெனில் சிங்கள இனவாத அரசாங்கத்தைத் தொடர்ந்து தாங்கிப்பிடிக்கும் காங்கிரஸ் அரசிற்கு கலைஞர் நெருக்கடி கொடுக்கப் போகிறாரா? வேடிக்கை.

இந்த மாநாட்டைத் தமிழகத்தில் உள்ள பிற ஈழ ஆதரவு அமைப்பு கள் எதுவுமே ஆதரிக்கவில்லை. கடுமையாக எதிர்க்கவும் செய்கின்றன. பிற நாடுகளில் உள்ள ஈழ அமைப்புகள் எதற்கும் இந்த மாநாட்டின் பால் எந்த ஆர்வமும் இல்லை. தமிழகத்தில் உள்ள ஈழ அகதிகள் இது தங்களை வைத்து செய்யப்படும் ஒரு அங்கத நாடகமாகவே பார்க்கிறார்கள். ஈழத் தமிழர்களுக்கோ இது ஒரு குரூர நாடகம். முள்ளி வாய்க்காலுக்கு மௌன சாட்சியமாக இருந்தவர்களிடமிருந்து இன்று வரும் இதுபோன்ற சாரமற்ற ஆதரவுகளைக் கண்டு அவர்கள் நகைக்கவே செய்வார்கள்.

நில அபகரிப்பு விவகாரங்களில் கைது செய்யப்பட்டவர்களுக்கு ஆதரவாக சிறை நிரப்பும் போராட்டம் நடத்தியதற்கும் இப்போது டெசோ மாநாடு நடத்துவதற்கும் எந்த வித்தியாசமும் இல்லை. கலைஞருக்கு ஜெயலலிதா அரசின்மேல் மக்களுக்கு உருவாகி வரும் அதிருப்தியின்மீது, அவரது எதிர்கால அரசியலைக் கட்டுவதுதான்

அவர்முன் இருக்கும் ஒரே பாதை. அவர் இனி ஈழ அரசியலை நோக்கி ஒருபோதும் திரும்ப முடியாது. அப்படித் திரும்ப வேண்டுமானால் அவர் காங்கிரசை மிக கடுமையாக எதிர்க்கும் ஒரு இடத்திற்குப் போக வேண்டும். காங்கிரஸ் மத்தியில் ஆட்சியில் இருக்கும்வரை அது ஒருபோதும் நடக்கப்போவதில்லை.

துரோகங்களுக்கு நாம் வருந்தாவிட்டாலும் பரவாயில்லை. அதை மறுபடி மறுபடி நினைவுபடுத்தாமல் இருந்தாலே போதும்.

டெசோவைப் பற்றி கலைஞர் விடுக்கும் முன்னுக்குப் பின்னான அறிக்கைகள் அனைத்தும் ஒரு கைதியின் டைரிபோல இருக்கின்றன.

ஆகஸ்ட், 2012

பொய்களின் காலம்

"அந்த நகரத்தில் இருவர் கூடினால் கூட்டம்... நால்வர் கூடினால் அது பொதுக்கூட்டம்... தடை, அது தன்னம்பிக்கையுடன் பிறப்பிக்கப்படுகிறது" என்று எழுதினார் ஆத்மாநாம். நெருக்கடி நிலை காலத்தின் சாட்சியமாக எழுதப்பட்ட இந்த வரிகளின் அர்த்தம் 37 ஆண்டுகளுக்குப் பிறகும் பெரிதாக மாறிவிடவில்லை. சமீபத்தில் ஆட்சேபகரமான பல்வேறு இணையதளங்களின் மீது தடையும் 15 நாளைக்கு 5 குறுஞ்செய்திகளுக்கு மேல் அனுப்பக் கூடாது என்ற கட்டுப்பாடும் விதிக்கப்பட்டபோது நாம் அனுபவித்துக்கொண்டிருக்கும் சுதந்திரம் என்பது எவ்வளவு பலவீனமானது, எந்த நேரத்திலும் பறிபோகக்கூடியது என்பதைத் தெளிவாகத் தெரிந்து கொள்ள முடிந்தது.

இந்தியா தனது 66 ஆவது சுதந்திர தினத்தைக் கொண்டாடிக்கொண்டிருந்த நாளில் இந்தியா சுதந்திரம் அடைந்த நாளில் கண்ட துயரக் காட்சி களிலொன்றை மறுபடி இந்த நாடு காண நேர்ந்தது தான் மாபெரும் அவலம். இலட்சக்கணக்கான இந்துக் களும் முஸ்லிம்களும் உயிரைக் காப்பாற்றிக்கொள்வ தற்காக கூட்டம் கூட்டமாக இந்தியாவிலும் பாகிஸ் தானிலும் வெளியேறியதை நினைவூட்டும் காட்சி அது. ஆயுதங்களினால் மட்டுமல்ல, பீதியினாலும் வதந்தியினாலும்கூட மக்களை வேட்டையாட முடியும் என்பதை அது நிரூபித்தது. பல்லாயிரக்கணக் கான வடகிழக்கு மாநில மக்கள் சென்னை, பெங்களூரு, புனே, டெல்லி என இந்தியாவின் பல நகரங்களிலிருந்தும் மரண பயத்தில் கூட்டம்

கூட்டமாக வெளியேறிச் சென்றார்கள். அசாம் கலவரத்தில் முஸ்லிம்கள் பாதிக்கப்பட்டதற்குப் பழிவாங்குவதற்காக இந்தியா முழுக்க வடகிழக்கு மாநில மக்கள் மீது இஸ்லாமியர்கள் தாக்குதல் நடத்தப் போகிறார்கள் என்று எஸ்.எம்.எஸ். மூலம் பரவிய வதந்தி காரணமாக இந்த மாபெரும் மக்கள் வெளியேற்றம் நிகழ்ந்தது. வடகிழக்கு மக்களுக்கு நம்பிக்கை தரும் ஒரு குரல்கூட இங்கே இல்லை. அரசாங்கம், காவல் துறையை மட்டுமல்ல, தாங்கள் வாழுகிற சமூகத்தின் மீதும் நம்பிக்கையிழந்து வடகிழக்கு மாநில மக்கள் வெளியேறினார்கள். ஏற்கனவே எல்லா இடங்களிலும் புறக்கணிப்பையும் வெறுப்பையும் சந்தித்துவரும் அவர்கள் இப்படி ஒரு அச்சத்திற்கு ஆட்பட்டதில் எந்த ஆச்சரியமும் இல்லை.

அரசாங்கம் செய்யக்கூடியது ஒன்றே ஒன்றுதான் இருந்தது. அது எஸ்.எம்.எஸ்களுக்குத் தடை விதிப்பது. இவ்வளவு பெரிய அவநம்பிக்கையும் பதற்றமும் உருவாவதற்கு எஸ்.எம்.எஸ்கள்தான் காரணம் என்று தானும் நம்பி, மக்களையும் நம்ப வைத்ததன் மூலம் இந்த நாடு எதிர்கொண்டிருக்கும் மாபெரும் வகுப்புவாத அபாயத்தை மூடி மறைக்க விரும்புகிறது.

அசாமில் பங்களாதேஷில் இருந்து பிழைப்பிற்காகக் குடியேறிவர்களுக்கும் போடோ இன மக்களுக்குமான முரண்பாடு நீண்டகாலமாக இருந்து வருகிறது. எத்தனையோ கலவரங்களும் நடந்திருக்கின்றன. சமீபத்தில் இரண்டு தரப்பினருக்கும் இடையே நிகழ்ந்த மோதலில் ஐந்து இலட்சம் பேர் அகதிகளாக்கப் பட்டிருக்கின்றனர். நூற்றுக்கும் மேற்பட்டோர் கொல்லப்பட்டிருக்கின்ற னர். அசாமில் போடோக்கள் செல்வாக்குள்ள நான்கு மாவட்டங்கள் bodo territorial council என்ற சுயாட்சி பெற்ற அமைப்பின்கீழ் இருக்கிறது. ஆனால் இந்த மாவட்டங்களில் மக்கள் தொகையில் போடோ மக்கள் சிறுபான்மையினராகவும் முஸ்லிம்கள் மற்றும் பிற இனத்தவர் தொகை அதிகமாகவும் உள்ளது. எதிர்காலத்தில் இது தங்கள் அரசியல் நலன்களுக்கு நல்லதல்ல என்பதால் முஸ்லிம்களை வெளியேற்ற வேண்டும் என்ற எண்ணம் போடோ அரசியல்வாதிகளுக்கு வந்துவிட்டது. சிறுபான்மை போடோக்களின் அதிகாரத்தில் தங்கள் நலன்கள் பாதிக்கப்படுவதால் bodo territorial council ஐ கலைக்க வேண்டும் என்று முஸ்லிம் இயக்கங்கள் குரல்கொடுக்கத் தொடங்கின. இந்த அரசியல் மோதல்தான் இப்போது மதவெறியாக மாறி அசாமை சூழ்ந்துகொண்டிருக்கிறது. இந்த நெருப்பை இந்தியா முழுக்க எடுத்துச் செல்ல சங் பரிவார் அமைப்புகள் இப்போது முனைந்துள்ளன.

அசாமில் இருக்கும் முஸ்லிம்கள் அனைவரையும் பங்களாதேஷில் இருந்து ஊடுருவிய ஆக்கிரமிப்பாளர்கள் என்றும் அவர்கள் இந்தியாவில் மதக் கலவரங்களை உருவாக்கும் தேச விரோதிகள் என்றும் சங் பரிவார் அமைப்புகள் பிரச்சாரம் செய்து வருகின்றன. உண்மையில் 1985ஆம் ஆண்டு அசாம் உடன் படிக்கையின்படி 1966க்கு முன்பு பங்களாதேஷில் இருந்து குடியேறியவர்கள் இந்திய குடிமக்கள்

என்றும் 1966க்கும், 71க்கும் இடையே குடியேறியவர்கள் பத்தாண்டு களுக்குப் பிறகு குடியுரிமை பெறத் தகுதியானவர்கள் என்றும் ஏற்கப் பட்டுள்ளது. 1971க்குப் பிறகு குடியேறியவர்கள் இனம் காணப்பட்டு திருப்பியனுப்பப்பட்டிருக்கின்றனர். ஆனால் அசாம் இனவாத அமைப்புகளும் சங் பரிவாரும் அசாமில் உள்ள பூர்வீக முஸ்லிம்கள், குடியுரிமை பெற்ற முஸ்லிம்கள் அனைவரையும் ஒட்டுமொத்தமாக ஊடுருவல்காரர்கள் என்பதுபோல சித்தரித்து வருகின்றன.

பங்களாதேஷில் இருந்து இங்கே பிழைப்புத் தேடி வந்தவர்களை ஊடுருவல்காரர்கள் என்று அழைப்பதே ஒரு மோசடி. இந்தியா முழுக்க கட்டுமானத் தொழிலாளர்களாகவும், விவசாயக் கூலிகளாக வும், ரிக்ஷா இழுப்பவர்களாகவும், காய்கறி விற்பவர்களாகவும் பங்களாதேஷில் இருந்து வந்தவர்கள் ஏராளமான அடித்தட்டு வேலை களில் ஈடுபட்டிருக்கின்றனர். பெரும்பாலும் சேரிகளிலும் நகரங்களின் ஒதுக்குப்புறங்களிலும் இந்த நாட்டிற்குத் தேவையான பல்வேறு பணிகளை மிகக் குறைந்த கூலிக்கு செய்து தரும் இந்த மக்களின் வாழ்க்கை மிகவும் அவலமானது. கொடிய வறுமையாலும் இயற்கைப் பேரழிவுகளாலும் அவர்கள் பங்களாதேஷில் இருந்து இந்தியாவிற்குள் இடம்பெயர்ந்து வருகின்றனர். இவ்வாறு வரும் ஏழைத் தொழிலாளர் களுக்கு முறையான குடியேற்ற அனுமதியும் வேலை செய்வதற்கான அனுமதியும் வழங்குவது இந்திய அரசின் மனிதாபிமான கடமை. ஆனால் இந்திய அரசு அதைச் செய்யத் தவறிவிட்டது. மாறாக, அவர்கள் இன்று ஆக்கிரமிப்பாளர்களைப் போலவும் ஊடுருவல்காரர் களைப்போலவும் சித்தரிக்கப்படுகின்றனர். அரபு நாடுகளிலும் ஐரோப்பிய நாடுகளிலும் எவ்வாறு பெருமளவில் பிழைப்பிற்காக இந்தியர்கள் குடியேறியுள்ளனரோ அதேபோலத்தான் இன்று இந்தியா விலும் பங்களாதேஷ்வாசிகள் குடியேறியுள்ளனர். அவர்களை முறைப் படுத்தவேண்டும் என்று கேட்பதில் நியாயம் இருக்கிறது. ஆனால் வெளியேற்ற வேண்டும் என்பதில் என்ன நியாயம் உள்ளது? அப்படி யெனில் இன்று ஐரோப்பிய நாடுகளில் இந்தியர்களுக்கு எதிராக நிகழும் இனவெறித் தாக்குதல்கள் நியாயம் என்று ஆகிவிடும்.

ஆகஸ்ட் 11ஆம் தேதி மும்பையில் இஸ்லாமிய அமைப்பு ஒன்று அசாம் மற்றும் மியான்மரில் இஸ்லாமியர்களுக்கு எதிராக நடக்கும் வன்முறையை எதிர்த்து நடத்திய கூட்டம் வன்முறையில் முடிந்தது. சில விஷமிகள் இந்த வன்முறையைத் திட்டமிட்டுத் தூண்டினர். ஆனால் இந்திய அரசாங்கம், சில இணையதளங்களில் வெளியான அசாமிலும் மியான்மரிலும் முஸ்லிம்கள் கொடுமைக்கு ஆளாவதாக—மார்பிங் செய்யப்பட்ட போலிப்புகைப்படங்கள்தான் முஸ்லிம்களை உணர்ச்சிவசப்படச் செய்து வன்முறைக்குக் காரணமாக அமைந்தது என்ற ஒரு விசித்திரமான காரணத்தைக் கற்பித்தது. ஏதோ ஒரு இடத்தில் நடந்த ஏதோ ஒரு கலவரத்திற்காக ஒட்டுமொத்த இஸ்லாமி யர்களையும் பொறுப்பாக்கி பொய்த் தகவல்களை வெளியிட்டதாகச் சொல்லி 310 இணையதளங்களை முடக்கியது. பல ஃபேஸ்புக்,

ட்விட்டர் கணக்குகள் முடக்கப்பட்டன. யூ டியூப்பிலிருந்து பல வீடியோக்கள் நீக்கப்பட்டன. பாகிஸ்தானைச் சேர்ந்த அந்த இணைய தளங்கள் உலகின் வெவ்வேறு இடங்களில் நடந்த வன்முறை மற்றும் அழிவுக் காட்சிகளை மியான்மரிலும் அசாமிலும் நடந்ததாகத் திரித்து வெளியிட்டதாக இந்திய அரசு குற்றம் சாட்டியது. அது உண்மைகூட.

அதே போல வடகிழக்கு மாநில மக்கள்மேல் தாக்குதல் நடத்தப் போவதாகப் பரவிய செய்தி பாகிஸ்தானில் இருந்து இங்கே அனுப்பப் பட்டது என்று இந்திய உள்துறை செயலர் குற்றம் சாட்டினார். இது எல்லைக்கு அப்பால் இருக்கும் 'ஜிகாதிகளின் சைபர் யுத்தம்' என்று வர்ணிக்கப்பட்டது. வேடிக்கை என்னவென்றால் முடக்கப்பட்ட இணையதளங்களில் இரண்டே இரண்டுதான் பாகிஸ்தானைச் சேர்ந்தவை. வெகுசன ஊடகங்களான *தெஹல்கா, டைம்ஸ் ஆஃப் இந்தியா, ஃப்ர்ஸ்ட்போஸ்ட், அல் ஜசீரா, டைம்ஸ் நவ், டெலிக்ராஃப்* போன்றவற்றின் அசாம் கலவரங்கள் தொடர்பான செய்திகள் கொண்ட பக்கங்களும் முடக்கப்பட்டன. அரண்டவன் கண்ணுக்கு இருண்டதெல்லாம் பேய் என்பதுபோல சகட்டுமேனிக்கு இந்த முடக்கும் பணியில் இந்திய அரசாங்கம் ஈடுபட்டது.பிரதமரைப் பற்றிய கேலிச்சித்திரங்கள் கொண்ட சில இணையதளங்களும் இந்த சாக்கில் முடக்கப்பட்டன. மத்திய தகவல் தொழில்நுட்ப அமைச்சர் மிலிந்த் தியோராவின் ட்விட்டர் பக்கம் முடக்கப்பட்டுள்ள தாக இன்று செய்திகள் வந்துள்ளதுதான் இந்த குரூர நகைச்சுவையின் உச்சகட்டம். ஆத்திரம், அவசரக் கோலம், திசை திருப்புதல் இவைதான் இந்த நடவடிக்கைகளுக்குப் பின்னே இருக்கும் நோக்கம்.

இன்னொரு நோக்கமும் இந்திய அரசாங்கத்திற்கு இருந்தது. இணையதளங்களைக் கண்காணிக்கவும் அவற்றின்மீது தணிக்கையைக் கொண்டுவரவும் பல முயற்சிகளை அரசு மேற்கொண்டு வந்தது. அதற்கு முக்கிய காரணம், அரசின்மீதான கடும் விமர்சனங்கள் உருவாகிப் பரவும் இடமாக இணையதளங்களே இருந்து வருகின்றன. மக்கள் கருத்துக்களை வெளிப்படுத்தும் இடமாகவும் மக்கள் கருத்துக்கள் உருவாக்கும் இடமாகவும் திகழும் இணையதளங்களையும் சமூக வலைப் பக்கங்களையும் இந்திய அரசு கடுமையாக வெறுத்து வருகிறது. ஆனால் கண்காணிப்பையும் சென்சார்ஷிப்பையும் கொண்டு வர அரசுக்கு இதுவரை நியாயமான காரணம் எதுவும் கிடைக்காமல் இருந்தது. ஆனால் மும்பையில் ஒரு கூட்டத்தில் நடந்த ஒரு வன்முறை யும் பெங்களூருவில் வெளியான குறுஞ்செய்தி வடகிழக்கு மாநில மக்களுக்கு ஏற்படுத்திய பீதியையும் பயன்படுத்தி இணையங் களின் மீதும் தகவல் தொடர்பின்மீதும் மிகப்பெரிய தாக்குதலைத் தொடுத்தது.

ஒரு மோசமான பிரச்சினையைத் தடுக்க ஒரு அரசு எடுக்கும் அவசரகால நடவடிக்கையாகப் பலர் அப்பாவித்தனமாக இதைப் பார்க்கின்றனர். இணையதளங்களில் மிகைப்படுத்தப்பட்ட போலிச் செய்திகளும் போலிப் புகைப்படங்களும் இடம்பெறுவது, பரவலாக

நிகழ்ந்து வரும் ஒன்று. இதில் இந்து - முஸ்லிம் வித்தியாசங்கள் இல்லை. இன்னும் சொல்லப்போனால் பல சமயங்களில் நமது வெகுசன ஊடகங்களே இதைத்தான் செய்கின்றன. இந்தியாவில் பல இன - மத மோதல்களுக்கு செய்தித்தாள்கள் வெளியிட்ட செய்திகளும் கட்டுரைகளும் காரணமாக இருந்திருக்கின்றன. அதற்காக இதுவரை எந்தப் பத்திரிகையையாவது முடக்கியிருக்கிறார்களா? அப்படி முடக்கினால் அதை நாம் நியாயப்படுத்த முடியுமா? மேலும் இந்தக் கண்காணிப்பையும் தடையையும் ஒரு அவசர காலத் தேவையாக நாம் விமர்சனமின்றி ஏற்றுக்கொண்டால் நாளை அரசாங்கம் தனக்கு சாதகமாக எத்தனையோ விஷயங்களை அவசர காலத் தேவையாகக் கருதி நம்மேல் திணிக்கும்.

அதேபோல தகவல் தொடர்பில் இன்று ஏற்பட்டிருக்கும் மாபெரும் புரட்சி அரசின் கண்களை உறுத்துகிறது. இந்த மாபெரும் தகவல் பரிமாற்றத் தொடர்பைத் தனது நலன்களுக்குத் தேவையான நேரத்தில் தடுத்து வைப்பதற்கான சோதனை ஓட்டத்தைத்தான் இந்த எஸ்.எம்.எஸ். தடை மூலம் மத்திய அரசு நிகழ்த்திப் பார்த்திருக்கிறது.

பொய்ச் செய்திகளின்மீது புகார்கள் வந்தால் ஆய்வு செய்து நடவடிக்கை எடுக்க சுதந்திரமான கண்காணிப்பு அமைப்புகளை உருவாக்கலாம். ஏற்கனவே கூகுள், யூ டியூப், ஃபேஸ்புக் போன்ற வலைத்தளங்கள் இத்தகைய நடைமுறைகளைப் பின்பற்றுகின்றன. மாறாக, அரசாங்கம் இதைக் கையில் எடுத்துக்கொள்ளும்போது அது கருத்துக்களின் மீதான ஒடுக்குமுறையாகவே முடியும். தகவல் தொழில்நுட்பத்தின் அரிச்சுவடி தெரிந்தவர்களுக்குக் கூட ஒரு எஸ். எம்.எஸ். அனுப்பப்படும் மூலத்தை சுலபமாகக் கண்டுபிடிக்க முடியும் என்பது தெரியும். வடகிழக்கு மாநில மக்களுக்கு எதிரான செய்திகளைப் பரப்பியவர்களைக் கண்டுபிடித்து தண்டிப்பதற்குப் பதில் நாடு முழுக்க குறுஞ்செய்தித் தொடர்பைத் துண்டிப்பது அரசாங்கத்தின் பெரும் சதி என்பதில் சந்தேகம் இல்லை.

மும்பையில் ராஜ் தாக்கரே 'இஸ்லாமிய அன்னியர்களுக்கு' எதிரான மாபெரும் ஊர்வலத்தை நடத்தியிருக்கிறார். ரயில் நிலையங்களில் முஸ்லிம்களின் மீதான பயத்தில் நின்றுகொண்டிருக்கும் வடகிழக்கு மாநில மக்களுக்கு சங் பரிவார் தைரியம் கொடுத்துக் கொண்டிருக்கிறது. அத்வானியும் மோடியும் அன்னிய ஆக்கிரமிப்பாளர்கள் பற்றி பெருங்குரலில் பேசிக்கொண்டிருக்கிறார்கள். குஜராத் திலும் பா.ஜ.க. ஆளும் வேறு மாநிலங்களிலும் வர இருக்கும் தேர்தலில் வெற்றி பெறவும், ஏற்கனவே ஊழலில் கலகலத்துப் போயிருக்கும் காங்கிரசை 2014 நாடாளுமன்றத் தேர்தலில் அடியோடு துடைத்து எறியவும் இந்த மத அரசியல்தான் இந்துத்வா அமைப்புகளின் இறுதி ஆயுதம்.

செப்டம்பர், 2012

கறுப்பு வெள்ளி

பொருளாதார சீர்த்திருத்தங்கள் அறிவிக்கப்பட்ட தினத்தை இந்தியாவின் 'சீர்திருத்த வெள்ளி' என்று மன்மோகன் சிங்கின் ஆதரவாளர்கள் அறிவித்தபோது 'இல்லை, அது கறுப்பு வெள்ளி' என்று அவரது விமர்சகர்கள் விவரித்தனர். ஆனால் எட்டாண்டுகால பிரதம பதவி வரலாற்றில் முதன்முதலாக பிரதமர் துணிச்சலான உரத்த குரலில் பேசுவதைக் கேட்க முடிந்தது. அது மன்மோகன் சிங்கின் குரல் அல்ல என்று அனைவருக்கும் தெரியும். அவர் இப்போது வேறு யாரோ ஒருவரின் குரலுக்கு வாயசைத்துக் கொண்டிருக்கிறார். இவ்வளவு காலம் சோனியாவின் குரலுக்கு மட்டும் வாயசைத்துக்கொண்டிருந்த அவர் ஒருபடி முன்னேறியிருக்கிறார்.

இந்தியாவில் சில்லரை வர்த்தகத்தில் அன்னிய முதலீட்டை அனுமதிக்கக் கோரி ஒபாமா தொடங்கி மேற்குலக ஊடகங்கள் வரை மன்மோகன் சிங்கை எப்படிக் கரித்துக்கொட்டினார்கள் என்பதைப் பார்த் தோம். காங்கிரஸ் அரசு தனக்கு எதிராக நாடாளு மன்றத்தை முடக்கினாலும் சரி, பந்த் நடத்தினாலும் சரி, அரசுக்கு ஆதரவை விலக்கிக்கொண்டாலும் சரி அல்லது யாராவது ஒருவர் தன் சட்டையைக் கழற்றிவிட்டு கூச்சல் போட்டாலும் சரி அதற்கெல் லாம் அசைந்துகொடுக்காது. ஆனால் டைம் பத்திரிகை மன்மோகன்சிங்கைத் திட்டி எழுதினால் உடனே இந்திய அரசாங்கம் நடுநடுங்கிவிடும்.

பிரதமர் எதிர்க்கட்சிகளை நோக்கி 'பணம் என்ன மரத்திலா காய்க்கும்?' என்று ஆவேசமாகக் கேட் கிறார். ஒரு பொறுப்பு மிக்க தந்தை ஒரு ஊதாரிப்

பிள்ளையிடம் கேட்பதுபோல் பிரதமர் ஆத்திரப்படுகிறார். இந்தியா இப்போது யாருக்குப் பணம் காய்க்கும் மரமாக மாறப்போகிறது என்பதுதான் பிரச்சினை.

சில்லரை வர்த்தகத்தில் அன்னிய முதலீட்டை ஆதரிப்பவர்கள் இரண்டு எளிமையான வாதங்களை முன்வைக்கிறார்கள். விவசாயிகளின் பொருள்களைப் பாதுகாத்துவைக்க உள்கட்டமைப்பு வசதிகள் இந்தியாவிடம் இல்லை. வால்மார்ட் போன்ற நிறுவனங்கள் இந்தியாவை ஒரு பெரிய ரெஃப்ரிஜிரேட்டராக மாற்றிவிடும் என்கிறார்கள்.

இரண்டாவதாக, இடைத்தரகர்கள் ஒழிக்கப்படுவதால் இந்திய விவசாயிகள் இலாபம் ஈட்டுவார்கள் என்கிறார்கள்.

இந்திய விவசாயிகள் மேல் காங்கிரஸ் அரசிற்கும் வால்மார்ட் நிறுவனங்களுக்கும் இருக்கும் அக்கறையை நினைத்தால் புல்லரிக்கிறது. இந்தியாவில் விவசாயிகள் மட்டும் பிரச்சினையில் இல்லை. கல்வி மிகப்பெரிய பிரச்சினை. பொது சுகாதாரம் மிகப்பெரிய பிரச்சினை. பொது நிர்வாகம் திறமையின்மையினாலும் ஊழலாலும் தடுமாறிக் கொண்டிருக்கிறது. நீதிமன்றங்கள் குவியும் வழக்குகளைக் கையாள முடியாமல் தடுமாறிக்கொண்டிருக்கின்றன. பொது போக்குவரத்து வசதிகளின் தரம் அடிமட்டத்தில் இருக்கிறது. இவையெல்லாம் மேற்கு நாடுகளில் வெகு சிறப்பாக நடைபெற்று வருகின்றன.

நாம் உடனடியாக இவை எல்லாவற்றையும் அன்னிய நிறுவனங்கள் கையில் ஒப்படைத்து இந்தியர்களைக் காப்பாற்றும்படி மண்டியிடலாம்.

இந்தியாவில் விவசாயிகள் அழிந்துகொண்டிருப்பதற்குப் பல காரணங்கள் இருக்கின்றன. பசுமைப் புரட்சிக்குப் பின் உரம், பூச்சிக் கொல்லி மருந்துகளால் பெரும்பாலான நிலங்கள் பாழ்படுத்தப்பட்டு உற்பத்தி திறனை இழந்துவிட்டன. விவசாய உற்பத்திச் செலவு பெருமளவு அதிகரித்துவிட்டது. விவசாயிகள் உற்பத்தி செய்த பொருள்களை நியாயமான விலையில் சந்தைப்படுத்த அரசாங்கம் எந்த முயற்சியும் எடுக்கவில்லை. வறட்சி, வெள்ளம் ஆகியவற்றால் இந்தியாவில் விவசாய உற்பத்தி பேரழிவைச் சந்தித்திருக்கிறது. விவசாய நிலங்களில் வேலை செய்ய ஆட்கள் இல்லை. உணவு உற்பத்திக்காக வேளாண்மை படிப்படியாக அழிக்கப்பட்டு பணப்பயிர்களின் உற்பத்தி ஊக்குவிக்கப்பட்டதால் அடிப்படை உணவுப்பொருள்களின் விலை பல மடங்கு உயர்ந்துவிட்டது. விவசாயிகள் நாடு முழுக்கத் தற்கொலை செய்துகொண்டு சாகிறார்கள். தங்கள் நிலங்களை விற்றுவிட்டு நகரங்களை நோக்கி கூலித் தொழிலாளிகளாக வெளியேறுகிறார்கள்.

இந்திய விவசாயத்தின் இந்தப் பேரழிவிற்கு இந்திரா காந்தி காலம் தொடங்கி இந்தியாவை ஆண்ட அத்தனை அரசாங்கங்களும் கையாண்ட பொருளாதாரக் கொள்கைகளே முக்கியக் காரணம். ஆனால் இந்தப் பிரச்சினைக்கெல்லாம் ஏதோ இடைத்தரகர்கள்தான் காரணம் என்பதுபோலவும் அவர்களை ஒழித்துவிட்டால் இந்தியாவில் பாலும் தேனும் ஓடும் என்பதுபோலவும் கதைகட்டி வருகிறார்கள்.

காவிரியில் தண்ணீர் திறந்துவிட்டால்தான் வால்மார்ட் கடை களுக்குத் தேவையான பொருள்களைத் தமிழக விவசாயிகள் உற்பத்தி செய்யமுடியும். தமிழக விவசாயிகளுக்கு ஒரு சொட்டு தண்ணீர் தரமுடியாது என்று கர்நாடக அரசு சொல்லிவிட்டது. வால்மார்ட் நிறுவனங்கள் இனி மன்மோகன் சிங் அரசைவிட திறமையாகப் பேசி கர்நாடக அரசை இணங்கச் செய்யும் என்று நம்புவோம். மண்டிக்கடை வைத்திருக்கும் ஒரு சிறு இடைத்தரகரை வரன்முறைப் படுத்த முடியாத இந்திய அரசாங்கம், வால்மார்ட் போன்ற பெரிய நிறுவனங்களைக் கட்டுப்படுத்தி இந்தியர்களுக்கு சுபிட்சத்தைக் கொண்டுவரும் என்று நாம் நம்புவோம். இந்தியாவில் உற்பத்தி செய்யப்படும் உணவுப்பொருள்களை ஓரிடத்திலிருந்து இன்னொரு இடத்திற்கு எடுத்துச் செல்வதில்தான் ஏராளமான பொருள்கள் அழுகி வீணாகின்றன என்று சொல்லப்படுகிறது. இனி வால்மார்ட் நிறுவனம் வந்து நமக்கு சிறந்த சாலை வசதிகளை ஏற்படுத்தித் தரும் என்று நம்புவோம்.

இந்திய விவசாயம் நிலவளம், நீர்வளம், இயற்கைப் பேரழிவுகள், சுற்றுச்சூழல் பிரச்சினைகள், உற்பத்தி முறை, கலாச்சார மாற்றங்கள், விவசாயத் தொழிலாளிகள் பற்றாக்குறை, அரசின் விவசாயக் கொள்கை கள், பெரு நிறுவனங்கள் கொள்ளையடிப்பதற்கு சாதகமான விவசாய தொழில்நுட்பம் எனப் பல்வேறு சிக்கலான பிரச்சினைகளால் அழிந்து கொண்டிருக்கும்போது அதற்கு எந்தப் பொறுப்பையும் ஏற்றுக்கொள்ளா மல் அன்னிய நிறுவனங்களைச் சந்தையில் அனுமதிப்பது ஒன்றே எல்லாவற்றிற்கும் தீர்வு என்பது மிகப்பெரிய மோசடி. சில்லரை வர்த்தகத்தில் அன்னிய முதலீடு இந்திய விவசாயத்தின் எந்தப் பிரச்சினையையும் தீர்க்கப் போவதில்லை. விவசாயத்தில் இந்திய மக்களின் நலன்கள் மற்றும் தேவைசார்ந்த திட்டமிட்ட உற்பத்தியும் வினியோகமுமே இந்திய அரசாங்கம் செய்யவேண்டிய ஒரு பணி. உழவர்கள் தங்கள் பொருள்களை மக்களிடம் நேரடியாக விற்கும் உழவர் சந்தை போன்ற திட்டங்கள் எவ்வாறு சீர்குலைக்கப்பட்டன என்பதைக் கண்முன் கண்டோம். இதுபோன்ற மாற்றுகளைப்பற்றி பேசக்கூட மறுக்கிறார்கள். ஏனென்றால் வால்மார்ட் போன்ற நிறுவனங்களிடமிருந்து கிடைக்கும் ஆதாயம் உழவர் சந்தைகளிலிருந்து கிடைக்காதே. அரசு கூட்டுறவு சங்கங்களையும் உள்நாட்டு உற்பத்தி யாளர்களையும் முறையாகப் பிணைத்தாலே இடைத்தரகர்கள் ஒழிக்கப்பட்டுவிடுவார்கள். ஆனால் அதைச் செய்வதால் அரசியல் வாதிகளுக்கு என்ன லாபம் இருக்கிறது? அவர்களுக்குப் பணம் காய்க்கும் மரங்கள் அல்லவா வேண்டும்?

அமெரிக்காவில் விவசாயத்துறையில் வால்மார்ட் போன்ற நிறுவனங்களின் பங்களிப்பு வெறும் பதினெட்டு சதவிகிதம் மட்டுமே என்று புள்ளிவிபரங்கள் கூறுகின்றன. வாங்கும் சக்தியுள்ள மத்தியதர வர்க்கத்தினருக்கான பொருள்களை உற்பத்தி செய்வதைத் தவிர அவர்களுக்கு கோடிக்கணக்கான, வறுமைக்கோட்டிற்குக் கீழே உள்ள

இந்தியர்களின் தேவை குறித்து எந்தக் கவலையும் இல்லை. ஏற்கனவே பொது வினியோக முறை இந்திய அரசாங்கத்தால் வெகுவாக சீரழிக்கப்பட்டுவிட்டது. பல்லாயிரம் கோடி ரூபாய் மதிப்புள்ள தானியங்கள் அன்றாடம் வீணாகிக்கொண்டிருக்கின்றன. இந்திய அரசாங்கம் அடிப்படை கட்டமைப்புகளை மேம்படுத்த செய்யக்கூடிய எல்லா முயற்சிகளையும் ஊழலும் நிர்வாகத் திறமையின்மையும் கொண்ட அதிகாரவர்க்கத்தால் முறியடிக்கப்பட்டுவிடுகிறது. இந்த நிலையில் இந்திய விவசாயம் அன்னிய நிறுவனங்களால் மறுமலர்ச்சி அடையப்போகிறது என்று சொல்வது நம்மை எந்த அளவிற்கு முட்டாளாக்குகிறார்கள் என்பதையே காட்டுகிறது.

பெரு நகரங்களின் ஒதுக்குப்புறத்தில் நகரங்களின் கழிவுகளையும் குப்பைகளையும் கொட்டுகிற சில இடங்கள் வைத்திருப்பார்கள். இந்தியா உலகத்தின் மிகப்பெரிய குப்பைத் தொட்டியாக மாறி வருகிறது. அமெரிக்க, ஐரோப்பிய நாடுகள் வால்மார்ட் போன்ற நிறுவனங்களை எதிர்த்துப் போராடும்போது இந்தியாவிற்குள் அவற்றை ஆரவாரத்துடன் கொண்டுவருகிறார்கள். அணு உலைகளின் அபாயத்தை உணர்ந்து பெரும்பாலான நாடுகள் அணுசக்தி தொழில்நுட்பத்தைக் கைவிடும்போது அவற்றைக்கொண்டு வந்து இந்தியர்கள் தலையில் கட்டுகிறார்கள்.

கடந்த இருபதாண்டுகளாக இந்தியாவில் அத்தியாவசியத் துறைகளில் சிறு உற்பத்தியாளர்கள் எவ்வாறு படிப்படியாக அழிக்கப்பட்டார்கள் என்பதைக் கண்கூடாகக் கண்டோம். ஒரு சிறு தொழில் நிறுவனம் அழியும்போது ஒரு சிறு முதலாளி மட்டும் அழிவதில்லை. அந்தச் சார்ந்த பல உபதொழில்கள் அழிகின்றன. அதன் ஊழியர்கள் அழிகிறார்கள். அவர்கள் சார்ந்த குடும்பங்கள் அழிகின்றன. பெரிய நிறுவனங்கள் உள்நாட்டு உற்பத்தி நிறுவனங்களை விலைக்கு வாங்கி முடக்குகின்றன. சிறிய நிறுவனங்களுக்குச் சந்தையில்லாமல் அழிக்கின்றன. பெரிய நிறுவனங்கள் உருவாக்கும் புதிய வேலை வாய்ப்புகள் அவை அழித்த வேலை வாய்ப்புகளின் சிறு சதவிகிதமே என்பதை நாம் மறந்துவிடக்கூடாது.

ஒரு சிறு பெட்டிக்கடையில்கூட பல்வேறு சிறு உற்பத்தியாளர்கள் சம்பந்தப்பட்டிருக்கிறார்கள். முறுக்கு, கடலைமிட்டாய் தொடங்கி பல்வேறு பொருள்களை இவர்கள் இக்கடைகள் மூலம் சந்தைப் படுத்துகிறார்கள். ஒவ்வொரு பகுதியிலும் அந்த வட்டாரத்திற்கு உரிய பல பொருள்கள் உற்பத்தி செய்யப்பட்டு விநியோகிக்கப்படுகின்றன. சிறுகடைகளுக்கும் வீடுகளில் இருந்து செயல்படும் உணவுப் பொருள் உற்பத்தியாளர்களுக்கும் இடையே இருந்த பிரம்மாண்டமான சங்கிலி ஏற்கனவே பதப்படுத்தப்பட்ட 'பிராண்டட்' உணவுப்பொருள்களால் பெருமளவு சிதைக்கப்பட்டுவிட்டது. பிரம்மாண்டமான விளம்பரங்கள் மூலம் அவற்றைத் தின்பதுதான் நாகரிகமானது என்று மக்கள் சுலபமாக நம்பவைக்கப்படுகிறார்கள். ஏற்கனவே

சிறு உற்பத்தியாளர்களைச் சிதைத்ததுபோல இப்போது சிறு வணிகர் களையும் சிதைக்கப் போகிறார்கள்.

வால்மார்ட் போன்ற நிறுவனங்கள் பெரிய நகரங்களில்தான் செல்வாக்கு செலுத்த முடியும். சிறிய நகரங்கள், கிராமப்புறங்களில் பாதிப்பிருக்காதென்று சொல்வது இன்னொரு முழுப் பொய். ஊடகங்களின் வளர்ச்சியால் இன்று கிராம மக்கள் விளம்பரங்கள் மூலம் முன்னிறுத்தப்படும் பொருள்களையே வாங்கி நுகரும் மன நிலைக்கு ஆட்படுகின்றனர். அவை நாகரிகமானவை, சுத்தமானவை என்று நம்புகின்றனர். இந்தச் சந்தையைக் கைப்பற்றாமல் தங்களால் வளர்ச்சியடைய முடியாது என்று வால்மார்ட் போன்ற நிறுவனங் களுக்குத் தெரியும். எனவே சிறு நகரங்களில்கூட அவர்கள் தங்களது அங்காடிகளைத் திறப்பார்கள். நமது நாட்டைச் சார்ந்த சில பெரிய ஜவுளி நிறுவனங்களோ நகைக்கடைகளோ சிறு நகரங்களில் தங்களது கிளைகளைத் திறக்கும்போது அதுவரை அங்கே அத்துறையில் இருக்கும் சிறு வியாபாரிகள் முற்றாக அழிவதை நீங்கள் கண்கூடாகப் பார்க்கலாம். தமிழகத்தில் இன்று எத்தனை ஆயிரம் பொற்கொல்லர்கள் வேலை இழந்து நடுத்தெருவுக்கு வந்திருக்கிறார்கள் என்று யாருக்காவது தெரியுமா? உள்நாட்டு உற்பத்தியாளர்களையே சமாளிக்க முடியாத சிறு வணிகர்களும் சிறு உற்பத்தியாளர்களும் பிரம்மாண்டமான அன்னிய முதலீடு நிறுவனங்கள் முன் தூள் தூளாகிவிடுவார்கள்.

அன்னிய நிறுவனங்கள் இங்கு உற்பத்தியாகும் பொருள்களில் எந்தப் பொருள்களுக்கு எந்த நாட்டில் அதிக விலை கிடைக்கிறதோ அதை அங்கே கொண்டுபோய் விற்பார்கள். அந்தப் பொருள்களையே உற்பத்தி செய்ய ஊக்குவிப்பார்கள். அதேபோல பிற நாட்டில் மலிவாகக் கிடைக்கும் பொருள்களை இங்கே கொண்டுவந்து கொள்ளை இலாபத்திற்கு நம் தலையில் கட்டுவார்கள்.

இந்த நிறுவனங்கள் செயல்படும் நாடுகளில் ஏற்பட்ட எதிர்மறை விளைவுகளைப் பற்றி எந்தக் கவலையும் படாமல் சீர்திருத்த ஆதர வாளர்கள் சொல்லும் பொய்கள் மக்களுக்குச் செய்யும் மிகப்பெரிய துரோகம்.

மன்மோகன் சிங்கின் அரசு டீசல் விலை ஏற்றத்தினால் மக்களுக்கு மிகப்பெரிய அடியை உடனடியாகவும், சில்லரை வர்த்தகத்தில் அன்னிய முதலீட்டை அனுமதிப்பதன் மூலம் நீண்ட கால நோக்கில் மிகப்பெரிய அபாயத்தையும் ஏற்படுத்தியிருக்கிறது.

கூட்டணிக் கட்சிகள், எதிர்க்கட்சிகள் எல்லாமே மக்களின் கோபத்திற்கும் தங்களது அரசியல் ஆதாயங்களுக்கும் நடுவே மிகப் பெரிய சூதாட்டத்தை நடத்திக்கொண்டிருக்கின்றன.

இந்த இருண்ட காலத்தில் நம்பிக்கையின் நட்சத்திரம் எங்குமே இல்லை.

அக்டோபர், 2012

டினோசர்கள் வெளியேறிக் கொண்டிருக்கின்றன

இந்தியாவில் ஒவ்வொரு நாளும் ஊழல் தொடர்பான விவகாரங்கள் வெளியே வரும் காட்சி உண்மையில் *ஜுராசிக் பார்க்* படத்தில் டினோசர்கள் பாதுகாப்பு வேலியை உடைத்துக்கொண்டு வெளியே வரும் காட்சியை நினைவூட்டுகிறது. யார் அந்த டினோசர்களை உருவாக்கி வளர்த்தார்களோ அவர்களையே வேட்டையாடும் காட்சியை அரசியல் களத்தில் நாள்தோறும் கண்டுவருகிறோம். விதவிதமான சைஸ்களில் ஊழல்கள் தங்கள் கோரப் பற்களைத் திறந்துகாட்டுகின்றன. பிரமாண்டமான ஊழல்களிலிருந்து குட்டி ஊழல்கள்வரை பெரும் களேபரமே நடந்துகொண்டிருக்கிறது. யாரும் தப்பித்து ஓடமுடியாதபடி ஒவ்வொரு கதவையும் உடைத்துக் கொண்டு அவை உள்ளே வருகின்றன.

நேற்றுவரை காங்கிரசிற்கு எதிரான ஊழல் எதிர்ப்புப் போரில் எல்லோரையும் பகடைக்காய்களாக்கி நகர்த்திக்கொண்டிருந்த பா.ஜ.க.வின் தலைவர் நிதின் கட்கரியின்மீதும் ஊழல் குற்றச்சாட்டின் துர்நிழல் விழுந்திருக்கிறது. ஊழல் எதிர்ப்பின் புதிய சூத்ரதாரியான அர்விந்த் கெஜ்ரிவாலின்மீதும் பெரும் சந்தேகங்கள் எழுப்பப்பட்டிருக்கின்றன.

அன்னா ஹசாரே சென்ற ஆண்டு மத்தியில் ஊழல் எதிர்ப்பு இயக்கத்தைத் தொடங்கியபோது அவர்களுக்கு என்ன அரசியல் திட்டம் இருந்தது என்பது இன்றுவரை மர்மமான ஒன்று. ஆனால் இந்த இயக்கம் அவர்களின் உத்தேசங்களைத் தாண்டி

பல்வேறு உருமாற்றங்களை அடைந்துகொண்டிருக்கிறது. ஊழல் என்பது ஒரு பெரிய அணைக்கட்டுபோல. நீண்டகாலமாக அந்த அணைக்கட்டின் சுவர் பெரும் அழுத்தத்தால் திணறிக்கொண்டிருந்தது. அன்னா ஹஸாரேவும் அர்விந்த் கெஜ்ரிவாலும் அதன் ஒரு செங்கல்லை எப்படியோ உருவிவிட்டார்கள். ஆனால் நீரின் அழுத்தத்தில் அந்த ஓட்டை ஒவ்வொரு நாளும் பெரிதாகிக்கொண்டே வருகிறது. அந்த வெள்ளத்தில் அர்விந்த் கெஜ்ரிவாலும் அன்னா ஹஸாரேயுமேகூட இப்போது நிற்பார்களா என்று சந்தேகமாக இருக்கிறது.

ஊழல்கள் பற்றிய இந்த சர்ச்சைகளில் ஆளும் காங்கிரஸ், எதிர்க் கட்சிகள், ஊழலுக்கு எதிரான இந்திய இயக்கம், ஊடகங்கள் என நான்கு தரப்புகள் இருக்கின்றன. இந்த நான்கு தரப்புகளுக்கும் நான்கு விதமான நோக்கங்கள் இருக்கின்றன. அவை பரஸ்பரம் சண்டையிட்டுக்கொண்டபோதும் பல சமயங்களில் ஒன்றுக்கொன்று அனுசரணையான கொடுக்கல் வாங்கல்களில் ஈடுபட்டிருக்கின்றன. இது ஒரு ஆபத்தான, அவநம்பிக்கைக்குரிய சூழல். எல்லோருமே சந்தேகத்திற்குரியவர்கள் என்பது அரசியல்ரீதியாகப் பெரும் சீர் குலைவை உண்டாக்கக்கூடியது.

2ஜிக்குப் பிறகு ஊழல் பூதங்கள் ஒவ்வொன்றாக வெளியே வரத் தொடங்கின. காமன்வெல்த் விளையாட்டுப் போட்டிகள், ஆதர்ஷ் குடியிருப்பு என்று தொடர்ந்த ஊழல் கதைகள் நிலக்கரி சுரங்க ஊழலில் உச்சத்திற்குச் சென்றது. நிலக்கரி சுரங்க விவகாரத்தில் காங்கிரசை எதிர்க்கும் மாநிலங்களில் ஆளும் பா.ஜ.க. உள்ளிட்ட எதிர்க்கட்சிகள் அந்த ஊழலில் எவ்வாறு பங்கெடுத்தன என்பது வெளியே வந்தபோது ஊழல் ரயில் வேறொரு பாதையில் திரும்ப ஆரம்பித்தது.

காங்கிரசைப் பொறுத்தவரை இனி இழப்பதற்கு ஒன்றுமில்லை என்கிற இடத்திற்கு வந்துவிட்டது. ஒரு தேர்தல் தோல்விக்கு அது தன்னை ஆயத்தப்படுத்திக்கொண்டிருக்கிறது என்றே சொல்ல வேண்டும். அதனால்தான் எதைப்பற்றியும் கவலைப்படாமல் மன்மோகன் சிங் அரசு பொருளாதார சீர்திருத்தங்களை அவசர அவசரமாக அறிவித்துக்கொண்டிருக்கிறது. நீண்ட கால நோக்கில் இந்தச் சீர்திருத்தங்கள் தனது அரசியல் அதிகார நலன்களுக்கு உதவும் என்று காங்கிரஸ் கருதுகிறது. மேலும் வரும் 2014 நாடாளு மன்றத் தேர்தலில் தோல்வியடைந்தாலும் எதிர்க்கட்சிகளுக்கு இடையே நிலவும் குழப்பத்தால் தான் ஒரு சிறுபான்மை அரசாக அதிகாரத்திற்கு வரலாம் என காங்கிரஸ் எண்ணக்கூடும். பா.ஜ.க. அதிகாரத்திற்கு வராது என்று அத்வானியே கூறும் அளவு பா.ஜ.க.வின் நிலை உள்ளது. காங்கிரஸ், பா.ஜ.க. அல்லாத எதிர்க்கட்சிகள் ஒரு வேளை ஒரு கூட்டணி ஆட்சி அமைத்தால்கூட நீண்ட நாளைக்கு அது தாங்காது என்று காங்கிரஸ் நம்பிக்கையோடு காத்திருக்கிறது. இன்றைய

அரசியல் குழப்பங்கள் காங்கிரசிற்கு சாதகமான ஒரு சூழலை மறுபடி உருவாக்கினால் அதில் ஆச்சரியப்படுவதற்கில்லை.

ஆனால் சோனியாவின் மருமகன் ராபர்ட் வத்ரா, டி.எல்.எஃப். ரியல் எஸ்டேட் நிறுவனத்துடன் சேர்ந்து ஈடுபட்ட சொத்துக் குவிப்பு ஊழல் குற்றச்சாட்டை மற்ற குற்றச்சாட்டுகள்போல காங்கிரசால் அவ்வளவு எளிதாகப் புறந்தள்ள முடியவில்லை. ராபர்ட் வத்ரா அரசியலில் சம்பந்தமில்லாத தனிநபர் என்று சொல்லிக் கொண்டே ப.சிதம்பரத்திலிருந்து ஒவ்வொருவராக வந்து வத்ராவுக்கு ஆதரவாக விளக்கம் கொடுக்க ஆரம்பித்தார்கள். ஏனென்றால் நேரு குடும்பத்தின்மீது நேரடியாக வந்து விழும் ஊழல் குற்றச்சாட்டுகள் எவ்வளவு பெரிய விளைவுகளை ஏற்படுத்தும் என்பதை ஃபோபர்ஸ் விவகாரத்தில் அவர்கள் ஏற்கனவே அனுபவித்திருக்கிறார்கள். உச்சக்கட்டமாக டி.எல்.எஃப்-வத்ரா நிலபேரம் பற்றி விசாரிக்க உத்தரவிட்ட ஹரியானா மாநிலப் பதிவுத்துறை இன்ஸ்பெக்டர் ஜெனரல் அசோக் கெம்கா மாற்றப்பட்டார். அசோக் கெம்கா ஊடகங்களில் தோன்றி தனக்கு இழைக்கப்பட்ட அநீதியைக் கூறி அழுதபிறகு இந்த விவகாரத்தில் காங்கிரஸ்காரர்கள் ராபர்ட் வத்ராவைக் காப்பாற்றவும் ராபர்ட் வத்ராவிடமிருந்து காங்கிரஸைக் காப்பாற்றவும் எல்லா தகிடுதத்தங்களையும் செய்துகொண்டிருக் கின்றனர். சில சமயங்களில் நிலைகுலைந்து போகின்றனர். மத்திய சட்ட அமைச்சர் சல்மான் குர்ஷித் தனது மனைவியுடன் சேர்ந்து நடத்தும் அறக்கட்டளையில் மாற்றுத் திறனாளிகளுக்கு உபகரணங்கள் வழங்கிய விவகாரத்தில் போலி ஆவணங்கள் தயாரித்து 71 இலட்சம் ரூபாய் வரை கையாடல் செய்ததாக 'ஆஜ்தக்' சேனல் தன் புலனாய்வு நடவடிக்கைகள் மூலம் வெளிப்படுத்தியதைத் தொடர்ந்து பத்திரிகை யாளர் சந்திப்பில் சல்மான் குர்ஷித் பெரும் ஆவேசத்துடன் எதிர்வினை யாற்றினார். மேலும் இந்த விவகாரத்தை வைத்து டெல்லியில் பெரும் ஆர்ப்பாட்டம் நடத்திய அர்விந்த் கெஜ்ரிவால் தனது போராட்டத்தை சல்மான் குர்ஷித்தின் தொகுதியான ஃபருக்காபாத் திற்கே கொண்டு சென்றார். அதுகுறித்து தனது ஆதரவாளர்களிடம் பேசிய சல்மான் குர்ஷித் "அவர் ஃபருக்காபாத்திற்கு வரட்டும். ஆனால் திரும்பிப் போகமுடியாது. நான் பேனாவில்மைக்குப் பதில் ரத்தத்தை ஊற்றி எழுதும் காலம் வந்துவிட்டது" என்று தன் ஆதரவாளர்கள் கூட்டத்தில் அவர் பேசியதை தொலைக்காட்சிகளில் பார்த்த மக்கள் தாங்கள் எத்தகைய ஆட்சியாளர்கள் கீழ் இருக்கிறோம் என்பதைத் தெரிந்துகொண்டார்கள். இன்னொரு மத்திய அமைச்சரான பெனி பிரசாத் வர்மா "எங்களுக்கு 71 இலட்சம் எல்லாம் ஒரு பணமா? சல்மான் குர்ஷித் இவ்வளவு சிறிய தொகைக்கு எல்லாம் ஊழல் செய்திருக்க மாட்டார்" என்று சொன்னபோது எத்தகைய அமைப்பின்கீழ் வாழ்ந்துகொண்டிருக்கிறோம் என்பதையும் மக்கள் புரிந்துகொண்டார்கள்.

பா.ஜ.க., அன்னா ஹசாரேயின் இயக்கத்தைப் பின்னாலிருந்து முடுக்குகிறது என்ற சந்தேகம் பரவலாக ஆரம்பத்திலிருந்தே இருந்து வந்திருக்கிறது. அவரும் பா.ஜ.க. ஆளும் மாநிலங்களின் ஊழல்கள் குறித்துப் பேசத் தயங்கி வந்திருக்கிறார். சில இடைத்தேர்தல்களில் காங்கிரசிற்கு எதிராக பா.ஜ.க.வுக்கு உதவத்தக்க வகையில் அன்னா ஹஸாரே பிரச்சாரமும் செய்தார். ஆனால் அன்னா ஹஸாரேயின் தனிப்பட்ட அரசியல் நோக்கங்கள் பற்றி பா.ஜ.க. அரசு ஆரம்பத்திலிருந்தே சந்தேகங்களைக் கொண்டிருந்தது. ஊழல் எதிர்ப்பு அலையை அன்னா ஹஸாரேயிடமிருந்து கைப்பற்றி தனக்குச் சாதகமாக முழுமையாகப் பயன்படுத்தத்தக்க வகையில் ஒரு ஆளைத் தயார் செய்யும் பொருட்டு பாபா ராம்தேவைக் களத்தில் இறக்கிவிட்டார்கள். இது அன்னா ஹஸாரே குழுவினருக்குக் கடும் எரிச்சலை ஏற்படுத்தியது. அன்னா குழுவினருக்குள் பிளவுகள் வந்து அர்விந்த் கெஜ்ரிவால் அந்த இயக்கத்தைக் கைப்பற்றிக்கொண்ட பிறகு பா.ஜ.க.வையும் தாக்கத் தொடங்கினார். மஹாராஷ்ராவில் பாசனத்துறை ஊழலில் பா.ஜ.க. தலைவர் நிதின் கட்கரியின் பங்கு பற்றிய ஆவணங்களை அர்விந்த் கெஜ்ரிவால் வெளியிட்டபோது பா.ஜ.க.வின் ஊழல் எதிர்ப்பு ரதம் மிகப்பெரிய புதைசேற்றில் சிக்கி நின்றது. மஹாராஷ்டிரா அரசு புதிய நீர்ப்பாசனத் திட்டங்களுக்கான அணைக்கட்டுகள் கட்டுவதற்காக விவசாயிகளிடம் பெருமளவு நிலத்தைக் கையகப் படுத்தியது. அணைக்கட்டுகள் கட்டியது போக மீதி நிலங்களை விவசாயிகளிடமே திரும்பக் கொடுக்க வேண்டும் என்பது விதி. ஆனால் மக்களிடமிருந்து கையகப்படுத்தப்பட்ட நிலங்களில் 100 ஏக்கர் நிலம் நிதின் கட்கரிக்கு கொடுக்கப்பட்டது. நிதின் கட்கரி மஹாராஷ்டிராவில் மின்உற்பத்தி நிலையங்கள், கரும்பு ஆலைகள் என 15 பெரும் நிறுவனங்களை நடத்தி வருகிறார். அணைக்கட்டுகள் மூலம் தேக்கப்பட்ட தண்ணீர் விவசாயிகளுக்குத் தரப்படவில்லை. நிதின் கட்கரியும் அவரைப் போன்ற வேறு பண முதலைகளும் நடத்தும் மின்உற்பத்தி நிறுவனங்களுக்கும் பிற நிறுவனங்களுக்குமே வழங்கப்பட்டது. நிதின் கட்கரிக்கு இந்த நிலத்தை தாரை வார்த்தது யார் தெரியுமா? காங்கிரஸ்&தேசியவாத காங்கிரஸ் கூட்டணி அரசு. மக்கள் முன் ஒருவரையொருவர் சட்டையைப் பிடித்து அடித்துக்கொள்வது போன்ற ஒரு நாடகம். ஆனால் மறைமுகமாக ஒருவருக்கொருவர் வர்த்தகரீதியான அனுசரணைகள், உதவிகள். இந்த அரசியல் மோசடி மூலம் மக்கள்முன் காலங்காலமாக நடந்துவந்த பெரும் நாடகம் அம்பலத்திற்கு வந்தது. எங்கள் மீதான குற்றச்சாட்டுகள் நிரூபிக்கப்படவில்லை என நேற்று காங்கிரஸ் பாடிய அதே பல்லவியை இப்போது பா.ஜ.க.வும் பாடிக்கொண்டிருக்கிறது.

கெஜ்ரிவால் சில அதிரடி ஊழல் குற்றச்சாட்டுகள் மூலம் தேசிய ஊடகங்களில் கடந்த சில வாரங்களாகப் புகழின் வெளிச்சத்தில் நின்றுகொண்டிருக்கிறார். ஆனால் அந்த வெளிச்சத்தின்மீதும் கொஞ்சம் இருட்டைக் கொண்டுவந்து சேர்த்தார் ஒருவர். நிதின் கட்கரி

தொடர்பான ஊழல்களை வெளிப்படுத்திய அர்விந்த் கெஜ்ரிவால் மற்றும் அஞ்சலி தமானியாவின் நம்பகத்தன்மையும் கேள்விக்கு உள்ளாகியிருக்கிறது. முன்னாள் ஐ.பி.எஸ். அதிகாரி ஒய்.பி.சிங் மகாராஷ்டிரா ஊழலில் சரத்பாவாரின் பங்கு தொடர்பான முக்கிய மான ஆவணங்களைத் தான் அர்விந்த் கெஜ்ரிவாலிடம் அளித்ததாக வும் ஆனால் அவர் அதையெல்லாம் வெளியிடாமல் மறைத்துவிட்டு நிதின் கட்கரி மீதான குற்றச்சாட்டுகளை மட்டும் முன்வைப்பதாகக் கூறியுள்ளார். லவாசா பகுதியில் அப்போதைய பாசனத் துறை அமைச்சர் அஜித் பவாரால் 348 ஏக்கர் நிலம் மாதம் வெறும் 23 ஆயிரம் வாடகைக்கு 30 ஆண்டுகளுக்கு லேக் சிட்டி கார்ப்பரேஷன் என்ற நிறுவனத்திற்கு மலை நகர உருவாக்கத்திற்காக வாடகைக்கு விடப்பட்டுள்ளது. இந்த நிறுவனத்தில் சரத்பவாரின் மகள் சுப்ரியாவும் அவரது கணவர் சதானந்தும் 20.81 சதவிகிதப் பங்குகளை வைத்திருந் தனர். இப்போது எம்.பி.யாக இருக்கும் சுப்ரியா 2009 தேர்தல் சமயத்தில் அளித்த சொத்து விபரத்தில் தன்னுடைய சொத்தின் மதிப்பு 15 கோடி என்று தெரிவித்திருந்தார். ஆனால் அந்தப் பங்குகளை விற்றபோது அதன் மதிப்பு 250 கோடி. பா.ஜ.க. எப்படி இந்த ஊழலைக் கண்டுகொள்ளவில்லையோ அதே போல அர்விந்த் கெஜ்ரிவாலும் கண்டுகொள்ளவில்லை. அஞ்சலி தமானியாவின் நிலம் அரசால் கையகப்படுத்தப்பட்டபோது - தான் அவர் விவசாயி களுக்கான போராட்டத்தில் குதித்தார். அந்த சமயத்தில் அவர் அதிகாரிகளுக்கு எழுதிய கடிதம் ஒன்றில் 'எனது நிலத்தை விட்டு விடுங்கள். அதற்குப் பதில் அந்த நிலத்திற்குப் பின்னால் இருக்கும் ஆதிவாசிகளின் நிலத்தை எடுத்துக்கொள்ளுங்கள்' என்று ஆலோசனை வழங்கியுள்ளார்.

நிறைவாக, இதையெல்லாம் வைத்துப் பெரும் திருவிழாவையே நடத்திக்கொண்டிருக்கும் ஊடகங்களின் விஷயத்திற்கு வருவோம். கடந்த பத்தாண்டுகளில் ஊடகங்கள் படிப்படியாக அரசாங்கத்தோடும் கார்ப்பரேட்டுகளோடும் பல்வேறு இணக்கமான உறவுகளை மேற் கொண்டிருக்கின்றன. ஊடகங்கள் ஒரு ஊழலைக் கண்டுபிடித்து வெளிப்படுத்திய காலமெல்லாம் மலையேறிவிட்டது. யாராவது அவற்றை வெளிப்படுத்தினால் அவற்றைப் பயன்படுத்துவார்கள். பிறகு அதை மறக்கடிக்க இன்னொரு பிரச்சினையை முன்னிலைப் படுத்துவார்கள். அந்த வகையில் ஊடகங்கள் தங்கள் தார்மீக நியதி களை இழந்து வெகுகாலம் ஆகிவிட்டது. இன்று அவர்களும் நாடகத் தின் ஒரு கதாபாத்திரம்.

இந்தியா மிகப்பெரிய அரசியல் குழப்பங்களை நோக்கிச் சென்று கொண்டிருக்கிறது.

நவம்பர், 2012

சாதி தூய்மைவாதம் நம்மைப் பீடிக்கும் பெரு நோய்

தமிழகத்தில் சாதியை முன்வைத்து அரசியல் களத்திற்குள் நுழைந்த இயக்கங்களுக்கு தங்கள் சாதி எல்லையைத் தாண்டி அரசியல் செல்வாக்கை வளர்த்துக்கொள்ளும் நப்பாசைகள் ஒரு காலத்தில் இருந்தன. தங்கள் சாதி அடையாளத்தை தமிழ் அடையாளமாக மாற்ற அவை பல்வேறு முகமூடி களை அவ்வப்போது அணிந்து வந்தி ருக்கின்றன. சாதியரீதியாக மிகவும் எதிரான நிலைகளைக் கொண்ட கட்சிகள்கூட இந்த தமிழ் அடை யாளம் சார்ந்த முகமூடிகளைப் பயன்படுத்தி சில சமயம் ஒரே மேஜையில் விருந்துண்ணவும் செய்திருக்கின்றன. ஆனால் ஈழப் போராட்டத்தின் தோல்வி தமிழகத்தில் தமிழ் அடையாளம் சேர்ந்த குரல்களைப் பெருமளவு பலவீனப்படுத்திவிட்டன. மிஞ்சியிருக்கும் அதற்கான இடத்தை தீவிரமான தமிழ் தேசியக் குரல்கள் கைப்பற்றிக்கொண்டன. சாதிய அரசியல் கட்சிகளின் இன்னொரு பெரிய வீழ்ச்சி, அவை இரண்டு பிரதான திராவிடக் கட்சி களோடும் நடத்திய அரசியல் சூதாட்டம். இந்த சூதாட்டத்தில் அவை படிப்படியாகத் தமது போர்க்குணத்தையும் எதிர்ப்பு அரசியலையும் இழந்துவிட்டன. '90களில் சாதிய அரசியல் கட்சிகள்பால் ஒரு பெரிய கவர்ச்சி இருந்தது. 2000த் தில் அவை எவ்வாறு மைய நீரோட்ட அரசியலில்

கொஞ்சம் கொஞ்சமாகக் கரைந்து வெகுசன அரசியலிலும் முக்கியத் துவம் பெற முடியாமல் சாதிய அரசியலின் கட்டுக்கோப்பையும் தக்கவைத்துக்கொள்ள இயலாமல் தடுமாறத் தொடங்கின என்பது ஒரு சுவாரசியமான கதை.

இதற்கு ஒரு சிறந்த உதாரணமாக வன்னியர் சங்கமாக இருந்து பாட்டாளி மக்கள் கட்சியாக மாறிய ஒரு இயக்கம், இப்போது மீண்டும் வன்னியர் சங்கமாக மாறத் தொடங்கியிருப்பதைச் சொல்ல லாம். ராமதாஸ் தமிழகத்தில் ஒரு காலத்தில் மதிப்பு வாய்ந்த மாற்று அரசியல் தலைவராக உருவாகி வந்தார். வைகோ, திருமாவளவன், ராமதாஸ் ஆகிய மூவரும் திராவிட அரசியல் முற்றாகக் கைவிட்டு விட்ட மக்கள் நலன் சார்ந்த பல்வேறு போராட்டங்களைத் தீவிரமாக முன்னெடுத்தபோது, அவர்கள் தமிழகத்தின் அரசியல் களனில் முக்கியமான மாற்றங்களைக் கொண்டுவருவார்கள் என்ற நம்பிக்கை பலருக்கும் இருந்தது. ஆனால் பத்தாண்டுகளுக்குள் தமிழகத்தின் அரசியல் பரிணாம வளர்ச்சி பின்னோக்கிச் செல்லத் தொடங்கி விட்டது.

பிற்படுத்தப்பட்டோருக்கான இட ஒதுக்கீடு, ஈழத் தமிழர் பிரச்சினை, சில்லரை வர்த்தகத்தில் பெரு நிறுவனங்களுக்கு எதிர்ப்பு, சுற்றுச்சூழல் பாதுகாப்பு, மதுவிலக்கு என பல ஆதாரமான முற்போக்கான பிரச்சினைகளை முன்வைத்துப் போராடிய ராமதாஸ் இன்று அடைந்திருக்கும் வீழ்ச்சி மிகவும் வருந்தத்தக்கது, பரிதாபகரமானது. முந்தைய தி.மு.க. ஆட்சியின் முதல் மூன்று ஆண்டுகளில் அரசாங்கத் தின் முடிவுகள்மீது பெரும் அழுத்தம் கொடுப்பவராக ராமதாஸ் பெரும் செல்வாக்குடன் இருந்தார். தி.மு.க. கூட்டணியிலிருந்தும் மத்திய அமைச்சரவையிலிருந்தும் விலகிய பிறகு ராமதாஸின் மைய நீரோட்ட அரசியல் பெரும் சரிவைச் சந்தித்தது. சாதியக் கட்சிகளின் பெரும் அடித்தளமாக இருந்த கிராமப்புற இளைஞர்களின் வாக்கு வங்கியை விஜயகாந்த் போன்ற புதிய அரசியல் சக்திகள் கைப்பற்றத் தொடங்கியதும் அது ராமதாஸ் போன்ற தலைவர்களைப் பெரிதும் அதிர்ச்சி அடைய வைத்தது.

மீண்டும் சாதி அடையாளத்தின் வழியாகத் தங்களது அரசியல் இருப்பை உறுதி செய்துகொள்ள விரும்பிய ராமதாஸ் இப்போது எடுத்திருக்கும் ஆயுதம்தான் கலப்புத் திருமண எதிர்ப்பு. சமீபத்தில் தர்மபுரி அருகே வன்னியர் சமூகத்தைச் சேர்ந்த ஒரு பெண் தலித் சமூகத்தைச் சேர்ந்த ஒரு இளைஞரைத் திருமணம் செய்துகொண்ட தன் விளைவாக தலித் சமூகத்தினரின் முந்நூறுக்கும் மேற்பட்ட வீடுகள் எரிக்கப்பட்டிருக்கின்றன. வன்னியர் சமூகத்தைச் சேர்ந்த ஏராளமானோர் கைது செய்யப்பட்டிருக்கின்றனர். வட மாவட்டங் களில் வன்னியர்களுக்கும் தலித்துகளுக்கும் இடையிலான மோதல் களோ, அதில் தலித் வீடுகள் எரிக்கப்படு வதோ ஒன்றும் புதியதல்ல. ராமதாசும் திருமாவளவனும் அரசியல் ரீதியான இணக்கத்திற்கு

வந்தபிறகு இந்தக் கலவரங்கள் நின்றன. ஆனால் இப்போது ராமதாஸிற்கு வன்னியர்களை சாதியரீதியாக மீண்டும் வலுவான ஒரு அரசியல் அடித்தளமாக மாற்ற சாதிய வன்முறை தேவைப்படுகிறது.

சில காலமாகவே தங்கள் சமூகப் பெண்களைப் பிற சாதி இளைஞர்கள் ஏமாற்றித் திருமணம் செய்து கைவிட்டுவிடுகிறார்கள் என்கிற ஒரு அர்த்தமற்ற வாதம் பரப்பப்பட்டு வந்தது. சமூக இணையதளங்களில்கூட இந்தக் கருத்துக்கள் வெளிப்படையாக எழுதப்பட்டன. சில மாதங்களுக்கு முன்பு பா.ம.க. தலைவர்களில் ஒருவரான காடுவெட்டி குரு "எங்கள் சாதிப் பெண்களைக் கலப்புத் திருமணம் செய்தால் கையை வெட்டுவேன்" என்று ராமதாஸ் இருந்த மேடையிலேயே பேசியது அனைவரையும் அதிர்ச்சிக்கு ஆளாக்கியது. ஆனால் அது காடுவெட்டி குருவின் தனிப்பட்ட அடாவடிப் பேச்சின் ஒரு பகுதி என்றே பலரும் கருதினார்கள். ஆனால் இப்போது நடந்துவரும் சம்பவங்கள் அது காடுவெட்டி குருவின் வெறும் சவடால் அல்ல, அவர்கள் உண்மை யாகவே கையை வெட்டத் தயாராகிவிட்டார்கள் என்பதைத்தான் காட்டுகிறது. ராமதாஸ் பகிரங்கமாக இப்போது கலப்புத் திருமணங்களுக்கும் காதல் திருமணங்களுக்கும் எதிராகப் பேசத் துவங்கியுள்ளார்.

தமிழகத்தில் கலப்புத் திருமணங்களைத் தாழ்த்தப்பட்ட சாதி இளைஞர்கள் திட்டமிட்டு செய்கிறார்கள் என்பதோ அதனால் உயர்சாதிப் பெண்களின் வாழ்க்கை சீரழிந்து போகிறது என்பதோ எவ்வளவு மிகைப்படுத்தப்பட்ட கற்பனை என்பது ராமதாஸிற்கு நன்கு தெரியும். தங்கள் சமூகத்தினுடைய முக்கியமான பிரச்சினை அதுவல்ல என்பதும் அவருக்குத் தெரியும். ஆனால் ஜெயலலிதாவின் இரும்புக்கர ஆட்சிக்கு எதிராகப் பொதுப் பிரச்சினை எதையும் கையில் எடுக்கத் துணிவில்லாத சூழலில் மக்களிடம் உறைந்திருக்கும் சாதிமனப்பான்மையின் உணர்வு பூர்வமான பிரச்சினை ஒன்றினைப் பயன்படுத்திக்கொள்ள முயற்சிக்கிறார்.

கல்வி, வேலை வாய்ப்புகளில் பிற்படுத்தப்பட்ட சமூகங்களைச் சேர்ந்தவர்கள் முன்னேறி, சாதியம் சார்ந்த தனிவெளிகள் தகர்க்கப்பட்டு பொதுவெளியில் வாழத் துவங்கியுள்ளனர். தொலைதொடர்பு சாதனங்களின் வளர்ச்சி மனிதர்களுக்கு இடையிலான மதில் சுவர்களை அர்த்தமற்றதாக்கிவிட்டன. நவீனமயமாதல், உலகமயமாதலின் விளைவாக குடும்பப் பெருமைகளும் சாதிப் பெருமைகளும் இறந்த காலத்தினுடையதாகிவிட்டன. இந்த நிகழ்கால யதார்த்தத்தைக் கண்டுதான் பிற்போக்கு பழமைவாத சக்திகள் அஞ்சுகின்றன. ஏதோ தங்கள் சமூகத்தைச் சார்ந்த பெண்கள் அனைவருக்கும் தாங்கள்தான் பொறுப்பு என்பதுபோல நாடகமாடுகின்றன. எந்த சாதியும் எந்த அரசியல் கட்சியும் தங்களைச் சார்ந்த தனிமனிதர்களின் தனிப்பட்ட வாழ்க்கையில் ஒருபோதும் அக்கறைகாட்டியதில்லை என்பதுதான் உண்மை. மேலும் கலப்பு மணங்கள் என்பதெல்லாம் சாதி வெறி

ஊறிப் போயிருக்கும் தமிழ் சமூகத்தில் பெரிய அளவில் ஒன்றும் நடைபெறவில்லை. மிகக்குறைந்த அளவில் நடைபெறும் கலப்புத் திருமணங்களில் சம்பிரதாயமான திருமணங்களில் நிகழ்வது போல நடக்கும் சில பிரச்சினைகளை வைத்துக்கொண்டு ராமதாஸ் இதை வெறுப்பு அரசியலின் விதையாக மாற்றுகிறார்.

ராமதாஸைப் போலவே இன்று பல இடைநிலை சாதிக்கட்சிகள் கலப்புத் திருமண எதிர்ப்பில் இறங்கியுள்ளன. தமிழகத்தில் சென்னைக்கு வெளியே ஒரு நாளைக்கு 16 மணி நேரம் மின்சாரம் கிடையாது. தொழில்கள் இதனால் கிட்டத்தட்ட முழுமையாக அழிந்துவிட்டன. இதைப் பற்றி யாருக்கும் எந்தக் கவலையும் இல்லை. எந்த சாதிப் பையன் எந்தப் சாதிப் பெண்ணிற்கு லவ் லெட்டர் கொடுக்கிறான் என்பதைப் பற்றி இவ்வளவு ஆவேசமாகப் பேசிக் கொண்டிருக்கிறார்கள். இது மிகப்பெரிய பண்பாட்டு சீரழிவின் அடையாளம். அரசியல் சீரழிவின் வெளிப்பாடு.

கலப்புத் திருமணங்களை எதிர்ப்பது தனிமனித உரிமைக்கு எதிரான செயல். அரசியல் சாசனத்தை அவமதிக்கும் செயல். மேலும் சாதிய ரீதியான வன்கொடுமைகளுக்கும் பெண்களின் மீதான வன்முறைக்கும் கௌரவக் கொலைகள் போன்ற படுபாதகங்களுக்கும் ராமதாஸ் போன்றவர்களின் நிலைப்பாடு ஊக்கமளிக்கும் என்பதில் எந்த சந்தேகமும் இல்லை. அரசாங்கமும் நீதிமன்றமும் உடனடியாகத் தலையிட்டு கலப்புத் திருமணங்களுக்கு எதிரான வெளிப்படையான பேச்சுகளுக்கு தடைவிதிக்க வேண்டும். இந்தப் பிரச்சினையை மனித உரிமை ஆணையம் விழிப்புடன் கண்காணிக்க வேண்டும்,

ஒரு காலத்தில் வன்னியர் அரசியலை வளர்ப்பதற்காக ஆயிரக் கணக்கான மரங்களை வெட்டி வீழ்த்திய ராமதாஸ் பின்னர் ஏராள மான மரங்களை நட்டுப் பிராயச்சித்தம் செய்தார். அதேபோல இன்று இளைஞர்களின் மணவாழ்க்கை சார்ந்த தேர்வுகளுக்கு எதிராக வன்முறையைத் தூண்டுபவர்களுக்கு ஆதரவளிக்கும் அவர் எதிர்காலத்தில் ஏராளமான கலப்புத் திருமணங்களைச் செய்துவைத்து தன்னைப் புனிதப்படுத்திக்கொள்வார் என்று நம்புவோம்.

வட தமிழகம் காதல் பிரச்சினையால் பற்றி எரிந்தபோது தென் தமிழகம் தேவர் குருபூஜையை முன்னிட்டு சாதிவெறியின் ரத்தப் பெருக்கில் நனைந்தது. முக்குலத்தோருக்கும் தலித்துகளுக்கும் இடையே நீண்ட காலமாக நிலவிவரும் சாதிப் பகை ஒவ்வொரு ஆண்டும் தேவர் குருபூஜையின்போதும் இமானுவேல் சேகரன் குருபூஜையின் போதும் உச்சத்திற்குச் செல்வது வழக்கமாகிவிட்டது. உயிர்ப்பலிகள் சாதி அரசியலுக்குச் செய்யும் ஒரு சடங்காகவே தென் தமிழகத்தில் மாறிவிட்டது எனலாம். தேவர் குருபூஜையை ஒரு அரசு விழாவாகவே மாற்றியதும் தமிழகத்தில் அனைத்துப் பிரதான கட்சிகளும் அதில் பங்கேற்க நடத்தும் போட்டிகளும் முக்குலத்தோரின் அரசியல் அந்தஸ்தை வெகுவாக உயர்த்திவிட்டன. ஆளும் கட்சியிலும் காவல்

துறையிலும் அவர்களது செல்வாக்கு தலித்துகளைப் பெரிதும் பதட்ட மடைய வைக்கிறது. பரமக்குடி துப்பாக்கிச் சூடு இந்த செல்வாக்கின் ஒரு தொடர்ச்சியாகவே கருதப்பட்டது. விளைவு, இந்த ஆண்டு குருபூஜை ஊர்வலங்கள் பெரும் மோதல்களில் முடிந்தன. இந்த மோதல்களின் எதிர்விளைவுகள் தமிழகத்தில் இன்னொரு மோசமான சாதிக் கலவரத்தை வெகு விரைவில் உருவாக்கினால் அதில் ஆச்சரியப் படுவதற்கில்லை.

சமீபத்தில் சி.பி.எஸ்.இ. 9ஆம் வகுப்பு பாட நூலில் நாடார்களின் பூர்வீகம் பற்றி வந்த ஒரு சாதாரண வரலாற்றுக் குறிப்பை வைத்துக் கொண்டு கருணாநிதி, ஜெயலலிதா, வைகோ என அனைவரும் ஆளாளுக்கு எப்படிக் குதித்தார்கள் என்பதைப் பார்த்தோம். முக்குலத் தோரின் 'குட் புக்'கில் கையெழுத்து வாங்க எப்படி போட்டா போட்டி நடக்கிறதோ அதே போட்டி இப்போது நாடார்கள் விஷயத்திலும் நடக்கிறது.

தமிழக அரசியலில் சாதி அரசியல், மக்களின் உண்மையான பிரச்சினைகளைப் பின்னுக்குத் தள்ளுகின்றன. மிகக் குரூரமான முறையில் மக்களைப் பிளவுபடுத்துகின்றன. நமது ஜனநாயகத்தின் வழியே நாம் அடைந்த பலன்கள் அனைத்தையும் குழிதோண்டிப் புதைக்கின்றன.

டிசம்பர், 2012